ದೈವಿಕ ಸಂಭಾಷಣೆ

BHAGAVATH GEETHA SAARA

ಸುಗುಣ ಕೌಶಿಕ್

ಓಂ ನಮೋ ಭಗವತಿ ವಾಸುದೇವಾಯ

ಓಂ ನಮೋ ಭಗವತಿ ವಾಸುದೇವಾಯ

ಪರಿವಿಡಿಗಳು

ಮುನ್ನುಡಿ

ಈ ಪುಸ್ತಕವು ಭಗವದ್ಗೀತೆಯ ಸಾರವಾಗಿದೆ. ಭಗವಾನ್ ಕೃಷ್ಣ ಮತ್ತು ಅರ್ಜುನ, ಶಿವ ಪಾರ್ವತಿ ಮತ್ತು ಸಂಜಯ-ದೃತರಾಷ್ಟ್ರರ ನಡುವೆ ಮೂರು ಸಂಭಾಷಣೆಗಳಿವೆ. ಭಗವದ್ಗೀತೆಯ ಪ್ರಾರಂಭಿಕರಿಗೆ 18 ಅಧ್ಯಾಯವನ್ನು ಸಂಪೂರ್ಣವಾಗಿ ಅರ್ಥಮಾಡಿಕೊಳ್ಳಲು ಸಾಧ್ಯವಿಲ್ಲ, ಆದ್ದರಿಂದ ಭಗವದ್ಗೀತೆಯನ್ನು ಎಲ್ಲಾ ರೀತಿಯ ಜನರನ್ನು ಅರ್ಥಮಾಡಿಕೊಳ್ಳಲು ನಾನು ಈ ಪುಸ್ತಕವನ್ನು ಬರೆದಿದ್ದೇನೆ. ಒಮ್ಮೆ ನೀವು ಈ ಪುಸ್ತಕವನ್ನು ಓದಿದಾಗ ಕರ್ಮ ಯೋಗ ಮತ್ತು ಭಕ್ತಿ ಯೋಗ ಎಂದರೇನು ಎಂಬುದನ್ನು ಅರ್ಥಮಾಡಿಕೊಳ್ಳಲು ನಿಮಗೆ ಆಲೋಚನೆಗಳು ಸಿಗುತ್ತವೆ.

ಪ್ರಸ್ತುತ ಕ್ಷಣದಲ್ಲಿ ಮಾನವ ಸಮಾಜವು ಮರೆವಿನ ಕತ್ತಲೆಯಲ್ಲಿಲ್ಲ. ಇದು ಪ್ರಪಂಚದಾದ್ಯಂತ ವಸ್ತು ಸೌಕರ್ಯಗಳ ಶಿಕ್ಷಣ ಮತ್ತು ಆರ್ಥಿಕ ಅಭಿವೃದ್ಧಿಯ ಕ್ಷೇತ್ರದಲ್ಲಿ ತ್ವರಿತ ಪ್ರಗತಿಯನ್ನು ಮಾಡಿದೆ. ಆದರೆ ಸಾಮಾಜಿಕ ದೇಹದಲ್ಲಿ ಎಲ್ಲೋ ಒಂದು ದೊಡ್ಡ ಪ್ರಮಾಣದ ಜಗಳಗಳಿವೆ. ಸಾಮಾನ್ಯ ಕಾರಣದೊಂದಿಗೆ ಶಾಂತಿ, ಸ್ನೇಹ ಮತ್ತು ಸಮೃದ್ಧಿಯಲ್ಲಿ ಹೇಗೆ ಒಂದಾಗಬಹುದು ಎಂಬುದರ ಕುರಿತು ಸುಳಿವು ಬೇಕಾಗಿದೆ. ದೈವಿಕ ಸಂಭಾಷಣೆಯು ಈ ಅಗತ್ಯವನ್ನು ಪೂರೈಸುತ್ತದೆ, ಇದು ಇಡೀ ಮಾನವ ಸಮಾಜದ ಮರು ಆಧ್ಯಾತ್ಮಿಕತೆಯ ಸಾಂಸ್ಕೃತಿಕ ಪ್ರಸ್ತುತಿಯಾಗಿದೆ.

ದೈವಿಕ ಸಂಭಾಷಣೆಯು ಎಲ್ಲದರ ಅಂತಿಮ ಮೂಲವನ್ನು ತಿಳಿದುಕೊಳ್ಳಲು ಮಾತ್ರವಲ್ಲದೆ ಅವನೊಂದಿಗಿನ ನಮ್ಮ ಸಂಬಂಧವನ್ನು ಮತ್ತು ಈ ಪರಿಪೂರ್ಣ ಜ್ಞಾನದ ಆಧಾರದ ಮೇಲೆ ಮಾನವ ಸಮಾಜದ ಪರಿಪೂರ್ಣತೆಯ ಕಡೆಗೆ ನಮ್ಮ ಕರ್ತವ್ಯವನ್ನು ತಿಳಿದುಕೊಳ್ಳಲು ಅತೀಂದ್ರಿಯ ವಿಜ್ಞಾನವಾಗಿದೆ. ಇದು ಶಕ್ತಿಯುತವಾದ ಓದುವಿಕೆಯಾಗಿದೆ ಮತ್ತು ಸರಳವಾಗಿ ಎಚ್ಚರಿಕೆಯಿಂದ ಓದುವ ಮೂಲಕ ಒಬ್ಬನು ದೇವರನ್ನು ಸಂಪೂರ್ಣವಾಗಿ ಚೆನ್ನಾಗಿ ತಿಳಿದುಕೊಳ್ಳುತ್ತಾನೆ, ಆದ್ದರಿಂದ ಓದುಗನು ನಾಸ್ತಿಕರ ದಾಳಿಯಿಂದ ತನ್ನನ್ನು ತಾನು ರಕ್ಷಿಸಿಕೊಳ್ಳಲು ಸಾಕಷ್ಟು ವಿದ್ಯಾವಂತನಾಗಿರುತ್ತಾನೆ..

ಭಗವಾನ್ ಶ್ರೀ ಕೃಷ್ಣನು ಈ ಅದ್ಭುತ ಕೃತಿಯ ಕೇಂದ್ರ ವ್ಯಕ್ತಿಯಾಗಿದ್ದಾನೆ ಮತ್ತು ಈ ಪುಸ್ತಕದಲ್ಲಿ ಭಗವಂತನು ತನ್ನ ಅಸ್ತಿತ್ವದ ಮುನ್ನಾದಿನದಂದು ಪ್ರಪಂಚದ ನಂತರ ತನ್ನ ಅಚ್ಚುಮೆಚ್ಚಿನ ಭಕ್ತ ಮತ್ತು ಅನುಯಾಯಿಗಳಿಗೆ ಪ್ರತ್ಯೇಕತೆಯ ಸೂಚನೆಯನ್ನು ನೀಡುತ್ತಾನೆ. ಪಾಠಗಳು ವಿವಿಧ ವಿಷಯಗಳನ್ನು ಒಳಗೊಂಡಿರುತ್ತವೆ, ಆದರೆ ಎಲ್ಲದರಲ್ಲೂ ಭಗವಂತನನ್ನು ಕಾಣುವ ಮತ್ತು ಪರಿಪೂರ್ಣವಾದ ಸ್ವಯಂ-ಶರಣಾಗತಿ ಮತ್ತು ಬಾಂಧವ್ಯದ ಜೀವನವನ್ನು ನಡೆಸುವ ಎಲ್ಲಾ ಅಗತ್ಯತೆಗಳನ್ನು ಉತ್ಕಟವಾಗಿ ಕಲಿಸಲಾಗುತ್ತದೆ.

ಪ್ರತಿಯೊಬ್ಬರೂ ತನ್ನ ಚಟುವಟಿಕೆಯ ಫಲವನ್ನು ಅನುಭವಿಸಬೇಕು ಅಥವಾ ಆನಂದಿಸಬೇಕು; ಅಂತಹ ವಿಷಯಗಳನ್ನು ನಿಯಂತ್ರಿಸುವ ಭೌತಿಕ ಪ್ರಕೃತಿಯ ನಿಯಮವನ್ನು ಯಾರೂ ಪರಿಶೀಲಿಸಲು ಸಾಧ್ಯವಿಲ್ಲ. ಒಬ್ಬ ವ್ಯಕ್ತಿಯು ಫಲಪ್ರದ ಚಟುವಟಿಕೆಯಲ್ಲಿ ತೊಡಗಿರುವವರೆಗೆ, ಜೀವನದ ಅಂತಿಮ ಗುರಿಯನ್ನು ಸಾಧಿಸುವ ಪ್ರಯತ್ನದಲ್ಲಿ ಅವನು ಗೊಂದಲಕ್ಕೊಳಗಾಗುವುದು ಖಚಿತ. ದೈವಿಕ ಪರಿವರ್ತನೆಯನ್ನು ಅರ್ಥಮಾಡಿಕೊಳ್ಳುವ ಮೂಲಕ ಮಾನವ ಸಮಾಜವು ಆಧ್ಯಾತ್ಮಿಕ ಜೀವನದ ಹೊಸ ಬೆಳಕನ್ನು ಅನುಭವಿಸುತ್ತದೆ ಎಂದು ನಾನು ಪ್ರಾಮಾಣಿಕವಾಗಿ ಭಾವಿಸುತ್ತೇನೆ, ಅದು ಶುದ್ಧ ಆತ್ಮಕ್ಕಾಗಿ ಚಟುವಟಿಕೆಯ ಕ್ಷೇತ್ರವನ್ನು ತೆರೆಯುತ್ತದೆ. ನಿಮ್ಮ ಜೀವನದ ಆಳ ಮತ್ತು ಅಗಲವನ್ನು ನಿಸ್ಸಂಶಯವಾಗಿ ಹೆಚ್ಚಿಸುವ ಈ ಸಂವಾದವನ್ನು ಪ್ರಾರಂಭಿಸಲು ನಾನು ನಿಮ್ಮನ್ನು ಆಮಂತ್ರಿಸುತ್ತೇನೆ, ಇದು ಸ್ವಯಂ-ಬೆಳವಣಿಗೆ ಮತ್ತು ತೃಪ್ತಿಗೆ ಕಾರಣವಾಗುತ್ತದೆ.

ಪ್ರಸ್ತಾವನೆ

ಇಂದಿನಿಂದ ನಾವು ಶ್ರೀ ಕೃಷ್ಣನ ಜೀವನದ ಅತ್ಯಂತ ಪ್ರಸ್ತುತವಾದ ಅಧ್ಯಾಯವನ್ನು ಪ್ರಾರಂಭಿಸಲಿದ್ದೇವೆ. ಈ ಅಧ್ಯಾಯದಲ್ಲಿ ಕೃಷ್ಣನು ಅರ್ಜುನನಿಗೆ ಗೀತಾ ಬೋಧನೆಯನ್ನು ನೀಡುತ್ತಾನೆ. ಕುರುಕ್ಷೇತ್ರದ ಯುದ್ಧಭೂಮಿಯಲ್ಲಿ ಕೌರವರ ಮತ್ತು ಪಾಂಡವರ ಸೈನ್ಯಗಳು ಪರಸ್ಪರ ಎದುರು ನಿಂತಾಗ ಈ ಉಪದೇಶವನ್ನು ನೀಡಲಾಯಿತು. ಆ ಸಮಯದಲ್ಲಿ ಅರ್ಜುನನಂತಹ ವೀರ ಯೋಧನು ಹೇಡಿಯಂತೆ ನಡುಗಲು ಪ್ರಾರಂಭಿಸಿದನು, ಏಕೆಂದರೆ ಅವನು ಪ್ರೀತಿಯ ಭಯ ಮತ್ತು ಅನುಮಾನದ ಭಾವನೆಗಳಲ್ಲಿ ಸಿಕ್ಕಿಹಾಕಿಕೊಂಡನು. ಆ ಸಮಯದಲ್ಲಿ ಅವನ ಕೈಯಿಂದ ಬಿಲ್ಲು ಬಿದ್ದಿತು, ಮತ್ತು ಅವನು ತನ್ನ ಪ್ರಾಪಂಚಿಕ ಕರ್ತವ್ಯದಿಂದ ಓಡಿಹೋಗಲು ಮತ್ತು ಸಂನ್ಯಾಸಿ ಜೀವನವನ್ನು ನಡೆಸಲು ಬಯಸಿದನು. ತನ್ನ ಚಿಕ್ಕಪ್ಪಂದಿರು, ಪಿತಾಮಹನ ಸಹೋದರರು ಮತ್ತು ಇತರ ಸಂಬಂಧಗಳ ರಕ್ತವನ್ನು ಸುರಿಸಿ ರಾಜನಾಗುವುದು ಸರಿಯಲ್ಲ ಎಂದು ಅವನು ಭಾವಿಸಿದನು. ಈ ಕ್ರಿಯೆಯನ್ನು ಮಾಡುವ ಮೂಲಕ ರಾಜನಾಗುವ ಬದಲು ಭಿಕ್ಷೆ ಬೇಡುವುದು ಮತ್ತು ತನ್ನ ಪ್ರಾಣವನ್ನು ಬಿಡುವುದು ಉತ್ತಮ ಎಂದು ಅವನು ಭಾವಿಸಿದನು. ಅವನು ತನ್ನ ಕರ್ತವ್ಯ ಮತ್ತು ಜವಾಬ್ದಾರಿಯ ಮಾರ್ಗವನ್ನು ಸ್ಪಷ್ಟವಾಗಿ ನೋಡಲಾಗದಿದ್ದಾಗ ಮತ್ತು ಆ ಸಮಯದಲ್ಲಿ ಶ್ರೀ ಕೃಷ್ಣನು ಅವನಿಗೆ ತೋರಿಸಿದ ಕರ್ತವ್ಯ ಮತ್ತು ಸದಾಚಾರದ ಮಾರ್ಗವನ್ನು ಭಗವದ್ಗೀತೆ ಎಂದು ಕರೆಯಲಾಗುತ್ತದೆ.

ಡಾ. ರಾಧಾಕೃಷ್ಣ ಅವರು ಗೀತೆಯ ಕುರಿತು ಹೀಗೆ ಹೇಳುತ್ತಾರೆ:- "ಗೀತವೆಂದರೇನು ಸಂಕ್ಷಿಪ್ತವಾಗಿ ಅದರ ಬಗ್ಗೆ ಒಂದೇ ಒಂದು ವಿಷಯವನ್ನು ಹೇಳಬಹುದು. ನಮ್ಮ ಉಪನಿಷತ್ತು ಮತ್ತು ಮಹಾಕಾವ್ಯಗಳಲ್ಲಿ ನೀಡಲಾದ ಜ್ಞಾನವನ್ನು ಒಟ್ಟಾರೆಯಾಗಿ ಸಂಗ್ರಹಿಸಲಾಗಿದೆ. ಒಂದು ಮಹಾಕಾವ್ಯದಲ್ಲಿ ಮತ್ತು ಮಹತ್ತ್ವದ ಸಾರವನ್ನು ಸಂಗ್ರಹಿಸಲಾಗಿದೆ.

ಮಹಾತ್ಮಾ ಗಾಂಧಿಯವರು ಗೀತೆಯ ಬಗ್ಗೆ ಹೀಗೆ ಹೇಳುತ್ತಾರೆ: - "ಭಗವದ್ಗೀತೆಯಿಂದ ನಾನು ನನ್ನ ಪರಿಹಾರಕ್ಕೆ ಉತ್ತರವನ್ನು ಕಂಡುಕೊಳ್ಳುತ್ತೇನೆ ಮತ್ತು ಅದು ನನಗೆ ಬೇರೆಲ್ಲಿಯೂ ಸಿಗದ ಶಕ್ತಿಯಾಗಿದೆ. ಯಾವಾಗ ಬೇಕಾದರೂ ನಿರಾಶೆ ನನ್ನನ್ನು ಸುತ್ತುವರೆದಿದೆ ಮತ್ತು ನಾನು ಭರವಸೆಯ ಕಿರಣವನ್ನು

ನೋಡುವುದಿಲ್ಲ, ನಂತರ ನಾನು ಭಗವದ್ಗೀತೆಯನ್ನು ಹುಡುಕುತ್ತೇನೆ. ಗೀತೆಯಲ್ಲಿ ನನ್ನ ಎಲ್ಲಾ ಸಮಸ್ಯೆಗಳನ್ನು ಪರಿಹರಿಸುವ ಕನಿಷ್ಠ ಒಂದನ್ನು ನಾನು ನೋಡುತ್ತೇನೆ. ಆಗ ಸಂದಿಗ್ಧತೆಯ ನಡುವೆಯೂ ಒಂದು ನಗು ನನ್ನ ಮುಖವನ್ನು ಬೆಳಗಿಸುತ್ತದೆ."

ಲೋಕಮಾನ್ಯ ತಿಲಕರು ಗೀತೆಯ ಬಗ್ಗೆ ಹೀಗೆ ಹೇಳುತ್ತಾರೆ: - "ಶ್ರೀಮದ್ ಭಗವತ್ ಗೀತೆಯು ನಮ್ಮ ಎಲ್ಲಾ ಗ್ರಂಥಗಳು ಮತ್ತು ಮಹಾಕಾವ್ಯಗಳ ನಡುವೆ ಒಂದು ಹೊಳಪು ಮತ್ತು ಕೋಮಲ ವಜ್ರದಂತೆ. ಇದು ಮನುಷ್ಯನ ಶ್ರೇಷ್ಠತೆ ಮತ್ತು ಆಧ್ಯಾತ್ಮಿಕತೆಯ ಮಹತ್ವವನ್ನು ನಮಗೆ ಅರಿತುಕೊಳ್ಳುತ್ತದೆ. ಇದು ನಮಗೆ ಧರ್ಮ ಮತ್ತು ಜ್ಞಾನದ ಬಗ್ಗೆ ಅರಿವು ಮೂಡಿಸುತ್ತದೆ. ಅವರ ಮೇಲೆ ಶಾಸ್ತ್ರದ ಪ್ರಭಾವ. ಪ್ರಪಂಚದ ಹತಾಶೆಯ ಜನರು ಗೀತೆಯನ್ನು ಓದಿದಾಗ ಅದು ಅವರಿಗೆ ಶಾಂತಿಯನ್ನು ನೀಡುತ್ತದೆ, ಗೀತೆಯು ನಿಸ್ವಾರ್ಥ ಕೆಲಸ ಮಾಡಲು ಅವರನ್ನು ಪ್ರೋತ್ಸಾಹಿಸುತ್ತದೆ. ಗೀತೆಯಂತಹ ಮಹಾಕಾವ್ಯವು ಪ್ರಪಂಚದ ಸಾಹಿತ್ಯದಲ್ಲಿ ಎಲ್ಲಿಯೂ ಕಂಡುಬರುವುದಿಲ್ಲ.

ಗೀತೆಯು ಗಂಗಾ ನದಿಯಂತೆ, ಇದರಲ್ಲಿ ಜ್ಞಾನದ ಕರ್ತವ್ಯ ಮತ್ತು ಕಾರ್ಯಗಳಿಗೆ ಒತ್ತು ನೀಡಲಾಗುತ್ತದೆ. ಗಂಗಾ ನದಿಯು ಈ ಭೂಮಿಯ ಮೇಲೆ ಅನೇಕ ಯುಗಗಳಿಂದ ಹರಿಯುತ್ತಿದೆ. ನದಿಯು ಪ್ರತಿಯೊಬ್ಬ ಬಾಯಾರಿದ ಮನುಷ್ಯನನ್ನು ಅವನ ಜಾತಿ, ಬಣ್ಣ, ಪಂಥ ಅಥವಾ ಅವನು ಯಾವ ದೇಶಕ್ಕೆ ಸೇರಿದವನೆಂದು ಕೇಳದೆ ದಾಹವನ್ನು ತಣಿಸುವ ಹಾಗೆ, ಗಂಗಾ ನದಿಯಂತೆ ಭಗವತ್ ಗೀತೆ ಸಹ ಜಾತಿ, ಮತ, ಭೇದವಿಲ್ಲದೆ ಎಲ್ಲರ ಕಲ್ಯಾಣಕ್ಕಾಗಿ ಹರಿಯುತ್ತಿದ್ದಾಳೆ. ಧರ್ಮ ಮತ್ತು ದೇಶ. ಎಲ್ಲ ಪ್ರಶ್ನೆಗಳಿಗೂ ಉತ್ತರವಿದೆ ಎನ್ನುವುದರಲ್ಲಿಯೇ ಶ್ರೀಮದ್ ಭಗವತ್ ಗೀತೆಯ ಹಿರಿಮೆ ಅಡಗಿದೆ.

ಪರಮಾತ್ಮನನ್ನು ತಲುಪುವ ದಾರಿ ಯಾವುದು?
     ಆತ್ಮ ಮತ್ತು ಪರಮಾತ್ಮ ಹೇಗೆ ಭೇಟಿಯಾಗಬಹುದು?
     ಅವನು ಏನು ಮಾಡಬೇಕು ಮತ್ತು ಏನು ಮಾಡಬಾರದು?

ಜಗತ್ತಿನಲ್ಲಿ ಹೇಗೆ ಬದುಕಬೇಕು?

ಈ ಜೀವನದ ಅರ್ಥ ಮತ್ತು ಗುರಿ ಏನು?

ಆತ್ಮ ಎಂದರೇನು?

ಪರಮಾತ್ಮನೆಂದರೆ ಏನು?

ಪ್ರತಿಯೊಂದು ಪ್ರಶ್ನೆಗೂ ಉತ್ತರ ಗೀತೆಯಲ್ಲಿದೆ.

"ವೈಷ್ಣವಿ ಸಂತ" ಎಂಬ ಪುಸ್ತಕದಲ್ಲಿ ಬಹಳ ಸುಂದರವಾದ ಪದ್ಯವನ್ನು ಬರೆಯಲಾಗಿದೆ. "ಎಲ್ಲಾ ಉಪನಿಷತ್ತುಗಳು ಸಾಂಕೇತಿಕ ಗೋವಿನಂತೆ. ಮಹಾಕಾವ್ಯವು ಗೋವಿನ ಸಂಕೇತವಾಗಿದೆ. ಅವರ ತಲೆಯಿಂದ ಜ್ಞಾನ ಮತ್ತು ಬುದ್ಧಿವಂತಿಕೆಯ ಹಾಲು ಹರಿಯುತ್ತದೆ. ಈ ಜ್ಞಾನವೇ ಗೀತೆಯಾಗಿದೆ. ಈ ಜ್ಞಾನವನ್ನು ಹಾಲುಣಿಸುವ ಸಾಂಕೇತಿಕ ಗೋಪಾಲಕನ ಮಗ ಕೃಷ್ಣ. ಅರ್ಜುನನು ಅಮೃತವನ್ನು ಕುಡಿಯುತ್ತಿದ್ದಾನೆ. ಗೀತಾ ಜ್ಞಾನದ, ಸಾಂಕೇತಿಕ ಗೋಪಾಲಕ ಕೃಷ್ಣನ ಸಹಾಯದಿಂದ ಅರ್ಜುನ ಕರು, ವಾಸ್ತವದಲ್ಲಿ ಗೀತಾ ಅನಾದಿ ಕಾಲದಿಂದಲೂ ಇಲ್ಲಿ ಹರಿಯುವ ಜ್ಞಾನ, ಭಕ್ತಿ ಮತ್ತು ಕಾರ್ಯಗಳ ಗಂಗಾ ನದಿ.

ಭಗವತ್ ಗೀತೆ ಬಹಳ ನಾಟಕೀಯ ಕ್ಷಣದಲ್ಲಿ ರಚಿಸಲಾಗಿದೆ. ಕುರುಕ್ಷೇತ್ರದ ಯುದ್ಧಭೂಮಿಯಲ್ಲಿ ಕೌರವರ ಮತ್ತು ಪಾಂಡವರ ಬೃಹತ್ ಸೇನೆಗಳು ಪರಸ್ಪರ ಎದುರು ನಿಂತ ಕ್ಷಣ. ಪಾಂಡವರ ಮಹಾ ಯೋಧ ಅರ್ಜುನನು ಇದ್ದಕ್ಕಿದ್ದಂತೆ ಯುದ್ಧ ಮಾಡದಿರಲು ನಿರ್ಧರಿಸಿದನು. ಈ ನಾಟಕೀಯ ಕ್ಷಣದಲ್ಲಿ ಗೀತೆಯ ಸಂಪೂರ್ಣ ತತ್ತ್ವಶಾಸ್ತ್ರವನ್ನು ಪ್ರಸ್ತುತಪಡಿಸಲಾಯಿತು. ಈ ಜ್ಞಾನ ಮತ್ತು ತತ್ತ್ವ ಜ್ಞಾನವು ಅರ್ಜುನನಿಗೆ ಮಾತ್ರವಲ್ಲ, ಎಲ್ಲಾ ಮನುಕುಲಕ್ಕೆ ಸಂಬಂಧಿಸಿದೆ. ಅರ್ಜುನನಂತೆಯೇ ಪ್ರತಿಯೊಬ್ಬ ಮನುಷ್ಯನೂ ತನ್ನ ಜೀವನದಲ್ಲಿ ಅಂತಹ ಕ್ಷಣವನ್ನು ಎದುರಿಸಬೇಕಾಗುತ್ತದೆ, ಅವನು ತನ್ನ ಕರ್ತವ್ಯ ಮತ್ತು ಜವಾಬ್ದಾರಿ ಏನು ಎಂದು ನಿರ್ಧರಿಸಲು ಕಷ್ಟವಾಗುತ್ತಾನೆ. ಪ್ರತಿಯೊಬ್ಬ ಮನುಷ್ಯನಿಗೆ ಅವನ ಜೀವನದಲ್ಲಿ ಕರ್ತವ್ಯದ ಸ್ಥಳವು ಯುದ್ಧಭೂಮಿಯಾಗಿದೆ, ಅದು ಕುರುಕ್ಷೇತ್ರವಾಗಿದೆ ಎಂದು ವಿದ್ವಾಂಸರು ಹೇಳುತ್ತಾರೆ.

ನಾವೆಲ್ಲರೂ ನಮ್ಮದೇ ಆದ ಕರ್ತವ್ಯ ಮತ್ತು ಜವಾಬ್ದಾರಿಯ ಯುದ್ಧಭೂಮಿಯಲ್ಲಿ ನಿಲ್ಲಬೇಕು ಮತ್ತು ನಮ್ಮದೇ ಆದ ನಿರ್ಧಾರವನ್ನು ತೆಗೆದುಕೊಳ್ಳಬೇಕು. ಅರ್ಜುನನು ಗೋಪಾಲಕನಲ್ಲ, ಅವನು ಅನೇಕ ಯುದ್ಧಗಳನ್ನು ಮಾಡಿದನು. ಆದರೆ ಕುರುಕ್ಷೇತ್ರದ ಯುದ್ಧಭೂಮಿಯಲ್ಲಿ ಅವರು ಅಜ್ಞಾನ, ಪ್ರೀತಿ ಮತ್ತು

ವಾತ್ಸಲ್ಯದಲ್ಲಿ ಸಿಕ್ಕಿಬಿದ್ದರು, ಅವರು ತಮ್ಮ ಕರ್ತವ್ಯ ಮತ್ತು ಜವಾಬ್ದಾರಿಯಿಂದ ವಿಮುಖರಾಗಿದ್ದರು.

ಸಂತ ಜ್ಞಾನೇಶರು ತಮ್ಮ "ಜ್ಞಾನೇಶ್ವರಿ" ಮಹಾಕಾವ್ಯದಲ್ಲಿ ಅರ್ಜುನನನ್ನು ವರ್ಣಿಸುತ್ತಾ, ಹಂಸವು ಕೆಸರಿನಿಂದ ಹೊರಬರಲು ಸಾಧ್ಯವಿಲ್ಲ ಎಂದು ಬರೆದಿದ್ದಾರೆ, ಹಾಗೆಯೇ ಅರ್ಜುನನು ಸಹ ಆ ಸಮಯದಲ್ಲಿ ಅದೇ ಸ್ಥಿತಿಯಲ್ಲಿದ್ದನು. ಕಲಿಯುವ ಹಂಬಲ ಹೊಂದಿರುವ ಮತ್ತು ತನ್ನ ಗುರಿಯ ಹುಡುಕಾಟದಲ್ಲಿ ಜೀವನದ ಹಾದಿಯಲ್ಲಿ ಸಾಗುತ್ತಿರುವ ಜೀವಿಯನ್ನು ಅರ್ಜುನ ಸಂಕೇತಿಸುತ್ತಾನೆ. ಅದಕ್ಕೆ ಅರ್ಜುನ ಶ್ರೀ ಕೃಷ್ಣನಿಗೆ ಆ ಪ್ರಶ್ನೆಗಳನ್ನೆಲ್ಲ ಕೇಳುವಂತೆ ಮಾಡಿದೆವ್ರು. ಇದು ಗೀತೆಯನ್ನು ಓದಿದಾಗ ಸಾಮಾನ್ಯ ವ್ಯಕ್ತಿಯ ಮನಸ್ಸಿನಲ್ಲಿ ಉದ್ಭವಿಸುತ್ತದೆ.

ಶ್ರೀ ಕೃಷ್ಣನು ಅರ್ಜುನನಿಗೆ ಹೇಳುತ್ತಿರುವ ಜೀವನ ವಿಧಾನ ಮತ್ತು ತತ್ತ್ವವು ಶಿವನ ಮೂಲಕವೂ ವ್ಯಕ್ತವಾಗಿದೆ. ಭಗವಾನ್ ಶಿವನು ಶ್ರೀ ಕೃಷ್ಣನ ಒಂದು ರೂಪವಾಗಿದೆ. ಭಗವಾನ್ ಶಿವನ ಉಪದೇಶಗಳು ಕೆಲವು ಕಷ್ಟಕರವಾದ ಮತ್ತು ಕರಿಣವಾದ ವಿಷಯಗಳನ್ನು ಸರಳ ಪದಗಳಲ್ಲಿ ವಿವರಿಸುವುದಲ್ಲದೆ, ಗೀತೆಯ ಹೊರತಾಗಿ ಇತರ ಮಹಾಕಾವ್ಯಗಳಲ್ಲಿಯೂ ಬರೆದಿರುವ ಕೆಲವು ಬೋಧನೆಗಳನ್ನು ಶಿವನ ಮೂಲಕ ವ್ಯಕ್ತಪಡಿಸಬಹುದು. ಮತ್ತು ಗೀತೆಯ ತತ್ತ್ವಶಾಸ್ತ್ರವನ್ನು ಇನ್ನಷ್ಟು ಸ್ಪಷ್ಟಪಡಿಸಿ. ಅದೇ ರೀತಿ ಮಹಾಭಾರತದ ಮುಖ್ಯ ಖಳನಾಯಕ ಧೃತರಾಷ್ಟ್ರ. ವಾಸ್ತವದಲ್ಲಿ ಅವನೇ ಖಳನಾಯಕ. ಅವನು ರಾಜನಾಗಿದ್ದನು ಮತ್ತು ಅವನು ಬಯಸದಿದ್ದರೆ ಈ ಯುದ್ಧವು ಎಂದಿಗೂ ನಡೆಯುತ್ತಿರಲಿಲ್ಲ. ಭೀಷ್ಮ, ದ್ರೋಣಾಚಾರ್ಯರು ರಾಜನ ಮತ್ತು ಅವನ ಸಿಂಹಾಸನದ ಆಜ್ಞೆಯನ್ನು ಪಾಲಿಸುತ್ತಿದ್ದರು ಹೊರತು ದುರ್ಯೋಧನನಲ್ಲ.

ಆದರೆ ಧೃತರಾಷ್ಟ್ರನ ಬುದ್ಧಿಯು ತನ್ನ ಮಗನ ಮೇಲಿನ ಪ್ರೀತಿ ಮತ್ತು ಸಿಂಹಾಸನದ ಮೇಲಿನ ದುರಾಶೆಯಿಂದ ಆವರಿಸಲ್ಪಟ್ಟಿತು, ಅವನು ಅಧರ್ಮವೇ ಸರಿ ಮತ್ತು ಸುಳ್ಳೇ ಸತ್ಯ ಎಂದು ನಂಬಲು ಪ್ರಾರಂಭಿಸಿದನು. ಅವನು ಕೆಟ್ಟದ್ದನ್ನು ಹೊಂದಿರುವ ಅಂತಹ ಜನರನ್ನು ಸಂಕೇತಿಸುತ್ತಾನೆ. ಧೃತರಾಷ್ಟ್ರನ ಪಾತ್ರವು ಅವರು ಪ್ರೀತಿಯ ಮುಸುಕು ಮಾನವನನ್ನು ಆವರಿಸುತ್ತದೆ ಎಂದು ತೋರಿಸುತ್ತದೆ

ಮಾನವರು ತಪ್ಪು ಒಳ್ಳೆಯ ಕಾರ್ಯಗಳನ್ನು ಸಾಬೀತುಪಡಿಸಲು ಪ್ರಯತ್ನಿಸುತ್ತಾರೆ ಮತ್ತು ಅವರ ಸ್ವಾರ್ಥವು ಅವನನ್ನು ಧೃತರಾಷ್ಟ್ರನಂತೆ

ಕುರುಡನನ್ನಾಗಿ ಮಾಡುತ್ತದೆ. ಆ ಸಮಯದಲ್ಲಿ ಯಾರಾದರೂ ಅವರಿಗೆ ಕರ್ತವ್ಯದ ಪ್ರಸ್ತುತತೆಯ ಬಗ್ಗೆ ಉಪದೇಶಿಸಿದರೆ ಅವರು ಅದನ್ನು ಇಷ್ಟಪಡುವುದಿಲ್ಲ ಮತ್ತು ಸಲಹೆ ನೀಡುವ ವ್ಯಕ್ತಿಯನ್ನು ನಿಂದಿಸಲು ಯಾವುದೇ ಪದಗಳಿಲ್ಲ. ಧರ್ಮೋಪದೇಶ ಮಾಡುತ್ತಿರುವವನು ತನ್ನಲ್ಲಿಯೇ ಭಗವಂತನೆಂದು ತಿಳಿದಿದ್ದರೂ ಸಹ.

1

ಪರಿಚಯ ದೃಶ್ಯ

ಶ್ರೀಕೃಷ್ಣನು ಶಾಂತಿದೂತನಾಗಿ ಬಂದಾಗ ಧೃತರಾಷ್ಟ್ರನಿಗೆ ಬೇಕಾದರೆ ಯುದ್ಧವನ್ನು ನಿಲ್ಲಿಸಬಹುದೆಂದು ಸಲಹೆ ನೀಡಿದನು.

ಕೃಷ್ಣನು ಧೃತರಾಷ್ಟ್ರನೊಂದಿಗೆ ಮಾತನಾಡುತ್ತಾನೆ:
"ರಾಜ ದಯವಿಟ್ಟು ನನಗೆ ಹೇಳು, ಪಾಂಡವರ ಹಕ್ಕುಗಳನ್ನು ನಿರಾಕರಿಸಲು ನೀವು ಬಯಸುತ್ತೀರಾ. ಹೇಳಿ ರಾಜ ಇದು ನಿಜ.. ದಯವಿಟ್ಟು ಏನಾದರೂ ಹೇಳು ರಾಜ ಧೃತರಾಷ್ಟ್ರ. ಇದು ಸುಮ್ಮನಿರಲು ಸಮಯವಲ್ಲ. ದುರ್ಯೋಧನನ ಅಸಮಾಧಾನ ಮತ್ತು ಮೊಂಡುತನವು ಅವನ ಸ್ವಂತ ವಿನಾಶವಾಗುತ್ತಿದೆ. ಮತ್ತು ಯುದ್ಧವನ್ನು ಆಹ್ವಾನಿಸುತ್ತಿದೆ. ಈ ಯುದ್ಧ ನಡೆದರೆ ದುರ್ಯೋಧನನಷ್ಟೇ ಅಲ್ಲ, ಕೌರವರ ಇಡೀ ವಂಶವೇ ನಾಶವಾಗುತ್ತದೆ. ಈ ವಿನಾಶದ ಹೊಣೆಗಾರಿಕೆ ರಾಜ ಧೃತರಾಷ್ಟ್ರನ ತಲೆಯ ಮೇಲೆ ಬೀಳುತ್ತದೆ.

ಅವನ ಸ್ವಂತ ತಂದೆ ಭರತ ಶ್ರೀ ವ್ಯಾಸನು ಕೊನೆಯ ಕ್ಷಣದಲ್ಲಿಯೂ ಅವನಿಗೆ ಸಲಹೆ ನೀಡಲು ಬಂದನು:
ವ್ಯಾಸ: "ಪಾಂಡವರ ರಾಜ್ಯವನ್ನು ಹಿಂತಿರುಗಿಸು."

ಧೃತರಾಷ್ಟ್ರ:- "ದಯವಿಟ್ಟು ನನ್ನನ್ನು ಕ್ಷಮಿಸು"
ವ್ಯಾಸ: - "ನಾನು ನಿನ್ನನ್ನು ಕ್ಷಮಿಸಬಹುದು, ಆದರೆ ಕುರುಕ್ಷೇತ್ರದಲ್ಲಿ ಏನಾಗುತ್ತಿದೆ, ಆ ಇತಿಹಾಸವು ಅನಾದಿ ಕಾಲ ನಿಮ್ಮನ್ನು ಕ್ಷಮಿಸುವುದಿಲ್ಲ".

ಆದರೆ ಧೃತರಾಷ್ಟ್ರ ಅವನ ಮಾತನ್ನು ಕೇಳಲಿಲ್ಲ. ಇತರರ ಒಳಿತನ್ನು ನೋಡಲಾಗದ ಇಂತಹ ಜನರು ಧೃತರಾಷ್ಟ್ರನಂತೆಯೇ ಅಸೂಯೆ, ಅನ್ಯಾಯ ಮತ್ತು ಅನ್ಯಾಯದ ಬೆಂಕಿಯಲ್ಲಿ ಈ ಪ್ರಪಂಚದೊಂದಿಗೆ ಬೂದಿಯಾಗಿದ್ದಾರೆ.

ಸಂಜಯ ಧೃತರಾಷ್ಟ್ರನ ಆಂತರಿಕ ಪ್ರಜ್ಞೆಯ ಪ್ರತೀಕ. ಪ್ರತಿಯೊಬ್ಬ ಮನುಷ್ಯನೂ ಸಂಜಯನಂತೆ ತನ್ನೊಳಗೆ ಒಂದು ಪ್ರಜ್ಞೆಯನ್ನು ಹೊಂದಿದ್ದಾನೆ. ಅವರು ಸತ್ಯವನ್ನು ನೋಡಬಹುದು ಮತ್ತು ವ್ಯಕ್ತಿಗೆ ಸತ್ಯವನ್ನು ವಿವರಿಸಲು ಪ್ರಯತ್ನಿಸುತ್ತಾರೆ. ಕೆಲವರು ತಮ್ಮ ಆಂತರಿಕ ಪ್ರಜ್ಞೆಯನ್ನು ಕೇಳುತ್ತಾರೆ. ಆದರೆ ಧೃತರಾಷ್ಟ್ರನಂತಹ ಸ್ವಾರ್ಥಿಗಳು ತಮ್ಮ ಆಂತರಿಕ ಪ್ರಜ್ಞೆಯ ಧ್ವನಿಯನ್ನು ಹತ್ತಿಕ್ಕಲು ಪ್ರಯತ್ನಿಸುತ್ತಾರೆ. ಆದರೆ ವ್ಯಕ್ತಿಯ ಆಂತರಿಕ ಪ್ರಜ್ಞೆಯು ಶಾಂತವಾಗಿರುವುದಿಲ್ಲ, ಆದರೆ ಸಂಜಯ ಮಾಡಿದಂತೆಯೇ ಮಾತನಾಡುತ್ತದೆ.

ಸಂಜಯ:-"ನೀನು ಯಾವ ತಪ್ಪುಗಳನ್ನು ಹೇಳುತ್ತಿರುವೆ ರಾಜ. ಇಂತಹ ಅನ್ಯೆತಿಕ ಮಾತುಗಳು ನಿನ್ನಂತಹ ಕ್ಷತ್ರಿಯ ರಾಜನಿಗೆ ನ್ಯಾಯವನ್ನು ನೀಡುವುದಿಲ್ಲ. ನೀನು ಹೇಳುತ್ತಿರುವುದು ಯುದ್ಧದ ನೀತಿಗೆ ವಿರುದ್ಧವಾದುದು. ನಿಶ್ಯಸ್ತ್ರ ಯೋಧನ ಮತ್ತು ಅವನ ಸೈನ್ಯದ ಮೇಲೆ ಆಕ್ರಮಣ ಮಾಡುವುದಿಲ್ಲ."

ರಣರಂಗದಲ್ಲಿ ಯೋಧನ ಮನಸ್ಸಿನಲ್ಲಿದ್ದ ಸಂದೇಹ ಮತ್ತು ಭಯವು ಹಸ್ತಿನಾಪುರದ ಧೃತರಾಷ್ಟ್ರನ ಮನಸ್ಸಿನಲ್ಲಿಯೂ ಕಂಡುಬಂದಿತು. ಈ ಯುದ್ಧದ ಫಲಿತಾಂಶದ ಬಗ್ಗೆ ಅವರು ಚಿಂತಿತರಾಗಿದ್ದರು. ಯಾರು ಗೆಲ್ಲುತ್ತಾರೆ? ಯಾರು ಕಳೆದುಕೊಳ್ಳುತ್ತಾರೆ? ಯಾರು ಜೀವಂತವಾಗಿ ಹಿಂತಿರುಗುತ್ತಾರೆ ಮತ್ತು ಯಾರು ಬರುವುದಿಲ್ಲ?

ಧೃತರಾಷ್ಟ್ರ: - "ಸಂಜಯ ಕುರುಕ್ಷೇತ್ರವು ಧರ್ಮದ ರಣರಂಗವಾಗಿದೆ. ಯುದ್ಧಕ್ಕಾಗಿ ಅಲ್ಲಿ ನೆರೆದಿರುವ ನನ್ನ ಪುತ್ರರು ಮತ್ತು ಪಾಂಡವರು, ಅವರು ಇಲ್ಲಿಯವರೆಗೆ ಏನು ಮಾಡಿದ್ದಾರೆ."

ಸಂಜಯ:-"ಈ ಸಮಯದಲ್ಲಿ ರಾಜಾ, ರಣರಂಗದಲ್ಲಿ ಎರಡೂ ಸೈನ್ಯಗಳು ತಮ್ಮ ಆಯುಧಗಳನ್ನು ಹೊಂದಿ ಪರಸ್ಪರ ಎದುರುಬದುರಾಗಿ ನಿಂತಿದ್ದಾರೆ. ದಳಪತಿಗಳಿಬ್ಬರೂ ತಮ್ಮ ಸೈನ್ಯವನ್ನು ಯಾರೂ ಹಿಂದೆ ಹೋಗದ ರೀತಿಯಲ್ಲಿ

ನಿಲ್ಲುವಂತೆ ಮಾಡಿದ್ದಾರೆ. ಈಗ ಕೃಷ್ಣನು ರಥದ ಮೇಲೆ ಅರ್ಜುನನು ತನ್ನ ಸೇನಾಧಿಪತಿ ಧೃಷ್ಟದ್ಯುಮ್ನನ ಬಳಿಗೆ ಹೋದನು.

ಧೃಷ್ಟದ್ಯುಮ್ನ:"ನಮಸ್ಕಾರ ದ್ವಾರಕಾಧೀಶ. ನಿನಗೆ ಜಯವಾಗಲಿ" "ನಮಸ್ಕಾರ ಅರ್ಜುನ"

"ಅರ್ಜುನ ನಿನ್ನ ಶೌರ್ಯ ಮತ್ತು ಶೌರ್ಯದಿಂದ ಪಾಂಡವರಿಗೆ ಜಯ ಸಿಗುವುದು ಖಚಿತ."

ಅರ್ಜುನ: - ಧೃಷ್ಟದ್ಯುಮ್ನ ನಾನು ಎಲ್ಲಿ ನಿಲ್ಲುತ್ತೇನೆ ಎಂದು ದಯವಿಟ್ಟು ನನಗೆ ತಿಳಿಸಿ."

ಧೃಷ್ಟದ್ಯುಮ್ನ: - "ರಾಜ ಯುಧಿಷ್ಠಿರನ ಸುರಕ್ಷತೆಯನ್ನು ಖಚಿತಪಡಿಸುವುದು ಮತ್ತು ಕೌರವರ ವಿರುದ್ಧ ಹೋರಾಡುವುದು ನನ್ನ ತಂತ್ರದ ಮುಖ್ಯ ಗುರಿಯಾಗಿದೆ. ಭೀಮನು ರಾಜನ ಎಡಭಾಗದಲ್ಲಿ ನಿಲ್ಲುತ್ತಾನೆ, ಮತ್ತು ನಿಮ್ಮ ಸ್ಥಾನವನ್ನು ರಾಜನ ಬಲಭಾಗದಲ್ಲಿ ತೆಗೆದುಕೊಳ್ಳಿ.
"ನಕುಲ ಮತ್ತು ಸಹದೇವ ಅವನನ್ನು ಹಿಂದಿನಿಂದ ರಕ್ಷಿಸುತ್ತಾರೆ. ಅರ್ಜುನ, ಕೌರವರ ಬಾಣವನ್ನು ತಡೆಯುವುದು ನಿನ್ನ ಜವಾಬ್ದಾರಿ."

ಅರ್ಜುನ:-"ನೀವು ಹೇಳಿದಂತೆ ಆಗಲಿ.

ಸಂಜಯ:-"ಪಾಂಡವರ ತಂತ್ರವನ್ನು ನೋಡಿ, ದುರ್ಯೋಧನನು ಆಚಾರ್ಯ ದ್ರೋಣಾಚಾರ್ಯರ ಬಳಿಗೆ ಹೋಗುತ್ತಿದ್ದಾನೆ.

ದುರ್ಯೋಧನ: -" ಶುಭಾಶಯಗಳು ಗುರು ".

"ಗುರು, ಈ ಯುದ್ಧದ ಬಗ್ಗೆ ನನಗೆ ಸ್ವಲ್ಪವೂ ಚಿಂತೆಯಿಲ್ಲ. ಮಹಾಯೋಧರೇ, ನಿಮ್ಮಂತಹ ವೀರ ಬಿಲ್ಲುಗಾರ ತಮ್ಮ ಬದಿಯಲ್ಲಿದ್ದಾಗ ಆ ಕಡೆ ಯುದ್ಧವನ್ನು ಹೇಗೆ ಕಳೆದುಕೊಳ್ಳಬಹುದು. ಕಣ್ಣು ಮುಚ್ಚಿ ಹಾರುವ ಹಕ್ಕಿಗೆ ಬಾಣವನ್ನು ಬಿಡುವ ಬಿಲ್ಲುಗಾರ. ನನಗೆ ಮಾತ್ರ ಪಿತಾಮಹ ಜೀವದ ಬಗ್ಗೆ ಚಿಂತೆ."

ದ್ರೋಣಾಚಾರ್ಯ:-ಪಿತಾಮಹ ಜೀವ, ಅವರ ಮೇಲೆ ಆಯುಧವನ್ನು ಯಾರು ಎತ್ತಬಲ್ಲರು?

ದುರ್ಯೋಧನ: ಗುರು ನಾವು ತಪ್ಪಾಗಿ ಭಾವಿಸಿರುವುದು ಇದೇ. ಪಿತಾಮಹನು

ಪಾಂಡವರನ್ನ ಕೊಲ್ಲುವುದಿಲ್ಲ ಎಂಬ ನಿರ್ಧಾರವನ್ನು ತೆಗೆದುಕೊಂಡಿದ್ದಾನೆ, ಯುದ್ಧದ ಸಮಯದಲ್ಲಿ ಪಾಂಡವರು ಅವರ ಮುಖಾಮುಖಿಯಾದಾಗ ಪಿತಾಮಹನ ಜೀವಕ್ಕೆ ಅಪಾಯವಿದೆ, ನಾನು ನಂಬುವುದಿಲ್ಲ. ಪಾಂಡವರು ಲಾಭವನ್ನು ಪಡೆದುಕೊಳ್ಳುತ್ತಾರೆ ಮತ್ತು ಖಂಡಿತವಾಗಿಯೂ ಪಿತಾಮಹನ ಮೇಲೆ ದಾಳಿ ಮಾಡುತ್ತಾರೆ. ನೀವು ಮತ್ತು ಪಿತಾಮಹರು ನನ್ನ ಪರವಾಗಿ ಇರುವವರೆಗೂ ಯಾರೂ ನನ್ನನ್ನು ಸೋಲಿಸಲು ಸಾಧ್ಯವಿಲ್ಲ ಎಂದು ನಾನು ಹೇಳಲು ಬಂದಿದ್ದೇನೆ."

ಧೃತರಾಷ್ಟ್ರ: - "ಸಂಜಯನಿಗೆ ಯುದ್ಧ ಘೋಷಿಸಲಾಗಿದೆಯೇ?"

ಸಂಜಯ:-ಇಲ್ಲ. ಘೋಷಣೆಗೂ ಮುನ್ನ ಅರ್ಜುನ ಇದ್ದಕ್ಕಿದ್ದಂತೆ ಶ್ರೀಕೃಷ್ಣನಿಗೆ ಹೇಳಿದ.

ಅರ್ಜುನ:-"ಕೇಶವ, ನಾನು ಕೌರವರ ಸೈನ್ಯವನ್ನು ನೋಡಲು ಬಯಸುತ್ತೇನೆ. ಎರಡು ಸೇನೆಗಳ ಮಧ್ಯದಲ್ಲಿ ರಥವನ್ನು ತೆಗೆದುಕೊಳ್ಳಿ.

ಶ್ರೀಕೃಷ್ಣ:-"ನೀನು ನೋಡಬೇಕೆಂದಿರುವೆ, ಇಲ್ಲಿ ನೆರೆದಿರುವ ಯೋಧರು ಯಾರು ಮತ್ತು ಯಾರ ವಿರುದ್ಧ ಹೋರಾಡಬೇಕು."

ಅರ್ಜುನ: - " ಕೇಶವ, ನಾನು ನೋಡಬೇಕೆಂದಿರುವುದು ಇದೇ. ನನ್ನ ರಥವನ್ನು ಎರಡೂ ಸೇನೆಗಳ ಮಧ್ಯದಲ್ಲಿ ತೆಗೆದುಕೊಂಡು ಹೋಗು."

ಶ್ರೀಕೃಷ್ಣ:-"ನಿನ್ನ ಅಪೇಕ್ಷೆಯಂತೆ ಎರಡೂ ಸೇನೆಗಳ ಮಧ್ಯದಲ್ಲಿ ರಥವನ್ನು ತಂದಿದ್ದೇನೆ. ಕೌರವ ಸೇನೆಯನ್ನು ನೋಡುವ ಮೊದಲು ಒಮ್ಮೆ ನಿನ್ನ ಸೇನೆಯನ್ನು ನೋಡು. ಒಂದು ಕಡೆ ಭೀಮನು ತನ್ನ ಭರವಸೆಯನ್ನು ಈಡೇರಿಸಲು ಕಾತರದಿಂದ ಕಾಯುತ್ತಿದ್ದಾನೆ. ಸೈನ್ಯದ ಮಧ್ಯದಲ್ಲಿ ನಿಮ್ಮ ಹಿರಿಯ ಸಹೋದರ, ನೀತಿವಂತ ರಾಜ ಯುಧಿಷ್ಟಿರನು ನಿಂತಿದ್ದಾನೆ. ಅವನ ಎಡ ಮತ್ತು ಬಲಭಾಗದಲ್ಲಿ ನಕುಲ ಮತ್ತು ಸಹದೇವ ನಿಂತಿದ್ದಾರೆ. ನಿಮ್ಮ ಎಲ್ಲಾ ನಾಲ್ಕು ಸಹೋದರರು ನಿಮ್ಮ ಬಿಲ್ಲಿನ ದಾರವನ್ನು ಕೇಳಲು ಕಾತರದಿಂದ ಕಾಯುತ್ತಿದ್ದಾರೆ. ನಿಮ್ಮ ನಾಲ್ವರು ಸಹೋದರರು ಸಂತೋಷ ಮತ್ತು ದುಃಖದಲ್ಲಿ ನಿಮ್ಮೊಂದಿಗೆ ಇದ್ದಾರೆ. ಆದರೆ ಈಗ ಅವರೆಲ್ಲ ತಮಗಾದ ಅವಮಾನಕ್ಕೆ ಪ್ರತೀಕಾರ ತೀರಿಸಿಕೊಳ್ಳಲು ಅಸಹನೆ ವ್ಯಕ್ತಪಡಿಸಿದ್ದಾರೆ. ಅಲ್ಲಿ ನಿನ್ನ ಮಗ ಅಭಿಮನ್ಯು ನಿಂತಿದ್ದಾನೆ. ಅನುಮಾನಗಳು ಮತ್ತು ಅನಿಶ್ಚಿತತೆಗಳಿಂದ ಸುತ್ತುವರಿದಿರುವ

ಹೊಸದಾಗಿ ಸೂಚಿಸಲಾದ ಯೋಧನನ್ನು ನೀವು ಬಿಟ್ಟಿದ್ದೀರಿ. ಅಲ್ಲಿ ನಿಮ್ಮ ಧೃಷ್ಟದ್ಯುಮ್ನ ನಿಂತಿದ್ದಾನೆ. ತನ್ನ ಸಹೋದರಿ ಅನುಭವಿಸಿದ ಅವಮಾನಕ್ಕೆ ಪ್ರತೀಕಾರ ತೀರಿಸಿಕೊಳ್ಳುವ ಅನ್ವೇಷಣೆಯಲ್ಲಿ ಧೃಷ್ಟದ್ಯುಮ್ನನು ಯುದ್ಧಕ್ಕಾಗಿ ಕಾಯುತ್ತಿದ್ದಾನೆ. ಎದುರು ಸೈನ್ಯವನ್ನು ನೋಡಿ ಮಧ್ಯದಲ್ಲಿ ಪಿತಾಮಹಾಭೀಷ್ಮ ನಿಂತಿದ್ದಾನೆ. ನಿನ್ನ ಮತ್ತು ಪಾಂಡವರ ದೊಡ್ಡ ಶತ್ರು."

ಅರ್ಜುನ:-"ಪಿತಾಮಹ, ನಮ್ಮ ದೊಡ್ಡ ಶತ್ರು?"

ಶ್ರೀಕೃಷ್ಣ: - "ಅರ್ಜುನ ಈ ಜಗತ್ತಿನಲ್ಲಿ ಪಿತಾಮಹನಿಗಿಂತ ದೊಡ್ಡ ಬಿಲ್ಲುಗಾರನಿಲ್ಲ ಎಂದು ನಿಮಗೆ ತಿಳಿದಿಲ್ಲ.
ಪಿತಾಮಹನು ದೈವಿಕ ಶಕ್ತಿ ಮತ್ತು ಶಕ್ತಿಯಿಂದ ಕೂಡಿದ ಪರಶುರಾಮನನ್ನು ಸೋಲಿಸಿದನು. ದುರ್ಯೋಧನನು ಪಿತಾಮಹರ ಶೌರ್ಯದ ಬಲದ ಮೇಲೆ ಮಾತ್ರ ಈ ಯುದ್ಧವನ್ನು ಮಾಡುತ್ತಾನೆ. ಕೌರವರು ಪಿತಾಮಹನ ಕಾರಣದಿಂದಾಗಿ ತಮ್ಮ ವಿಜಯವನ್ನು ನಂಬುತ್ತಾರೆ. ಪಿತಾಮಹನನ್ನು ಸೋಲಿಸಲು ಯಾರಿಂದಲೂ ಸಾಧ್ಯವಿಲ್ಲ. ನೀನು ಪಾಂಡವರಿಗೆ ಜಯ ತಂದುಕೊಡಬೇಕಾದರೆ ಅರ್ಜುನ ಪಿತಾಮಹನನ್ನು ಕೊಲ್ಲಬೇಕು."

ಅರ್ಜುನ:- "ನಾನು ಪಿತಾಮಹನನ್ನು ಕೊಲ್ಲಬೇಕೆ?"
ಶ್ರೀಕೃಷ್ಣ: - "ಧನಂಜಯ, ಅವನು ನಿನ್ನ ದೊಡ್ಡ ಶತ್ರು ಮಾತ್ರವಲ್ಲ, ನಿನಗೆ ಇನ್ನೊಬ್ಬ ದೊಡ್ಡ ಶತ್ರು ಕೂಡ ಇದ್ದಾನೆ. ಆಚಾರ್ಯ ದ್ರೋಣರು, ನಿಮ್ಮ ಗುರುಗಳು ಮತ್ತು ನಿಮ್ಮ ದೊಡ್ಡ ಶತ್ರು.

ಅರ್ಜುನ:-"ಏನು ಹೇಳುತ್ತಿರುವೆ ಕೃಷ್ಣಾ? ಆಚಾರ್ಯದ್ರೋಣ, ನನ್ನ ಮಹಾ ಶತ್ರು!

ಶ್ರೀಕೃಷ್ಣ:- "ನಮ್ಮ ಎದುರು ನಿಂತಿರುವವರು ಶತ್ರುಗಳಲ್ಲದಿದ್ದರೆ ಅವರನ್ನು ಬೇರೆ ಯಾವ ಹೆಸರಿನಿಂದ ಕರೆಯುವಿರಿ? ಅವರು ಈಗ ನಿಮ್ಮ ಗುರುಗಳಲ್ಲ, ಅವರು ನಿಮ್ಮ ಗುರುಗಳಾಗಿದ್ದರು. ಈಗ ಅವರು ನಿಮ್ಮ ದೊಡ್ಡ ಶತ್ರು. ಏಕೆಂದರೆ ಅವರು ಪ್ರಸ್ತುತದಲ್ಲಿ ನಿನ್ನನ್ನು ಸೋಲಿಸಲು ಮತ್ತು ಕೌರವರಿಗೆ ಜಯವನ್ನು ತಂದುಕೊಡುವ ಯುದ್ಧಭೂಮಿಯಲ್ಲಿದ್ದಾರೆ. ಅರ್ಜುನ ಪಿತಾಮಹಾಭೀಷ್ಮನಂತೆ ಆಚಾರ್ಯದ್ರೋಣರೂ ಅಜೇಯರು ಎಂಬುದು ನಿನಗೆ ತಿಳಿದಿದೆ. ಅಸ್ತ್ರ ಅವನ ಕೈಯಲ್ಲಿರುವವರೆಗೆ, ಈ ವಿಶ್ವದಲ್ಲಿ ಯಾವ ವೀರ ಯೋಧನೂ ಅವರನ್ನು

ಸೋಲಿಸಲು ಸಾಧ್ಯವಿಲ್ಲ. ನಿಮ್ಮ ದೊಡ್ಡ ಶತ್ರುವನ್ನು ನೀವು ಕೊಲ್ಲದಿದ್ದರೆ, ಪಾಂಡವರು ವಿಜಯಶಾಲಿಯಾಗುವುದಿಲ್ಲ. ಅಲ್ಲಿ ನಿನ್ನ ಸಹೋದರ ಭೀಮನಂತೆ ಗದೆ ಹಿಡಿದು ಯುದ್ಧ ಮಾಡುವಲ್ಲಿ ಪ್ರವೀಣನಾದ ದುರ್ಯೋಧನ ನಿಂತಿದ್ದಾನೆ.ಪಾಂಡವರಿಗೆ ಜಯ ತಂದುಕೊಡಬೇಕಾದರೆ ಅವರನ್ನೆಲ್ಲ ಸೋಲಿಸಲೇಬೇಕು. ಮತ್ತು ನೀವು ಅವರೆಲ್ಲರನ್ನು ಕೊಲ್ಲದಿದ್ದರೆ, ಅವರೆಲ್ಲರೂ ನಿಮ್ಮನ್ನು ಕೊಲ್ಲುತ್ತಾರೆ. ಕೌರವರಿಗೆ ಈ ಯುದ್ಧದಲ್ಲಿ ಜಯವಾಗಬೇಕಾದರೆ ಮೊದಲು ಅರ್ಜುನನನ್ನು ಕೊಲ್ಲಬೇಕು ಎಂದು ಸಂಪೂರ್ಣವಾಗಿ ಅರಿತಿದ್ದಾರೆ. ಇದು ಯುದ್ಧಭೂಮಿ.

ಇಲ್ಲಿ ಧೈರ್ಯಶಾಲಿಗಳನ್ನು ಹೂವಿನ ಹಾರದಿಂದ ಸ್ವಾಗತಿಸುವುದಿಲ್ಲ ಆದರೆ ಬಾಣಗಳ ಸುರಿಮಳೆಯಿಂದ ಸ್ವಾಗತಿಸಲಾಗುತ್ತದೆ. ಒಬ್ಬನು ತನ್ನ ಶತ್ರುವಿಗೆ ಪ್ರೀತಿಯನ್ನು ತೋರಿಸುವುದಿಲ್ಲ. ಅವರ ಮೇಲೆ ದಾಳಿ ಮಾಡಬೇಕು. ಅವರೆಲ್ಲರೂ ನಿನ್ನನ್ನು ಕೊಲ್ಲುವ ಮೊದಲು, ನೀವು ಅವರೆಲ್ಲರನ್ನೂ ಕೊಲ್ಲಬೇಕು.

ಅರ್ಜುನ:- "ನನ್ನ ಪೂಜ್ಯ ಹಿರಿಯರನ್ನೆಲ್ಲ ಕೊಲ್ಲಬೇಕೇ?"
ಪಿತಾಮಹ, ದ್ರೋಣಾಚಾರ್ಯ, ಕೃಪಾಚಾರ್ಯ ಅಶ್ವಥಾಮ ಅವರೆಲ್ಲರನ್ನೂ ಕೊಲ್ಲಬೇಕೇ?"

{ಪ್ರೀತಿ, ವಾತ್ಸಲ್ಯ ಮತ್ತು ಗೌರವದ ಲೌಕಿಕ ಭಾವನೆಗಳಲ್ಲಿ ಸಿಕ್ಕಿಹಾಕಿಕೊಂಡಿದ್ದ ಅರ್ಜುನ ಪರಿಣಾಮವಾಗಿ ದುರ್ಬಲನಾಗತೊಡಗಿದ. ಎದುರು ಸೈನ್ಯದಲ್ಲಿದ್ದ ತನ್ನ ಹತ್ತಿರದ ಮತ್ತು ಆತ್ಮೀಯರನ್ನು ನೋಡಿದಾಗ ಅವನು ಗಾಬರಿಗೊಂಡನು.ಅವನ ಆತ್ಮಸ್ಥೈರ್ಯ ಕುಗ್ಗುತ್ತಿತ್ತು. ರಣರಂಗದ ಸ್ಥಳದಲ್ಲಿ ಅವನ ಭಾವನೆಗಳು ಆಕ್ರಮಿಸಿಕೊಂಡವು. ಅವನು ಪಿತಾಮಹ ಮಡಿಲಲ್ಲಿ ಏರಿ ಆಡುವುದು ಹೇಗೆ ಎಂದು ಯೋಚಿಸಿದನು.}
ಭೀಷ್ಮ: "ಅರ್ಜುನ ನೀನು ನನ್ನ ಬಿಲ್ಲಿನಿಂದ ಆಡುತ್ತಿದ್ದೀಯಾ."

ಅರ್ಜುನ: "ಇಲ್ಲ ಪಿತಾಮಹ. ನಾನು ನಿಮ್ಮ ಬಿಲ್ಲು ತೆಗೆದುಕೊಳ್ಳಲು ಪ್ರಯತ್ನಿಸುತ್ತಿದ್ದೇನೆ. ಏಕೆಂದರೆ ನಾನು ನಿಮ್ಮ ಬಿಲ್ಲಿನಿಂದ ಬಾಣವನ್ನು ಹೂಡೆಯಲು ಬಯಸುತ್ತೇನೆ. ಆಗ ಮಾತ್ರ ನಾನು ನಿಮ್ಮಂತೆ ಶ್ರೇಷ್ಠ ಬಿಲ್ಲುಗಾರನಾಗುತ್ತೇನೆ."

ಭೀಷ್ಮ: "ಪ್ರಿಯನೇ, ನೀನು ಯಾವಾಗ ನನ್ನನ್ನು ಸೋಲಿಸುತ್ತೀಯಾ ಆಗ ಮಾತ್ರ ಅತ್ಯುತ್ತಮ ಬಿಲ್ಲುಗಾರ ಎಂದು ಕರೆಯಲ್ಪಡುತ್ತೀಯ."

ಅರ್ಜುನ:- "ನಾನು ನಿಮ್ಮನ್ನು ಒಂದು ದಿನ ಸೋಲಿಸುತ್ತೇನೆ ಪಿತಾಮಹ"

{(ಆಗ ಅರ್ಜುನ ತನ್ನ ಗುರುವಿನ ಬಗ್ಗೆ ಯೋಚಿಸಿದ ಆಚಾರ್ಯ ದ್ರೋಣಾಚಾರ್ಯ}

ಅರ್ಜುನ ತನ್ನ ಗುರುವಿನ ಬಗ್ಗೆ ಯೋಚಿಸಿದ ಆಚಾರ್ಯ ದ್ರೋಣಾಚಾರ್ಯ

ದ್ರೋಣ: "ನೀನು ಗುರಿಯನ್ನು ನೋಡಬಹುದೇ?"

ಅರ್ಜುನ:-"ಹೌದು ಗುರುದೇವ"

ದ್ರೋಣ:- "ನೀನು ನೋಡುವುದನ್ನು ಹೇಳು?"

ಅರ್ಜುನ: - ನಾನು ಸುಂದರವಾದ ಹಕ್ಕಿಯ ಮೇಲೆ ಕುಳಿತಿರುವುದನ್ನು ನೋಡುತ್ತೇನೆ.

ದ್ರೋಣ: "ಅರ್ಜುನ, ನೀನು ಪಕ್ಷಿಯನ್ನು ಮಾತ್ರ ನೋಡುವುದಿಲ್ಲ, ಆದರೆ ಮರ, ಅದರ ಮೇಲೆ ಹುಣಸೆಹಣ್ಣು ಮತ್ತು ಪಕ್ಷಿಯ ಸೌಂದರ್ಯ. ಹಾಗಾದರೆ ನೀನು ಪಕ್ಷಿಯ ಮೇಲೆ ಹೇಗೆ ಬಾಣವನ್ನು ಹಾರಿಸುವಿರಿ?

ಅರ್ಜುನ:-:-"ನಾನು ಗುರಿಯತ್ತ ಬಾಣವನ್ನು ಹೊಡೆಯುವುದು ಹೇಗೆ?"

"ದ್ರೋಣ:- "ನೀವು ಪಕ್ಷಿಯನ್ನು ಗುರಿಯಾಗಿಸಲು ಬಯಸಿದಾಗ, ಹಲಗೆಯ ಮೇಲೆ ಮಾತ್ರ ಹಾರಿಸಬೇಡ, ಆದರೆ ಅವನ ಕಣ್ಣನ್ನೂ ಗುರಿಯಾಗಿಸಿ. ಮಹಾನ್ ಅರ್ಜುನನೇ, ಒಂದು ದಿನ ನೀನು ಮಹಾನ್ ಬಿಲ್ಲುಗಾರನಾಗುವೆ. ನನ್ನ ಆಶೀರ್ವಾದವು ನಿಮಗೆ ಇದೆ."}

ಶ್ರೀಕೃಷ್ಣ:-ನೀನು ಏನು ಯೋಚಿಸುತ್ತಿರುವೆ? ಇದು ಯೋಚಿಸುವ ಸಮಯವಲ್ಲ ಆದರೆ ಕ್ರಮ ತೆಗೆದುಕೊಳ್ಳುವ ಸಮಯ. ಯೋಧರು ಮಾತ್ರವಲ್ಲದೆ ಸ್ವರ್ಗದಲ್ಲಿರುವ ದೇವತೆಗಳೂ ಸಹ ಶತ್ರುಗಳ ಮೇಲೆ ನಿನ್ನ ಬಿಲ್ಲಿನ ತಂತಿಯ ನಾದಗಳನ್ನು ಕೇಳಲು ಕಾಯುತ್ತಿದ್ದಾರೆ. ನೋಡು ಅರ್ಜುನ, ನಿಮ್ಮ ದೇವರು ದೇವರಾಜ ಅವರೇ ನೋಡುತ್ತಿದ್ದಾರೆ ಇದೆಲ್ಲವನ್ನು ಸ್ವರ್ಗದಿಂದ. ತನ್ನ ಮಗನಿಗೆ ಕೊಟ್ಟ ದಿವ್ಯ ಆಯುಧದಿಂದ ಶತ್ರುಗಳನ್ನು ನಾಶಮಾಡುವುದನ್ನು ನೋಡಲು ಕಾಯುತ್ತಿದ್ದಾನೆ. ಭಗವಾನ್ ಇಂದ್ರನು ನಿನ್ನ ಶೌರ್ಯವನ್ನು ನೋಡಲು ಬಯಸುತ್ತಾನೆ.

(ಅರ್ಜುನ ನಂತರ ಪ್ರಸ್ತುತ ಸಮಯಕ್ಕೆ ಹಿಂತಿರುಗುತ್ತಾನೆ ಮತ್ತು ಅವನ ಒಳನೋಟವು ಅವನ ಶತ್ರುಗಳನ್ನು ಕೊಲ್ಲುವ ಮತ್ತು ನಾಶಪಡಿಸುವ ದೃಶ್ಯಗಳನ್ನು ತೋರಿಸಿತು.}

ಸಂಜಯ:-ರಾಜನು ಈ ಸ್ಥಿತಿಯಲ್ಲಿದ್ದ ಅರ್ಜುನನನ್ನು ನೋಡಿ ಎರಡೂ ಸೇನೆಗಳು ದಿಗ್ಭ್ರಮೆಗೊಂಡಂತೆ ತೋರುತ್ತದೆ. ಕೌರವ ಸೇನೆಯು ಹರ್ಷಗೊಂಡು ಜಯಘೋಷ ಮಾಡುತ್ತಿದೆ.

ಧೃತರಾಷ್ಟ್ರ:- ಸಂಜಯ, ಅರ್ಜುನ ಮುಖ್ಯ ಪಾಂಡವರ ಆಯುಧ. ಇದು ಅರ್ಜುನನ ಶಕ್ತಿ ಅದರ ಮೇಲೆ ಪಾಂಡವರ ಗೆಲುವು ಮತ್ತು ಸೋಲು ಅವಲಂಬಿಸಿರುತ್ತದೆ. ಅರ್ಜುನನು ಯುದ್ಧ ಮಾಡಲು ನಿರಾಕರಿಸಿದರೆ, ಯುದ್ಧವು ಹೇಗೆ ನಡೆಯುತ್ತದೆ ಮತ್ತು ಪಾಂಡವರು ಹೇಗೆ ಗೆಲ್ಲುತ್ತಾರೆ. ಪಾಂಡವರು ಯುದ್ಧಕ್ಕೆ ಹೋಗಲು ಹೆದರುತ್ತಾರೆ ಎಂದು ನನಗೆ ತಿಳಿದಿತ್ತು. ತಮ್ಮ ಹತ್ತಿರದ ಮತ್ತು ಆತ್ಮೀಯರ ನಾಶವನ್ನು ತಡೆಯಲು ಅವರು ಯುದ್ಧವನ್ನೂ ತ್ಯಜಿಸುತ್ತಾರೆ. ನಾನು ಊಹಿಸಿದ್ದು ನಿಜ. ಈಗ ಯುದ್ಧ ಇರುವುದಿಲ್ಲ. ಯುದ್ಧ ಇರುವುದಿಲ್ಲ.

ಅರ್ಜುನ:- ಕೃಷ್ಣಾ ನನ್ನ ಹತ್ತಿರದವರ ಮತ್ತು ಆತ್ಮೀಯರ ರಕ್ತವನ್ನು ನಾನು ಹೇಗೆ ಚೆಲ್ಲಲಿ. ಒಬ್ಬ ಗುರು ತನ್ನ ವಿದ್ಯಾರ್ಥಿಗೆ ತಂದೆ ಮತ್ತು ದೇವರಂತೆ. ನಾನು ಅವನನ್ನು ಹೇಗೆ ಅಗೌರವಗೊಳಿಸಲಿ? ಆ ಧನುರ್ವಿದ್ಯೆಯನ್ನು ನನಗೆ ಕಲಿಸಿದ ಗುರುಗಳು , ನಾನು ಮಹಾನ್ ಗುರುಗಳ ಮೇಲೆ ಹೇಗೆ ಬಾಣಗಳನ್ನು ಹೊಡೆಯಲಿ. ನಾನು ಅವರ ದೇಹವನ್ನು ಹೇಗೆ ಚುಚ್ಚಬಹುದು? ನಾನು ಅಷ್ಟು ಕ್ಷುಲ್ಲಕ ಮತ್ತು ಕೆಟ್ಟವನಲ್ಲ. ನಾನು ಅಂತಹ ವ್ಯಕ್ತಿಯಲ್ಲ. ಪಿತಾಮಹ ನನಗೆ ತುಂಬಾ ಪೂಜ್ಯ. ಅವರು ಎಷ್ಟು ಪೂಜ್ಯರು ಎಂದರೆ ನಾನು ಅವರ ಕಣ್ಣಲ್ಲಿ ಕಣ್ಣಿಟ್ಟು ನೋಡಲೂ ಸಾಧ್ಯವಿಲ್ಲ. ನಾನು ಅವರ ಮೇಲೆ ಆಯುಧವನ್ನು ಹೇಗೆ ಎತ್ತಲಿ?. ಕೃಷ್ಣ, ಬಾಲ್ಯದಲ್ಲಿ ನಾನು ನಡೆಯಲು ಕಷ್ಟಪಡುತ್ತಿದ್ದಾಗ, ನನ್ನ ಜೀವನದಲ್ಲಿ ಪ್ರತಿ ಹೆಜ್ಜೆ ಇಡಲು ನನಗೆ ಕಲಿಸಿದವರು ಪಿತಾಮಹರು. ನನಗೆ ಪಿತಾಮಹ ಪ್ರೀತಿಯು ಶುದ್ಧ ಮತ್ತು ಪರಿಶುದ್ಧವಾದ ಗಂಗಾ ಮತ್ತು ಜಮುನಾ ನದಿಯ ನೀರಿನಂತೆ. ನಾನು ಅವರ ರಕ್ತವನ್ನು ಹೇಗೆ ಚೆಲ್ಲಲಿ? ನಾನು ನನ್ನ ಹತ್ತಿರದ ಮತ್ತು ಆತ್ಮೀಯರ ರಕ್ತದಿಂದ ಸ್ನಾನ ಮಾಡುವ ರಾಕ್ಷಸನಲ್ಲ. ನಾನು ಇದನ್ನು ಎಂದಿಗೂ ಮಾಡಲು ಸಾಧ್ಯವಿಲ್ಲ.

ಶ್ರೀಕೃಷ್ಣ:- ಅರ್ಜುನ, ಊರ್ವಶಿಯ ಶಾಪದ ಪರಿಣಾಮ ಇನ್ನೂ ನಿನ್ನ ಮೇಲೆ ಇದೆ ಎಂದು ನಾನು ಭಾವಿಸುತ್ತೇನೆ. ನೀನು ದುರ್ಬಲ ವ್ಯಕ್ತಿಯಂತೆ ಮಾತನಾಡುತ್ತಿದ್ದೀಯ. ಯುದ್ಧಭೂಮಿಯ ಮಧ್ಯದಲ್ಲಿ ನಿಂತು ನೀನು ಮಾತನಾಡುತ್ತಿರುವ ಭಾಷೆ ಯೋಧರ ಭಾಷೆಯಲ್ಲ. ಇಂದಿಗೂ ನೀನು ಜನರನ್ನು ನಿಮ್ಮವರು ಎಂದು ಕರೆಯಲು ಸುಸ್ತಾಗಿಲ್ಲ. ನಿನ್ನ ಪ್ರೀತಿ, ವಾತ್ಸಲ್ಯ ಮತ್ತು ಗೌರವ ಉಕ್ಕಿ ಹರಿಯುವ ಜನರು ಇವರು 13 ವರ್ಷಗಳ ಹಿಂದೆ ಚದುರಂಗದಾಟದ ವೇಳೆ ನಿಮ್ಮ ಪತ್ನಿ ದ್ರೌಪದಿಯ ಅವಮಾನವನ್ನು ಮೌನವಾಗಿ ನೋಡಿದ್ದು ಇದೇ ಜನರು. ಅವರ್ಯಾರೂ ಒಂದೂ ಮಾತನಾಡಲಿಲ್ಲ. ಅವಳ ರಕ್ಷಣೆಗೆ ಒಂದೂ ಕೈ ಎತ್ತಲಿಲ್ಲ. ಇಂದು ಅದೇ ಕೈಗಳು ನಿಮ್ಮನ್ನು ಸೋಲಿಸಲು ಎತ್ತಿವೆ. ಎಲ್ಲರೂ ನಿನ್ನ ಮೇಲೆ ಮತ್ತು ಪಾಂಡವರ ಮೇಲೆ ದಾಳಿ ಮಾಡಲು ಬಾಣಗಳು ಮತ್ತು ಕತ್ತಿಗಳೊಂದಿಗೆ ಅಸಹನೆಯಿಂದ ಕಾಯುತ್ತಿದ್ದಾರೆ. ನೀನು ಇಷ್ಟು ಪ್ರೀತಿಯಿಂದ ಗೌರವದಿಂದ ಮಾತನಾಡುತ್ತಿರುವ ಇವರು ನಿಮ್ಮ ಸ್ವಂತ ಜನರಾ? ಅರ್ಜುನ ನೀನು ಮದುವೆ ಸಮಾರಂಭದಲ್ಲಿಲ್ಲ, ಆದರೆ ಯುದ್ಧಭೂಮಿಯಲ್ಲಿ ನಿಂತಿದ್ದೀಯ. ನಿನ್ನ ಹತ್ತಿರದವರು ಮತ್ತು ಆತ್ಮೀಯರು ಎಂದು ನೀನು ಭಾವಿಸುವವರು ಯುದ್ಧಭೂಮಿಗೆ ಬಂದಿರುವುದು ಪ್ರೀತಿ ಮತ್ತು ಗೌರವವನ್ನು ನೀಡಲು ಅಲ್ಲ, ಆದರೆ ನೀನು ಮತ್ತು ನಿನ್ನ ಸಹೋದರರು ನಾಶವಾಗುವುದನ್ನು ನೋಡಲು. ಅವರ ಕಣ್ಣುಗಳು

ಪಾಂಡವರ ಸಾವಿನ ನೃತ್ಯವನ್ನು ನೋಡಲು ಕಾತರದಿಂದ ಕಾಯುತ್ತಿವೆ. ಈ ಬಾಯಾರಿಕೆಯು ಪಾಂಡವರ ರಕ್ತದಿಂದ ಮಾತ್ರ ನೀಗುತ್ತದೆ. ಅವರ ನೋಟ ನೋಡಿ. ಅವರ ವಿಷಕಾರಿ ಬಾಣಗಳು ಕಾಯುತ್ತಿವೆ. ನಿಮ್ಮೆಲ್ಲರನ್ನೂ ಅವರ ಗುರಿಯನ್ನಾಗಿ ಮಾಡಿ. ನೀನು ಕೌರವರನ್ನು ನಿನ್ನವರೆಂದು ನೋಡಿದರೆ, ಪಾಂಡವರು ನಿನಗೆ ಯಾರು? ಅವರು ಅಪರಿಚಿತರೇ? ಅವರು ನಿನ್ನ ಶತ್ರುವೇ? ನೀನು ಯಾರನ್ನು ಕೌರವರಿಗೆ ಒಪ್ಪಿಸಲು ಬಯಸುತ್ತೀಯ. ಅವರು ನಿನ್ನ ಸ್ವಂತ. ಈ ಪಾಂಡವರು ಜೀವನ ಮತ್ತು ಮರಣದಲ್ಲಿ ನಿನ್ನೊಂದಿಗಿದ್ದಾರೆ. ನಿನ್ನ ಮತ್ತು ಪಾಂಡವರ ಒಳಿತಿಗಾಗಿ ನಿನ್ನೊಂದಿಗೆ ಹೋರಾಡಲು ಬಂದಿರುವರು. ಅರ್ಜುನ ಅವರೆಲ್ಲರೂ ನಿನ್ನ ಬಾಣಗಳ ಪ್ರತಿಧ್ವನಿಯನ್ನು ಕೇಳಲು ಕಾತರದಿಂದ ಕಾಯುತ್ತಿದ್ದಾರೆ.

ಧೃತರಾಷ್ಟ್ರ:- ಸಂಜಯ, ಅರ್ಜುನನು ಯುದ್ಧಕ್ಕೆ ಸಿದ್ಧನಾಗಿದ್ದಾನೆ

ಸಂಜಯ:-ಇಲ್ಲ ರಾಜ.

ಧೃತರಾಷ್ಟ್ರ: -ನನಗೆ ಗೊತ್ತಿತ್ತು. ಅರ್ಜುನನು ಬುದ್ಧಿವಂತ ಮತ್ತು ಶ್ರೀ ಕೃಷ್ಣನಿಂದ ದಾರಿತಪ್ಪುವುದಿಲ್ಲ. ಸಂಜಯ, ಅರ್ಜುನನು ಯುದ್ಧ ಮಾಡದಿರುವ ನಿರ್ಧಾರವನ್ನು ಕೇಳಿದ ನಂತರ, ಕೃಷ್ಣನು ತನ್ನ ಉಪದೇಶವನ್ನು ನಿಲ್ಲಿಸಿದರೆ?.

ಸಂಜಯ:-ಇಲ್ಲ ರಾಜ.

ಧೃತರಾಷ್ಟ್ರ:- ಹಾಗಾದರೆ ಈ ಕೃಷ್ಣ ಅರ್ಜುನನಿಗೆ ಏನು ಹೇಳುತ್ತಿದ್ದಾನೆ?

ಶ್ರೀಕೃಷ್ಣ ಮತ್ತು ಅರ್ಜುನ

ಶ್ರೀಕೃಷ್ಣ:- ಅರ್ಜುನನೇ, ಯುದ್ಧಭೂಮಿಯ ಮಧ್ಯದಲ್ಲಿ ನಿಂತಿರುವ ನೀನು ಪ್ರೀತಿ ಮತ್ತು ವಾತ್ಸಲ್ಯದಿಂದ ಮುಳುಗಿರುವೆ. ಸತ್ಯದ ಒಂದು ಭಾಗವು ಕೌರವರು ನಿಮ್ಮ ಸ್ವಂತ ಎಂದು ಹೇಳುತ್ತದೆ. ಆದರೆ ಸತ್ಯಗಳ ಇನ್ನೊಂದು ಭಾಗವನ್ನು ನೀನು ನೋಡಲು ಸಾಧ್ಯವಾಗುತ್ತಿಲ್ಲ. ನಿನ್ನವರಾದ ಕೌರವರು ನಿನ್ನನ್ನು ಅಪ್ಪಿಕೊಳ್ಳಲು ರಣರಂಗಕ್ಕೆ ಬಂದಿಲ್ಲವೆಂದು. ಆದರೆ ನಿಮ್ಮ ರಕ್ತದೊಂದಿಗೆ ಆಟವಾಡಲು ಬಂದಿದ್ದಾರೆ.

ಅವರನ್ನು ನೋಡು. ಅವರ ಸಾವು, ನಿಮಗಾಗಿ ಕಾಯುತ್ತಿದ್ದಾರೆ. ಇದು ಕೌರವರಿಗೆ ಚೆನ್ನಾಗಿ ಗೊತ್ತು. ಈ ಯುದ್ಧದಲ್ಲಿ ಅವರು ಜಯಶಾಲಿಯಾಗಬೇಕಾದರೆ, ಅವರು ಆ ಮಹಾ ಯೋಧನನ್ನು ತಮ್ಮ ದಾರಿಯಿಂದ ತೆಗೆದುಹಾಕಬೇಕು. ಆ ಮಹಾ ಯೋಧನ ಹೆಸರು ಅರ್ಜುನ. ಇಂದು ನೀನು ಅವರನ್ನು ನಿಮ್ಮವರಂತೆ ನೋಡುತ್ತೀಯ ಮತ್ತು ಹಾಗೆ ಮಾಡಿ

ಅವರನ್ನು ಕೊಲ್ಲಲು ಬಯಸುವುದಿಲ್ಲ. ನೀನು ಅವರನ್ನು ಕೊಲ್ಲದಿದ್ದರೆ, ಅವರೆಲ್ಲ ನಿಮ್ಮಲ್ಲರನ್ನೂ ಕೊಲ್ಲುತ್ತಾರೆ.

ಅರ್ಜುನ:-ಅವರು ನನ್ನನ್ನು ಕೊಲ್ಲಲು ಬಯಸಿದರೆ, ಹಾಗೆ ಮಾಡಲಿ. ನಾನು ಸಾವಿನ ಬಗ್ಗೆ ಚಿಂತಿಸುತ್ತಿಲ್ಲ. ನನ್ನವನನ್ನು ಕೊಂದು ಪಾಪವನ್ನ ಹೇಗೆ ಮಾಡಬಲ್ಲೆ? ಈ ಯುದ್ಧದಿಂದ ಆಗುವ ವಿನಾಶವನ್ನು ನಾನು ನೋಡಬಹುದು. ಕನಿಷ್ಠ ನಾನು ಅದರ ಬಗ್ಗೆ ಯೋಚಿಸಬಹುದು. ಕುಟುಂಬ ನಾಶವಾದರೆ ಇಡೀ ವಂಶವೇ ನಾಶವಾಗಬಹುದೆಂದು ಕೇಶವ ನಿನಗೆ ಅರಿವಿದೆ.

ಒಮ್ಮೆ ಸದಾಚಾರ ಮತ್ತು ನೈತಿಕತೆಯು ನಾಶವಾದಾಗ ಒಬ್ಬನ ದೇಹದಲ್ಲಿ ಪಾಪವು ಮಾರಣಾಂತಿಕ ಕಾಯಿಲೆಯಂತೆ ಹರಡುತ್ತದೆ. ಆ ಪಾಪವು ಹರಡಿದರೆ ಆ ವಂಶದ ಸ್ತ್ರೀಯರು ಅಪವಿತ್ರರಾಗುತ್ತಾರೆ. ಹೆಂಗಸರು ಅಪವಿತ್ರರಾದರೆ ಅವರಿಗೆ ಹುಟ್ಟುವ ಮಕ್ಕಳು ಅಪವಿತ್ರರಾಗುತ್ತಾರೆ. ಒಮ್ಮೆ ಹೀಗೆ ನಡೆದರೆ ಇಡೀ ರಾಜವಂಶವೇ ಕಳೆದು ಹೋಗುತ್ತದೆ. ಅವರಷ್ಟೇ ಅಲ್ಲ, ಅಲ್ಲಿಯ ಪೂರ್ವಜರೂ ಸ್ವರ್ಗದಲ್ಲಿ ಯಾವುದೇ ಸ್ಥಾನವನ್ನು ಗಳಿಸುವುದಿಲ್ಲ. ಇದೆಲ್ಲ ಗೊತ್ತಿದ್ದೂ ನಾನು ಈ ಯುದ್ಧ ಮಾಡಬೇಕೇ? ಈ ರಾಜವಂಶದ ನಾಶಕ್ಕೆ ನಾನೇ ಕಾರಣ ಎಂದು ನನ್ನ ಹಣೆಯಲ್ಲಿ ಬರೆಯುವುದು ಹೇಗೆ? ನಾನು ಈ ಯುದ್ಧವನ್ನು ಮಾಡುವುದಿಲ್ಲ.

ಧೃತರಾಷ್ಟ್ರ:- ಅರ್ಜುನನು ತನ್ನ ಧನುಸ್ಸನ್ನು ಇಳಿಸಿಕೊಂಡಿದ್ದಾನೆಯೇ?

ಸಂಜಯ:-ಹೌದು ರಾಜ

ಧೃತರಾಷ್ಟ್ರ: ಇದು ಸುವರ್ಣಾವಕಾಶ. ಅರ್ಜುನನು ತನ್ನ ಧನುಸ್ಸನ್ನು ಇಳಿಸಿಕೊಂಡಿದ್ದಾನೆ. ಮತ್ತು ಕೃಷ್ಣನ ಬಳಿ ಯಾವುದೇ ಆಯುಧಗಳಿಲ್ಲ. ಈಗ ಪಿತಾಮಹನು ಪಾಂಡವರ ಮೇಲೆ ಆಕ್ರಮಣ ಮಾಡಿದರೆ, ಕೌರವರು ಗೆಲ್ಲುವುದು ಖಚಿತ. ಅರ್ಜುನನಿಲ್ಲದ ಪಾಂಡವರು ಶಸ್ತ್ರಾಸ್ತ್ರ ಮತ್ತು ಆಯುಧಗಳಿಲ್ಲದ ಸೈನ್ಯದಂತೆ. ಶಸ್ತ್ರಾಸ್ತ್ರಗಳು ಮತ್ತು ಶಸ್ತ್ರಾಸ್ತ್ರಗಳಿಲ್ಲದ ಸೈನ್ಯವನ್ನು ಸೋಲಿಸುವುದು ಕಷ್ಟವೇನಲ್ಲ.

ಇಂದ್ರಪ್ರಸ್ಥ ಬಿಡಿ ಅವರಿಗೆ ಆ ಐದು ಹಳ್ಳಿಗಳೂ ಬೇಕಾಗಿಲ್ಲ. ಆ ನಂತರ ನನ್ನ ಪ್ರೀತಿಯ ಮಗ ದುಯೋೇಧನನು ಇಡೀ ಭಾರತಕ್ಕೆ ಚಕ್ರವರ್ತಿಯಾಗುತ್ತಾನೆ.

ಸಂಜಯ:-ಕ್ಷಮಿಸು ರಾಜಾ. ಯಾಕೆ ಹೀಗೆ ಮಾತನಾಡುತ್ತಿದ್ದೀಯ? ಕ್ಷತ್ರಿಯ ರಾಜನು ಈ ರೀತಿ ತಪ್ಪಾಗಿ ಮತ್ತು ಅನ್ಯಾಯವಾಗಿ ಮಾತನಾಡುವುದು ಒಳ್ಳೆಯದಲ್ಲ. ನೀವು ಹೇಳುವುದು ಯುದ್ಧದ ನೀತಿಗೆ ವಿರುದ್ಧವಾಗಿದೆ. ಆಯುಧವಿಲ್ಲದ ಯೋಧ ಮತ್ತು ಸೈನ್ಯದ ಮೇಲೆ ದಾಳಿ ಮಾಡಲಾಗುವುದಿಲ್ಲ.

ಕೌರವರು ಈ ಅಧರ್ಮವನ್ನು, ಕಾರ್ಯವನ್ನು ಮಾಡಬಲ್ಲರು ಎಂದು ತಿಳಿದುಕೊಂಡೆ. ಶ್ರೀಕೃಷ್ಣನು ತನ್ನ ದೈವಿಕ ಶಕ್ತಿಯಿಂದ ಯುದ್ಧಭೂಮಿಯಲ್ಲಿ ಸಮಯದ ಚಲನೆಯನ್ನು ನಿಲ್ಲಿಸಿದನು. ಯುದ್ಧಭೂಮಿಯಲ್ಲಿ ಕೌರವರ ಯೋಧರು ಮತ್ತು ಶೂರರು ಕಲ್ಲುಗಳ ಪ್ರತಿಮೆಯಂತೆ ಯಾವುದೇ ಚಲನೆಯಿಲ್ಲದೆ ನಿಂತಿದ್ದಾರೆ. ಶ್ರೀಕೃಷ್ಣ ಮತ್ತು ಅರ್ಜುನನ ನಡುವೆ ನಡೆಯುತ್ತಿರುವ ಮಾತುಕತೆ ಯಾರಿಗೂ ತಿಳಿದಿಲ್ಲ. ಶ್ರೀ ಕೃಷ್ಣನು ಹೇಳಲಿರುವ ಪ್ರತಿಯೊಂದು ಮಾತನ್ನೂ ಕೇಳಲು ಕುರುಕ್ಷೇತ್ರವು ನಿಂತುಹೋದಂತೆ ತೋರುತ್ತದೆ.

ಧೃತರಾಷ್ಟ್ರ: - ಶ್ರೀ ಕೃಷ್ಣನು ಖಂಡಿತವಾಗಿಯೂ ತಂತ್ರವನ್ನು ಯೋಜಿಸುತ್ತಾನೆ ಎಂದು ನನಗೆ ತಿಳಿದಿತ್ತು. ನಾನು ದೊಡ್ಡ ತಪ್ಪು ಮಾಡಿದೆ. ಕೃಷ್ಣನನ್ನು ಬಂಧಿಯನ್ನಾಗಿ ಮಾಡಲು ಆ ದಿನ ನಾನು ದುಯೋಧನನೊಡನೆ ಒಪ್ಪಿದ್ದರೆ,ನಾನು ಇಂದು ಈ ದೃಶ್ಯವನ್ನು ನೋಡಬೇಕಾಗಿರಲಿಲ್ಲ.

ಅರ್ಜುನ:- ಜನಾರ್ದನ, ಯಾರ ವಂಶವು ನಾಶವಾಗಿದೆಯೋ ಅವರು ನರಕಕ್ಕೆ ಹೋಗುತ್ತಾರೆ. ನಾನು ಮನೆ ಮನೆಗೆ ಹೋಗಿ ಭಿಕ್ಷೆ ಕೇಳುವುದು ಉತ್ತಮ.

ಶ್ರೀಕೃಷ್ಣ:- ಎಂತಹ ಮಹತ್ತರವಾದ ಆಲೋಚನೆಗಳನ್ನು ಹೊಂದಿದ್ದೀಯ ಅರ್ಜುನ! ನೀನು ಯುದ್ಧ ಮಾಡುವುದಿಲ್ಲ, ಭಿಕ್ಷೆ ಬೇಡುವೆ. ಅರ್ಜುನ ಇದನ್ನು ವೀರ ಯೋಧನಿಂದ ಹೇಳಲು ಸಾಧ್ಯವಿಲ್ಲ. ಆದರೆ ಹೇಡಿಯಿಂದ. ನಿನ್ನ ಹೇಡಿತನವನ್ನು ತೋರಿಸಲು ನೀನು ಯುದ್ಧಭೂಮಿಗೆ ಬಂದೆಯಾ? ಈ ಕಾರಣಕ್ಕಾಗಿಯೇ ನೀನು ಶಿವನಿಂದ ಪಾಶುಪತಾಸ್ತ್ರವನ್ನು ಪಡೆದೆಯಾ?. ವರ್ಷಗಟ್ಟಲೆ ಕಠಿನ ತಪಸ್ಸು ಮಾಡಿ ಈ ಕಾರಣಕ್ಕಾಗಿ ನಿನ್ನ ತಂದೆಯಾದ ಇಂದ್ರನಿಂದ ದಿವ್ಯ ಆಯುಧಗಳನ್ನು ಪಡೆದೆಯಾ?. ನಿನಗೆ ನಿನ್ನ ತಾಯಿ ಕುಂತಿಯ ಕೊನೆಯ ಸಂದೇಶ ನೆನಪಿಲ್ಲವೇ? ನೀನು ಅವಳ ಮುಂದೆ ಹೋದರೆ ನೀನು ವಿಜಯಿಯಾದ ನಂತರ ಮತ್ತು ಕೌರವರ ರಕ್ತದಿಂದ ನಿನ್ನ ತಲೆಯನ್ನು ಅಭಿಷೇಕಿಸಿದ ನಂತರ ಹಾಗೆ ಮಾಡು ಎಂದಳು. ನಿಮ್ಮ ತಾಯಿ ಮಾಡಿದ ಪ್ರತಿಜ್ಞೆಯನ್ನು ಪೂರೈಸುವ ಜವಾಬ್ದಾರಿ ನಿಮ್ಮ ಮೇಲಿದೆ. ಆದುದರಿಂದಲೇ ಹೃದಯದಲ್ಲಿರುವ ಹಿಂಜರಿಕೆ ಮತ್ತು ದೌರ್ಬಲ್ಯವನ್ನು ಬಿಟ್ಟು ಕ್ಷತ್ರಿಯನಂತೆ ಹೋರಾಡು. ಯುದ್ಧ ಮಾಡುವುದೇ ಕ್ಷತ್ರಿಯನ ಕರ್ತವ್ಯವಾಗಿರುವುದರಿಂದ.

ಅರ್ಜುನ: ನಾನು ಕ್ಷತ್ರಿಯ ಎಂದು ನನಗೆ ತಿಳಿದಿದೆ ಮತ್ತು ಈ ಯುದ್ಧವನ್ನು

ಮಾಡುವುದು ನನ್ನ ಕರ್ತವ್ಯ. ಆದರೆ ಈ ಯುದ್ಧಭೂಮಿಯಲ್ಲಿ ನನ್ನ ಆತ್ಮೀಯರೆಲ್ಲರೂ ಯುದ್ಧವನ್ನು ಬಯಸುತ್ತಿರುವುದನ್ನು ನೋಡಲು ನನ್ನ ಹೃದಯವು ಹಿಂಜರಿಯುತಿದೆ, ನನ್ನ ದೇಹ ಮತ್ತು ಆತ್ಮವು ನಡುಗುತ್ತಿದೆ ಮತ್ತು ನನ್ನ ಗಂಟಲು ಒಣಗಿದೆ. ನಕಾರಾತ್ಮಕ ಆಲೋಚನೆಗಳಿಂದ ನನ್ನ ಮನಸ್ಸು ವಿಚಲಿತವಾಗಿದೆ, ಅದಕ್ಕಾಗಿಯೇ ನಾನು ನನ್ನ ಹಾದಿಯನ್ನು ನೋಡಲು ಸಾಧ್ಯವಾಗುತ್ತಿಲ್ಲ. ಕೃಷ್ಣ ನೀನು ನನ್ನ ಗುರು ಮತ್ತು ನನ್ನ ದೇವರು. ನಾನು ನಿಮ್ಮ ಬಳಿಗೆ ಬಂದಿದ್ದೇನೆ. ಈಗ ನೀನು ನನಗೆ ಮಾರ್ಗದರ್ಶನ ಮಾಡು, ಯಾವುದು ಸರಿ ಮತ್ತು ಯಾವುದು ಅಲ್ಲ ಎಂದು ನನಗೆ ದಾರಿ ತೋರಿಸು.

2

ಶಿವ ಮತ್ತು ಪಾರ್ವತಿ

ಶಿವ ಮತ್ತು ಪಾರ್ವತಿ

ಪಾರ್ವತಿ ದೇವಿ:- ಭಗವಂತನಿಗೆ ನಮಸ್ಕಾರ.

ಶಿವ:- ದಯವಿಟ್ಟು ಕುಳಿತುಕೊಳ್ಳಿ ನನ್ನ ಪ್ರಿಯ.

ಪಾರ್ವತಿ ದೇವಿ: - ಏನು ವಿಷಯ ಪ್ರಭು? ನಿಮ್ಮ ಧ್ಯಾನವನ್ನು ಏಕೆ ಅರ್ಧದಲ್ಲೇ ಬಿಟ್ಟಿದ್ದೀರಿ? ನಿಮ್ಮ ಧ್ಯಾನವು ವರ್ಷಗಳವರೆಗೆ ಇರುತ್ತದೆ.

ಶಿವ: - ದೇವಿ ಪಾರ್ವತಿ ಈಗ ಭೂಮಿಯ ಮೇಲೆ ಒಂದು ಪವಿತ್ರ ಘಟನೆ ನಡೆಯಲಿದೆ.

ಪಾರ್ವತಿ ದೇವಿ: - ನಿಮ್ಮ ಧ್ಯಾನವನ್ನು ಅಪೂರ್ಣವಾಗಿ ಬಿಡುವಂತೆ ಮಾಡಿದ ಆ ರಹಸ್ಯ ಘಟನೆ ಯಾವುದು?

ಶಿವ:- ಈಗ ಅಲ್ಲಿ ಏನಾಗಲಿದೆಯೋ ಅದು ಅನಾದಿಕಾಲದಿಂದ ನಡೆದಿಲ್ಲ. ಶ್ರೀಕೃಷ್ಣನು ತನ್ನ ಮಾನವ ಅವತಾರದಲ್ಲಿ ಹಿಂದೆ ಸೂರ್ಯ ದೇವರಿಗೆ ನೀಡಿದ ಉಪದೇಶವನ್ನು ನೀಡುತ್ತಿದ್ದಾನೆ. ಅದೇ ಬೋಧನೆಗಳನ್ನು ಕೇಳುವ ಈ ಅವಕಾಶವನ್ನು ಕಳೆದುಕೊಳ್ಳಲು ನಾನು ಬಯಸುವುದಿಲ್ಲ. ನನ್ನನ್ನು ಬಿಟ್ಟುಬಿಡಿ, ಎಲ್ಲ ದೇವರು ಮತ್ತು ದೇವತೆಗಳು ಜಾಗೃತರಾದರು. ಸ್ವರ್ಗದಿಂದ ಯಾವುದೇ ಪ್ರಪಂಚದವರೆಗೆ ಬ್ರಹ್ಮಾಂಡವು ಇನ್ನೂ ನಿಂತಿದೆ ಎಂದು ತೋರುತ್ತದೆ. ಸಮಯವೂ ನಿಂತುಹೋಗಿದೆ. ಕುರುಕ್ಷೇತ್ರದಲ್ಲಿ ಭಗವಂತನ ಉಪದೇಶವನ್ನು ಕೇಳಲು ಸಾವು ಕೂಡ ನಿಂತಿದೆ. ಮಹಾ ಬ್ರಹ್ಮನನ್ನು ನೋಡು. ಹೆಚ್ಚಿನದನ್ನು ಕಲಿಯುವ ಸಲುವಾಗಿ ಅವರು ಕೂಡ ಸಂಪೂರ್ಣ ಏಕಾಗ್ರತೆಯಲ್ಲಿದ್ದಾರೆ, ಏಕೆಂದರೆ ಅವರು ಶ್ರೀಕೃಷ್ಣನ ಬೋಧನೆಗಳನ್ನು ಕೇಳುತ್ತಾರೆ. ಅಲ್ಲಿ ನೋಡಿ ನಾರದರು ಶ್ರೀಕೃಷ್ಣನ ಉಪದೇಶವನ್ನು ಕೇಳುವುದರಲ್ಲಿ ಎಷ್ಟು ತಲ್ಲೀನರಾಗಿದ್ದಾರೆಂದರೆ ಅವರು "ನಾರಾಯಣ" ಪದವನ್ನು ಜಪಿಸುವುದನ್ನು ನಿಲ್ಲಿಸಿದ್ದಾರೆ ಮತ್ತು ಕೃಷ್ಣನ ಬೋಧನೆಗಳನ್ನು ತೀವ್ರವಾಗಿ ಅನುಸರಿಸುತ್ತಿದ್ದಾರೆ. ಭಗವಂತನೇ ಮಾತನಾಡುವಾಗ ಅವರ ಬೋಧನೆಗಳನ್ನು ಕೇಳುವ ಅವಕಾಶವನ್ನು ನಾನು ಕಳೆದುಕೊಳ್ಳಲಾರೆ. ಸ್ವಾಮಿಯು ಅರ್ಜುನನಿಗೆ ವಿವರಿಸುತ್ತಿರುವುದನ್ನು ನೀನು ಗಮನವಿಟ್ಟು ಕೇಳು."

ಧೃತರಾಷ್ಟ್ರ ಮತ್ತು ಸಂಜಯ

ಧೃತರಾಷ್ಟ್ರ: ಸಂಜಯ, ಕೃಷ್ಣ ಸಾರಥಿಯ ಕರ್ತವ್ಯವನ್ನು ಮರೆಯುತ್ತಿದ್ದಾನೆ. ಯುದ್ಧದಲ್ಲಿ ಸಾರಥಿಯು ತನ್ನ ಯಜಮಾನನ ಆಜ್ಞೆಯನ್ನು ಪಾಲಿಸಬೇಕು ಮತ್ತು ರಥವನ್ನು ಚಲಾಯಿಸಬೇಕು. ತನ್ನ ಯಜಮಾನನಿಗೆ ಅಪಾಯವಿದ್ದರೆ ಅವನು ತನ್ನ ಯಜಮಾನನನ್ನು ಸುರಕ್ಷಿತ ಸ್ಥಳಕ್ಕೆ ಕರೆದುಕೊಂಡು ಹೋಗಬೇಕು. ಶ್ರೀಕೃಷ್ಣ ಮಾಡುತ್ತಿರುವುದು ಸಾರಥಿಯ ಕರ್ತವ್ಯಕ್ಕೆ ವಿರುದ್ಧವಾಗಿದೆ. ಅರ್ಜುನನಿಗೆ ಯುದ್ಧ ಮಾಡಲು ಇಷ್ಟವಿಲ್ಲದಿದ್ದರೆ, ಶ್ರೀ ಕೃಷ್ಣನು ಅವನನ್ನು ಏಕೆ ಪ್ರಚೋದಿಸುತ್ತಿದ್ದಾನೆ ಮತ್ತು ಉಪದೇಶವನ್ನು ನೀಡುತ್ತಿದ್ದಾನೆ. ಅರ್ಜುನ ಸಾಕಷ್ಟು ಪ್ರಬುದ್ಧರಾಗಿಲ್ಲ. ಕೃಷ್ಣ ಹೇಳಿದ ಮಾತನ್ನು ಒಪ್ಪಿದರೆ ಯುದ್ಧ ನಡೆಯುವುದು ನಿಶ್ಚಿತ. ಅರ್ಜುನನಿಗೆ ಕೃಷ್ಣ ಏನು ಪಾಠ ಹೇಳುತ್ತಾನೆ ಸಂಜಯ.

ಶ್ರೀಕೃಷ್ಣ ಮತ್ತು ಅರ್ಜುನ

ಶ್ರೀಕೃಷ್ಣ: - ಒಂದು ಕಡೆ ನೀನು ಬಹಳ ಬುದ್ಧಿವಂತರಂತೆ ಮಾತನಾಡುತ್ತೀಯ. ಮತ್ತೊಂದೆಡೆ, ನೀನು ಸರಿಯಾದ ಮಾರ್ಗವನ್ನು ತೋರಿಸಲು ಮತ್ತು ನಿನಗೆ

ಜ್ಞಾನವನ್ನು ನೀಡಲು ನನ್ನನ್ನು ಕೇಳುತ್ತೀಯ ಮತ್ತು ವಿನಂತಿಸುತ್ತೀಯ. ಸ್ನೇಹಿತ, ನಿನ್ನ ಜ್ಞಾನವು ಅಪೂರ್ಣ ಮತ್ತು ಭಾಗಶಃ. ಆಂಶಿಕ ಜ್ಞಾನವು ಎರಡು ಅಂಚಿನ ಕತ್ತಿಯಂತೆ. ಇದು ಜ್ಞಾನವನ್ನು ನೀಡುವವನು ಮತ್ತು ಅದನ್ನು ಸ್ವೀಕರಿಸುವವನು ಇಬ್ಬರನ್ನೂ ಕತ್ತರಿಸುತ್ತದೆ. ಆದ್ದರಿಂದ ಮೊದಲು ನೀನು ನಿನ್ನ ಕತ್ತಿಯನ್ನು ಬಿಡಬೇಕು ಮತ್ತು ನಿನ್ನ ಬಿಲ್ಲು ಅಲ್ಲ. ನೀನು ವಿರುದ್ಧವಾಗಿ ಮಾಡುತ್ತಿರುವಿ. ನೀನು ಎರಡು ಅಂಚಿನ ಕತ್ತಿಯನ್ನು ಹಿಡಿದಿದ್ದೀಯ ಮತ್ತು ಭಾಗಶಃ ಜ್ಞಾನವನ್ನು ಸಂಕೇತಿಸುತ್ತೀಯ, ಆದರೆ ನೀನು ಭೂಮಿಯ ಮೇಲೆ ನಿನ್ನ ಬಿಲ್ಲನ್ನು ಬಿಟ್ಟಿದ್ದೀಯ.

ಅರ್ಜುನ:- ಕೇಶವ ನಾನೇನು ಮಾಡಲಿ? ನನ್ನ ಮನಸ್ಸು ಮತ್ತು ಬುದ್ಧಿಯು ತೂಗುವ ತಕ್ಕಡಿಯಂತೆ ತೂಗಾಡುತ್ತಿದೆ, ಅದು ತನ್ನ ಒಂದು ತಕ್ಕಡಿಯಲ್ಲಿ ಜ್ಞಾನವನ್ನು ಮತ್ತು ಇನ್ನೊಂದರಲ್ಲಿ ಅಜ್ಞಾನವನ್ನು ಹೊಂದಿದೆ. ಕೇಶವ ನಿಮ್ಮ ಮಾರ್ಗದರ್ಶನಕ್ಕಾಗಿ ನಾನು ನಿಮ್ಮ ಬಳಿಗೆ ಬಂದಿದ್ದೇನೆ. ಗುರುವಿನಂತೆ ದಯವಿಟ್ಟು ನನಗೆ ಸರಿಯಾದ ದಾರಿ ತೋರಿಸು.

ಶ್ರೀ ಕೃಷ್ಣ: - ಅರ್ಜುನ ನೀನು ಕೇವಲ ಯುದ್ಧಭೂಮಿಯ ಮಧ್ಯದಲ್ಲಿ ನಿಂತಿದ್ದೀಯ, ಆದರೆ ನಿನ್ನ ಬುದ್ಧಿಯೂ ಸಹ ಜೀವನ ಮತ್ತು ಸಾವಿನ ನಡುವೆ ಮಧ್ಯದಲ್ಲಿದೆ. ಅದಕ್ಕಾಗಿಯೇ ನೀನು ನಿನ್ನ ಜವಾಬ್ದಾರಿ ಮತ್ತು ಕರ್ತವ್ಯದಿಂದ ಓಡಿಹೋಗುತ್ತಿದ್ದೀಯ. ನಿನ್ನ ಜವಾಬ್ದಾರಿಯಿಂದ ನೀನು ಹಿಂದೆ ಸರಿದರೂ, ಏನಾಗಬೇಕೋ ಅದು ಬದಲಾಗುವುದಿಲ್ಲ.ಏಕೆಂದರೆ ಭಗವಂತನ ನಿರ್ಧಾರವು ದೃಢ ಮತ್ತು ಅಜೇಯವಾಗಿದೆ. ನೀನು ಕೊಲ್ಲದಿದ್ದರೆ, ಅವರೆಲ್ಲರೂ ಅಲ್ಲಿಗೆ ಭೇಟಿಯಾಗುವುದಿಲ್ಲ ಎಂದು ನೀನು ಭಾವಿಸುತ್ತೀಯ? ಅದು ಹಾಗಲ್ಲ. ನೀನು ಕೊಲ್ಲದಿದ್ದರೆ, ಅವರು ಸಾಯುತ್ತಾರೆ. ಭಗವಂತ ಈಗಾಗಲೇ ಸಮಯವನ್ನು ನಿರ್ಧರಿಸಿದ್ದಾನೆ. ಆ ದಿನ ಮತ್ತು ಅವರ ಸಾವಿನ ಕ್ಷಣ. ನಾನು ಈಗಾಗಲೇ ಅವರನ್ನು ಕೊಂದಿದ್ದೇನೆ. ನಿನ್ನ ಮೂಲಕ ನಾನು ಅವರೆಲ್ಲರನ್ನೂ ಕೊಲ್ಲು ಬಯಸುತ್ತೇನೆ. ನೀನು ಇದನ್ನು ನಿನ್ನ ಕರ್ತವ್ಯ ಅಥವಾ ನಿನ್ನ ಹಣೆಬರಹವಾಗಿ ನೋಡಬಹುದು. ನೀನು ಅವರೆಲ್ಲರನ್ನೂ ಕೊಲ್ಲಬೇಕು.

ಅರ್ಜುನ:- ನಾನು ಏನು ಮಾಡಬೇಕು ಮಧುಸೂದನ? ನನ್ನ ತಲೆ ನನ್ನ ಮಾತು ಕೇಳುವಂತೆ ಮಾಡುವುದು ಹೇಗೆ. ಹೇಗೆ ನನ್ನ ಭಾವನೆಯನ್ನು ನನ್ನ ಪಾದಗಳ ಕೆಳಗೆ ನುಜ್ಜುಗುಜ್ಜಿಸಬೇಕು. ಮಧುಸೂದನ ಏನು ಮಾಡಬೇಕೆಂದು ಹೇಳಿ.

ಶ್ರೀಕೃಷ್ಣ:- ಸ್ನೇಹಿತ, ಕರ್ತವ್ಯ ಮತ್ತು ಸದಾಚಾರದ ಮಾರ್ಗದಿಂದ ನಿಮ್ಮನ್ನು ದೂರವಿಡುವ ಭಾವನೆಗಳನ್ನು ಬಿಟ್ಟುಬಿಡಿ. ಭಾವನೆಗಳ ಸಮುದ್ರದಲ್ಲಿ ಮುಳುಗುವ ಬದಲು ಅವುಗಳಲ್ಲಿ ಈಜುವುದನ್ನು ಕಲಿಯಿರಿ. ನೀನು ಕೆಚ್ಚೆದೆಯ ಮತ್ತು ಗೌರವಾನ್ವಿತ ಯೋಧ. ನಿನ್ನ ದೌರ್ಬಲ್ಯವನ್ನು ಎಲ್ಲರಿಗೂ ತೋರಿಸುವುದರಿಂದ ನಿನ್ನ ಖ್ಯಾತಿಯನ್ನು ನಾಶಪಡಿಸಬೇಡ. ಒಬ್ಬ ಯೋಧನಿಗೆ ಅವನ ಪ್ರತಿಷ್ಠೆ ನಾಶವಾದರೆ ಅವನಿಗೆ ಮರಣ. ಅದಕ್ಕಾಗಿಯೇ ನನ್ನ ಸ್ನೇಹಿತ, ಈ ಯುದ್ಧವನ್ನು ಹೋರಾಡು, ನಿನ್ನ ಪ್ರತಿಷ್ಠೆಯ ಕರ್ತವ್ಯ ಮತ್ತು ಜವಾಬ್ದಾರಿಯನ್ನು ರಕ್ಷಿಸಿ. ಈ ಧರ್ಮಯುದ್ಧದಲ್ಲಿ ನೀನು ಸತ್ತರೂ ನೀನು ಹುತಾತ್ಮರಾಗುತ್ತೀಯ. ನೀನು ಅಮರ ಎಂದು ಕರೆಯಲ್ಪಡುತ್ತೀಯ. ಆದ್ದರಿಂದ ಈ ಯುದ್ಧವನ್ನು ಹೋರಾಡು.

ಅರ್ಜುನ:- ವಾಸುದೇವ, ನನ್ನ ಸಾವಿನ ಬಗ್ಗೆ ನನಗೆ ಸ್ವಲ್ಪವೂ ಚಿಂತೆಯಿಲ್ಲ ಎಂಬುದು ನಿಮಗೆ ತಿಳಿದಿದೆ.

ಶ್ರೀಕೃಷ್ಣ:-ಅರ್ಜುನ ಈ ಧರ್ಮದ ಯುದ್ಧದಲ್ಲಿ ನಿನ್ನ ಪ್ರಾಣವನ್ನು ತ್ಯಾಗಮಾಡಲು ನೀನು ಎಂದಿಗೂ ಹಿಂಜರಿಯುವುದಿಲ್ಲ ಎಂದು ನನಗೆ ಗೊತ್ತು. ನಿನ್ನ ಸಂಬಂಧಗಳ ಪ್ರೀತಿ ಮತ್ತು ಗೌರವದ ಪ್ರಶ್ನೆ. ಯುದ್ಧದಲ್ಲಿ ನಿನ್ನ ಸಂಬಂಧಗಳ ಸಾವಿನ ಬಗ್ಗೆ ನೀನು ಚಿಂತಿಸುತ್ತೀಯ, ಆದರೆ ನಿನ್ನ ಈ ಆಲೋಚನೆಯು ನಿನ್ನ ಅಜ್ಞಾನದ ಸಂಕೇತವಾಗಿದೆ.

ಅರ್ಜುನ:- ಕೇಶವ ಈಗ ನನ್ನ ಮನಸ್ಸು ಆಳವಾದ ಪ್ರಪಾತದಲ್ಲಿ ಮುಳುಗುತ್ತಿದೆ. ಯಾವುದು ಸದಾಚಾರ, ಯಾವುದು ಕರ್ತವ್ಯ, ಯಾವುದು ಅಧರ್ಮ ಎಂಬ ಪರಿಜ್ಞಾನ ನನಗಿಲ್ಲ. ನನ್ನ ಜೀವನದ ಅಂತಹ ಕವಲುದಾರಿಯಲ್ಲಿ ನಾನು ನಿಂತಿದ್ದೇನೆ. ಕರ್ತವ್ಯ ಮತ್ತು ಸದಾಚಾರದ ಮಾರ್ಗ ಯಾವುದು ಮತ್ತು ಅಧರ್ಮ ಯಾವುದು ಎಂದು ನಾನು ಅರಿತುಕೊಳ್ಳಲು ಸಾಧ್ಯವಾಗದಿದ್ದಾಗ ಈ ಅಜ್ಞಾನದ ಕತ್ತಲೆಯಿಂದ ಹೊರಬರುವ ಮಾರ್ಗವನ್ನು ದಯವಿಟ್ಟು ನನಗೆ ತೋರಿಸು.

ಶ್ರೀಕೃಷ್ಣ:- ಸ್ನೇಹಿತನೇ, ನಾನು ನಿನ್ನನ್ನು ಈ ಕತ್ತಲೆ ಮತ್ತು ಅಜ್ಞಾನದಿಂದ ಹೊರತರಲು ಬಯಸುತ್ತೇನೆ. ಇಲ್ಲಿ ಕುರುಡನಂತೆ ಕುಣಿದು ಕುಪ್ಪಳಿಸುವ ಬದಲು ಭವಿಷ್ಯ ಏನಾಗಬಹುದು ಎಂಬುದಕ್ಕೆ ದಿಕ್ಕು ತೋಚದಂತಾಗುತ್ತದೆ. ಈ ಸೃಷ್ಟಿಯ ಬಗ್ಗೆ ಯೋಚಿಸು. ಈ ವಿಶ್ವದಲ್ಲಿ ಹುಟ್ಟುವವನು ಮುಂದೊಂದು ದಿನ ಸಾಯಲೇಬೇಕು. ಇದರರ್ಥ ಈ ವಿಶ್ವದಲ್ಲಿರುವ ಪ್ರತಿಯೊಂದು ಜೀವಿಯು

ಮನುಷ್ಯ ಮತ್ತು ಪ್ರಾಣಿ, ಪಕ್ಷಿ ಅಥವಾ ಸಸ್ಯ, ಅಥವಾ ಉಸಿರಾಡುವ ಪ್ರತಿಯೊಂದು ಜೀವಿಯು ಅವನು ಹುಟ್ಟಿದಾಗ ತನ್ನ ಸಾವನ್ನು ತನ್ನೊಂದಿಗೆ ತರುತ್ತದೆ. ಈ ವಿಶ್ವದಲ್ಲಿರುವ ಪ್ರತಿಯೊಂದು ಜೀವಿಯೂ ಒಂದು ದಿನ, ನಿಗದಿತ ಸಮಯದಲ್ಲಿ ಸಾಯಬೇಕು ಮತ್ತು ತನ್ನ ಲೌಕಿಕ ದೇಹವನ್ನು ತ್ಯಜಿಸಬೇಕು. ಆದ್ದರಿಂದ ಅವರ ಬಗ್ಗೆ ಚಿಂತಿಸಬೇಡ, ಮತ್ತು ನಿನ್ನ ಕರ್ತವ್ಯವನ್ನು ನಿರ್ವಹಿಸು ಮತ್ತು ಈ ಯುದ್ಧದಲ್ಲಿ ಹೋರಾಡು.

ಅರ್ಜುನ: - ಹೇ ಕೇಶವ, ನಾನು ಏನು ಮಾಡಬೇಕು? ನನ್ನ ಮನಸ್ಸು ಮತ್ತು ಹೃದಯವು ಸಮಪ್ರಮಾಣದಲ್ಲಿ ಬುದ್ಧಿವಂತಿಕೆ ಮತ್ತು ಅಜ್ಞಾನವನ್ನು ಹೊಂದಿರುವ ತೂಕದ ತಕ್ಕಡಿಯಂತೆ. ಸಂದಿಗ್ಧತೆಯಿಂದ ನನ್ನನ್ನು ಓಡಿಸಲು ನಾನು ನಿಮ್ಮ ಸಹಾಯವನ್ನು ಹುಡುಕುತ್ತಿದ್ದೇನೆ! ಶಿಕ್ಷಕನು ತನ್ನ ವಿದ್ಯಾರ್ಥಿಗೆ ಮಾರ್ಗದರ್ಶನ ನೀಡುವಂತೆ ದಯವಿಟ್ಟು ನನಗೆ ಮಾರ್ಗದರ್ಶನ ನೀಡಿ.

ಧೃತರಾಷ್ಟ್ರ ಮತ್ತು ಸಂಜಯ

ಧೃತರಾಷ್ಟ್ರ:- ಆತನಿಗೆ ಮಾರ್ಗದರ್ಶನ ಮಾಡುವುದೇ? ತನಗೆ ಮಾರ್ಗದರ್ಶನ ನೀಡುವಂತೆ ಅರ್ಜುನನು ಕೃಷ್ಣನನ್ನು ಕೇಳುತ್ತಿದ್ದಾನೆ!

ಸಂಜಯ :- ವಾಸುದೇವ ಶ್ರೀ ಕೃಷ್ಣ ಅರ್ಜುನನ ಸ್ನೇಹಿತ. ಬಿಕ್ಕಟ್ಟಿನ ಸಂದರ್ಭದಲ್ಲಿ ಸ್ನೇಹಿತನು ಸ್ನೇಹಿತರಿಗೆ ಮಾತ್ರ ಪ್ರತಿಧ್ವನಿಸುತ್ತಾನೆ,

ಧೃತರಾಷ್ಟ್ರ :- ಶ್ರೀ ಕೃಷ್ಣನು ಯಾರಿಗೂ ಎಂದಿಗೂ ಸ್ನೇಹಿತನಾಗಲು ಸಾಧ್ಯವಿಲ್ಲ. ಅವನು ಅರ್ಜುನನನ್ನು ಸರಿಯಾದ ದಿಕ್ಕಿನಲ್ಲಿ ನಡೆಸುವುದಿಲ್ಲ ವಾಸ್ತವವಾಗಿ ಅವನು ಅವನನ್ನು ದಾರಿ ತಪ್ಪಿಸುತ್ತಾನೆ. ಅರ್ಜುನ ಕೃಷ್ಣ ಏನು ಹೇಳಿದರೂ ನಂಬುತ್ತಾನೆ, ಕೃಷ್ಣ ಏನು ಹೇಳುತ್ತಿದ್ದಾನೆ ಸಂಜಯ ಹೇಳು?

ಶ್ರೀಕೃಷ್ಣ ಮತ್ತು ಅರ್ಜುನ

ಶ್ರೀಕೃಷ್ಣ: ಹೇ ಅರ್ಜುನ, ನೀನು ಕೇವಲ ರಣರಂಗದ ಮಧ್ಯಭಾಗದಲ್ಲಿ ನಿಂತಿದ್ದೀಯಲ್ಲ ಆದರೆ ನಿನ್ನ ಮನಸ್ಸು ಕೂಡ ಸಾವು-ಬದುಕಿನ ಮಧ್ಯೆ ಇದೆ. ಮತ್ತು ಆದ್ದರಿಂದ ನೀನು ನಿನ್ನ ಕರ್ತವ್ಯಗಳು ಮತ್ತು ಜವಾಬ್ದಾರಿಗಳಿಂದ ತಪ್ಪಿಸಿಕೊಳ್ಳಲು ಪ್ರಯತ್ನಿಸುತ್ತಿದ್ದೀಯ. ಆದರೆ ನಿನ್ನ ಕರ್ತವ್ಯಗಳನ್ನು ಮುಚ್ಚುವುದು ಅಥವಾ ಯುದ್ಧವನ್ನು ತಪ್ಪಿಸುವುದು ನಿನ್ನ ಭವಿಷ್ಯವನ್ನು ಬದಲಾಯಿಸುವುದಿಲ್ಲ, ದೇವರ ನಿರ್ಧಾರವು ದೃಢವಾಗಿದೆ ಮತ್ತು ಅಂತಿಮವಾಗಿದೆ. ನೀನು ಅವರನ್ನಕೊಲ್ಲದಿದ್ದರೆ ಈ ಪುರುಷರು ಸಾಯುವುದಿಲ್ಲ ಎಂದು ನೀನು ಭಾವಿಸುತ್ತೀಯ? ಖಂಡಿತವಾಗಿಯೂ ಅಲ್ಲ ಅರ್ಜುನ , ನೀನು ಅವರ ಮೇಲೆ ದಾಳಿ ಮಾಡದಿದ್ದರೂ ಅವರು ಸಾಯುತ್ತಾರೆ. ಏಕೆಂದರೆ ವಿಧಿ ಅವರ ಸಾವಿನ ದಿನಾಂಕ ಮತ್ತು ಸಮಯವನ್ನು ಮುಂಚಿತವಾಗಿಯೇ ನಿಗದಿಪಡಿಸಿತ್ತು. ಅವರು ಸಾಯಲು ಉದ್ದೇಶಿಸಿದ್ದರಿಂದ ಅವರ ಸಾವು ಖಚಿತವಾಗಿತ್ತು.

ಧೃತರಾಷ್ಟ್ರ: ಸಂಜಯ, ಇದು ಕೃಷ್ಣನ ಕಲ್ಪನೆ. ತಾನು ಯೋಧರನ್ನು ಮೊದಲೇ ಕೊಂದಿರುವುದಾಗಿ ಹೇಳಿಕೊಂಡಿದ್ದಾನೆ. ಅವನು ಈಗಾಗಲೇ ಅವರನ್ನು ಕೊಂದಿದ್ದರೆ, ಕೌರವರ ಸೈನಿಕರ ಶವಗಳು ಯುದ್ಧಭೂಮಿಯಲ್ಲಿ ನಿಂತಿವೆಯೇ?

ಶ್ರೀಕೃಷ್ಣ: - ನಾನು ನಿನ್ನನ್ನು ಈ ಅಜ್ಞಾನವನ್ನು ಹೋಗಲಾಡಿಸಲು ಬಯಸುತ್ತೇನೆ. ಕುರುಡನಂತೆ ಸಂಸಾರ ಮಾಡುವುದನ್ನು ನಿಲ್ಲಿಸಿ ಮತ್ತು ನಿಮ್ಮ ದೂರದೃಷ್ಟಿಯ ಮೇಲೆ ಕೇಂದ್ರೀಕರಿಸಿ ಮತ್ತು ಪ್ರಕೃತಿಯನ್ನು ನೋಡಿ. ಇದು ಸ್ವಾಭಾವಿಕ ಚಕ್ರ, ಹುಟ್ಟಿದವನು ಒಂದು ದಿನ ಸಾಯಲೇಬೇಕು, ಅಂದರೆ, ಭೂಮಿಯ ಮೇಲೆ ಹುಟ್ಟಿದ ಪ್ರತಿಯೊಂದು ಜೀವಿಯು ಮನುಷ್ಯ, ಪ್ರಾಣಿ, ಪಕ್ಷಿ ಅಥವಾ ಸಸ್ಯಗಳಲ್ಲವೂ ಸಾಯುವ ಗುರಿಯನ್ನು ಹೊಂದಿದೆ. ಪ್ರತಿಯೊಂದು ಜೀವಿಯೂ ನಿಗದಿತ ಸಮಯದಲ್ಲಿ ಸಾಯುವುದು ನಿಶ್ಚಿತ. ಬೇರೆ ರೀತಿಯಲ್ಲಿ ಹೇಳುವುದಾದರೆ ಪ್ರತಿಯೊಂದು ಜೀವಿಯು ತನ್ನ ದೇಹವನ್ನು ತ್ಯಾಗ ಮಾಡಬೇಕು. ಆದ್ದರಿಂದ ನೀನು ಅವರ ಸಾವಿನ ಬಗ್ಗೆ ಚಿಂತಿಸುವುದನ್ನು ನಿಲ್ಲಿಸು ಮತ್ತು ಮುಂದುವರಿ. ನಿನ್ನ ಕರ್ತವ್ಯದಂತೆ ಯುದ್ಧ ಮಾಡು.

ಅರ್ಜುನ: ನಾನು ನಿನ್ನನ್ನು ಒಪ್ಪುತ್ತೇನೆ, ಏಕೆಂದರೆ ಸಾವು ಖಚಿತ! ಆದರೆ ಅವರ ಸಾವಿಗೆ ನಾನೇ ಕಾರಣ ಯಾಕೆ?. ಪಿತಾಮಹನು ಸಾಯಲು ಉದ್ದೇಶಿಸಿದ್ದರೆ, ಅವರು ಖಂಡಿತವಾಗಿಯೂ ಸಾಯುತ್ತಾರೆ . ಆದರೆ ಅವರ ಸಾವಿಗೆ ನಾನೇಕೆ ಹೊಣೆಯಾಗಬೇಕು?

ಶ್ರೀಕೃಷ್ಣ:-ಹಾಗಾದರೆ, ಭೀಷ್ಮನ ಸಾವಿಗೆ ನೀನು ಜವಾಬ್ದಾರನಾಗಲು ಬಯಸುವುದಿಲ್ಲವೇ?

ಅರ್ಜುನ:- ನಿಜ, ಮಾಧವ! ನನ್ನ ಪ್ರೀತಿಯ ಭೀಷ್ಮಪಿತಾಮಹ ನನ್ನ ಕೈಯಲ್ಲಿ ಸಾಯುವುದು ನನಗೆ ಇಷ್ಟವಿಲ್ಲ!

ಶ್ರೀಕೃಷ್ಣ:-ಸರಿ, ಆದರೆ ಹೇಳು, ನಿನ್ನ ಭೀಷ್ಮಪಿತಾಮಹ ಯಾರು? ಮತ್ತು ಅವರು ಎಲ್ಲಿದ್ದಾರೆ?

ಅರ್ಜುನ:- ಇದು ಯಾವ ರೀತಿಯ ಪ್ರಶ್ನೆ? ಭೀಷ್ಮ ಪಿತಾಮಹ ಎಲ್ಲಿ ಮತ್ತು ಯಾರು ಅಂತ ಕೇಳುತ್ತಿದ್ದೀರಾ? ಭೀಷ್ಮಪಿತಾಮಹನು ನಮ್ಮ ಮುಂದೆ ನಿಂತಿರುವುದು ನಿಮಗೆ ಕಾಣುತ್ತಿಲ್ಲವೇ?

ಶ್ರೀಕೃಷ್ಣ:- ರಥದ ಮೇಲ್ಭಾಗದಲ್ಲಿ ನಿಂತಿರುವವರು?

ಅರ್ಜುನ:- ಹೌದು ಅವರೆ!

ಶ್ರೀಕೃಷ್ಣ: - ಆದರೆ ರಥದ ಮೇಲ್ಭಾಗದಲ್ಲಿ ನಿಂತಿರುವವನು ಕೇವಲ ಭೀಷ್ಮಪಿತಾಮಹನ ದೇಹ! ನಿಜವಾದ ಭೀಷ್ಮಪಿತಾಮಹ ಯಾರು ಎಂದು ನನಗೆ ತಿಳಿಯಬೇಕು. ಮತ್ತು ಅವರು ಎಲ್ಲಿದ್ದಾರೆ?

ಅರ್ಜುನ: - ಶ್ರೀ ಕೃಷ್ಣ, ನೀವು ಏನು ಹೇಳಲು ಪ್ರಯತ್ನಿಸುತ್ತಿದ್ದೀರಿ ಎಂದು ನನಗೆ ಅರ್ಥವಾಗುತ್ತಿಲ್ಲ. ಅಲ್ಲಿ ನಿಂತಿರುವವರು ಭೀಷ್ಮಪಿತಾಮಹನಲ್ಲ, ಆದರೆ ಅವರ ದೇಹವೇ? ಅಂದರೆ ಭೀಷ್ಮಪಿತಾಮಹ ಬೇರೆ ಯಾರೋ?

ಭೀಷ್ಮಪಿತಾಮಹ

ಶ್ರೀಕೃಷ್ಣ:- ಖಂಡಿತ! ಅದನ್ನೇ ನಾನು ವಿವರಿಸಲು ಪ್ರಯತ್ನಿಸುತ್ತಿದ್ದೇನೆ! ಅಲ್ಲಿ ಎಚ್ಚರಿಕೆಯಿಂದ ನೋಡು! ದೇಹದಲ್ಲಿರುವ ಬೆಳಕನ್ನು ನೋಡು, ಅದನ್ನು ಆತ್ಮ ಎಂದು ಕರೆಯಲಾಗುತ್ತದೆ. ನಾನು ನಿನಗೆ ದೈವಿಕ ದರ್ಶನವನ್ನು ನೀಡುತ್ತೇನೆ. ನಿನ್ನ ಪರಮಾತ್ಮನೊಂದಿಗೆ ಆ ಆತ್ಮವನ್ನು ನೋಡು. ನಿಜವಾದ ಭೀಷ್ಮಪಿತಾಮಹನಾಗಿರುವ ಆತ್ಮವೇ ದೇಹದೊಳಗಿನ ಬೆಳಕು. ಅವರ ಆತ್ಮವು ಗೋಚರಿಸುತ್ತದೆಯೇ?

ಅರ್ಜುನ: ಹೌದು ಕೇಶವ, ನಾನು ಪ್ರಕಾಶಮಾನವಾದ ಆತ್ಮವನ್ನು ನೋಡುತ್ತೇನೆ.

ಶ್ರೀಕೃಷ್ಣ:- ಒಳ್ಳೆಯದು! ಈಗ ನೀನು ನನ್ನ ಸುದರ್ಶನ ಚಕ್ರದಿಂದ ಅವರನ್ನು ಕೊಂದರೆ ಅವನ ದೇಹ ಮಾತ್ರ ಸಾಯುತ್ತದೆ ಆದರೆ ಅವನ ಆತ್ಮ ಶಾಶ್ವತವಾಗಿರುತ್ತದೆ. ನಿಮ್ಮ ದೈವಿಕ ದೃಷ್ಟಿಗೆ ಸಾಕ್ಷಿಯಾಗಲು ನಾನು ಈ ದೃಶ್ಯವನ್ನು ಪ್ರದರ್ಶಿಸುತ್ತೇನೆ. ಅರ್ಜುನ, ನನ್ನ ಸುದರ್ಶನ ಚಕ್ರದಿಂದ ದೇಹವನ್ನು ಮಾತ್ರ ಕೊಲ್ಲಲಾಗಿದೆ ಎಂದು ನೀನು ಗಮನಿಸಿದ್ದೀಯಾ? ಅವರ ಆತ್ಮದಲ್ಲಿನ ಬೆಳಕು ಇನ್ನೂ ಪ್ರಕಾಶಮಾನವಾಗಿ ಬೆಳಗುತ್ತಿದೆ !!

ಧೃತರಾಷ್ಟ್ರ ಮತ್ತು ಸಂಜಯ

ಧೃತರಾಷ್ಟ್ರ:- ಏನು, ಯುದ್ಧ ಪ್ರಾರಂಭವಾಗುವ ಮೊದಲೇ ಪಿತಾಮಹನು ಹತನಾದರೆ? ಶ್ರೀ ಕೃಷ್ಣನು ಯಾವುದೇ ಆಯುಧಗಳನ್ನು ಹೊಂದುವುದಿಲ್ಲ ಎಂದು ಪ್ರತಿಜ್ಞೆ ಮಾಡಿದನು. ಆಗ ಅವನು ಸುದರ್ಶನ ಚಕ್ರವನ್ನು ಹೇಗೆ ಹೊಂದಿದ್ದನು? ಅದು ಅನ್ಯಾಯ! ಇದು ಯುದ್ಧದ ನಿಯಮಗಳಿಗೆ ವಿರುದ್ಧವಾಗಿದೆ, ಸಂಜಯ.

ಸಂಜಯ:- ಮಹಿಮಾನ್ವಿತರೇ, ವಾಸುದೇವ ಶ್ರೀ ಕೃಷ್ಣನು ನಿಜವಾಗಿ ಪಿತಾಮಹನನ್ನು ಕೊಂದಿಲ್ಲ! ಇದು ಕೇವಲ ಪ್ರದರ್ಶನವಾಗಿದ್ದು, ಅದರ ಸಹಾಯದಿಂದ ಅವರು ಅರ್ಜುನ್ಗೆ ಪಿತಾಮಹ ಆತ್ಮದ ನೋಟವನ್ನು ನೀಡುತ್ತಿದ್ದಾರೆ. ಅದು ವಾಸುದೇವ ಶ್ರೀ ಕೃಷ್ಣನ ಶಕ್ತಿ.

ಧೃತರಾಷ್ಟ್ರ: ಅದು ಅವನ ಶಕ್ತಿಯಲ್ಲ, ಅವನ ಕುತಂತ್ರ. ಅವನು ಖಂಡಿತವಾಗಿಯೂ ಅರ್ಜುನನನ್ನು ದಾರಿ ತಪ್ಪಿಸುತ್ತಿದ್ದಾನೆ. ಅವನು

ಅರ್ಜುನನನ್ನು ಯುದ್ಧಕ್ಕೆ ಪ್ರೇರೇಪಿಸುತ್ತಾನೆ.

ಶ್ರೀಕೃಷ್ಣ:- ಹೇ ಕೌಂತೇಯ (ಕುಂತಿಯ ಮಗ) ಈ ಸತ್ಯವನ್ನು ಅರ್ಥಮಾಡಿಕೊಳ್ಳಿ. ದೇಹವು ಮಾತ್ರ ಸಾಯುತ್ತದೆ, ಆದರೆ ಆತ್ಮವು ಶಾಶ್ವತವಾಗಿದೆ. ಆತ್ಮವು ಅಮರವಾಗಿದೆ. ಆತ್ಮವು ಹುಟ್ಟುವುದಿಲ್ಲ, ಸಾಯುವುದಿಲ್ಲ. ಇದು ಶಾಶ್ವತ, ಅಂತ್ಯವಿಲ್ಲದ ಮತ್ತು ಅನಂತ. ದೇಹವು ಸತ್ತರೂ ಆತ್ಮವು ಸಾಯುವುದಿಲ್ಲ.

ಧೃತರಾಷ್ಟ್ರ:- ದೇಹವು ಸತ್ತರೂ ಆತ್ಮವು ಸಾಯುವುದಿಲ್ಲ. ಶ್ರೀ ಕೃಷ್ಣ ಉಪದೇಶ ಚೆನ್ನಾಗಿದೆ.

ಸಂಜಯ:- ಅದು ನಿಜ, ಅವರು ಹೇಳುವ ಪ್ರತಿಯೊಂದು ಪದವೂ ಚಿನ್ನದಲ್ಲಿ ಕೆತ್ತಲು ಯೋಗ್ಯವಾಗಿದೆ. ಮತ್ತು ಶ್ರೀ ಕೃಷ್ಣನು ತನ್ನ ಜ್ಞಾನವನ್ನು ಎಷ್ಟು ಉದಾರವಾಗಿ ಹಂಚಿಕೊಳ್ಳುತ್ತಿದ್ದಾನೆ ಎಂದರೆ ಅದನ್ನು ಸಂಗ್ರಹಿಸುವವನಿಗೆ ಸಂಗ್ರಹಿಸಲು ಸಾಕಷ್ಟು ಸ್ಥಳಾವಕಾಶವಿಲ್ಲ.

ಧೃತರಾಷ್ಟ್ರ:- ಅದ್ಭುತವಾದ ಸಂಜಯ, ಅವರು ಅರ್ಜುನನನ್ನು ಮೆಚ್ಚಿಸುವ ಮೊದಲೇ ಕೃಷ್ಣನ ಮಾತು ನಿನ್ನನ್ನು ಪ್ರಭಾವಿಸಿದಂತಿದೆ. ಅರ್ಜುನನ್ನು ಅಷ್ಟು ಸುಲಭವಾಗಿ ಸಿಕ್ಕಿಹಾಕಿಸಲು ಸಾಧ್ಯವಿಲ್ಲ ಎಂದು ಅವನಿಗೆ ಗೊತ್ತು. ಆದುದರಿಂದಲೇ ಆತನೊಂದಿಗೆ ಮುದ್ದಾಗಿ ಮಾತನಾಡಿ ತನ್ನ ಜಾಲಕ್ಕೆ ಸಿಕ್ಕಿಹಾಕಿಕೊಳ್ಳಲು ಹವಣಿಸುತ್ತಿರುತ್ತಾನೆ. ಮತ್ತು ಆ ಮೂಲಕ, ಅರ್ಜುನ ಅವನ ಮಾತುಗಳಿಂದ ದೂರ ಹೋಗುತ್ತಾನೆ ಮತ್ತು ಹೀಗೆ ಅವನ ತಂತ್ರಗಳಿಗೆ ಬಲಿಯಾಗುತ್ತಾನೆ.

ಸಂಜಯ:- ಆದರೆ ಶ್ರೀ ಕೃಷ್ಣನು ಯಾಕೆ ಉದ್ದೇಶಿಸಬೇಕು ತನ್ನ ಸ್ನೇಹಿತ ಅರ್ಜುನನನ್ನು ಬಲೆಗೆ ಬೀಳಿಸಲು?

ಧೃತರಾಷ್ಟ್ರ:- ಸಂಜಯ, ಕೃಷ್ಣ ಅರ್ಜುನನ ಸ್ನೇಹಿತ ಎಂದು ನಂಬಲು ನೀನು ತುಂಬಾ ಮುಗ್ಧ. ರಾಜಕೀಯದಲ್ಲಿ ಸ್ನೇಹ ಇರುವುದಿಲ್ಲ. ಪ್ರತಿಯೊಬ್ಬ ವ್ಯಕ್ತಿಯು ಸ್ವಾರ್ಥಿ. ರಾಜಕೀಯಕ್ಕೆ ಬಂದರೆ.

ಸಂಜಯ:- ಆದರೆ ನನಗೆ ಅರ್ಥವಾಗುತ್ತಿಲ್ಲ, ಶ್ರೀ,

ಧೃತರಾಷ್ಟ್ರ:- ನಿಮಗೆ ಅರ್ಥವಾಗುವುದಿಲ್ಲ. ನಾನು ವಿವರಿಸುತ್ತೇನೆ. ಒಂದೆಡೆ,

ಕೃಷ್ಣ ಸೇನೆಯು ಕೌರವರ ಬದಿಯಲ್ಲಿದೆ. ಕೃಷ್ಣನು ಪಾಂಡವರ ಪಕ್ಕದಲ್ಲಿದ್ದಾಗ. ಕೌರವರು ಜಯಭೇರಿ ಬಾರಿಸಲಿ ಅಥವಾ ಪಾಂಡವರು ಕೃಷ್ಣನೇ ಗೆಲ್ಲಲಿ! ಯಾರು ಗೆದ್ದರೂ ಅವರ ಗೆಲುವಿಗೆ ಕೃಷ್ಣನೇ ಕಾರಣ ಎಂದು ಭಾವಿಸುತ್ತಾರೆ.

ಸಂಜಯ:- ನನ್ನನ್ನು ಕ್ಷಮಿಸು, ಮಹಾರಾಜನೇ, ಈ ಯುದ್ಧದಿಂದ ಶ್ರೀ ಕೃಷ್ಣನು ಲಾಭ ಪಡೆಯುತ್ತಾನೆ ಎಂದು ಹೇಳುವುದಾದರೆ ಅವನು ಶಾಂತಿಯ ಮಧ್ಯಸ್ಥನಾಗಿ ಏಕೆ ಬಂದನು? ಯುದ್ಧವನ್ನು ಮುಂದೂಡಲು ಅವನು ಏಕೆ ಶ್ರಮಿಸಿದನು?

ಧೃತರಾಷ್ಟ್ರ:- ಅವನ ಶಾಂತಿಯ ಪ್ರಯತ್ನವು ಬಲವಾಗಿತ್ತು! ಅವನು ಒಳ್ಳೆಯವನಂತೆ ನಟಿಸುತ್ತಿದ್ದನು, ಆದರೆ ಅವನಿಗೆ ಗುಪ್ತ ಉದ್ದೇಶಗಳಿದ್ದವು. ಕೃಷ್ಣನು ಶಾಂತಿಯನ್ನು ಬಯಸುವುದಾದರೆ, ಅರ್ಜುನನು ಯುದ್ಧ ಮಾಡಲು ಸಿದ್ಧವಿಲ್ಲದಿರುವಾಗ ಅವನು ಏಕೆ ಪ್ರಚೋದಿಸುತ್ತಿದ್ದಾನೆ? ಕೃಷ್ಣ ಶಾಂತಿಯ ಸಂದೇಶವಾಹಕನಲ್ಲ. ಅವನ ತರ್ಕಕ್ಕೆ ಮರುಳಾಗಬೇಡಿ. ಕೌರವರು ಮತ್ತು ಪಾಂಡವರನ್ನು ನಾಶಮಾಡಲು ಅವನು ತಂತ್ರವನ್ನು ಆಡುತ್ತಿದ್ದಾನೆ. ಆದ್ದರಿಂದ ಅವನ ಶಕ್ತಿ ಪ್ರದೇಶವು ಸರ್ವೋಚ್ಚವಾಗಿದೆ.

ಅರ್ಜುನ:- ಕೃಷ್ಣಾ ನಿನ್ನ ಮಾತುಗಳು ನನ್ನನ್ನು ಗೊಂದಲಗೊಳಿಸುತ್ತಿವೆ. ನೀವು ಪರಸ್ಪರ ವಿರುದ್ಧವಾಗಿರುವ ಎರಡು ಸಮಸ್ಯೆಗಳನ್ನ ಸಂಯೋಜಿಸುತ್ತಿದ್ದೀರಿ. ದೇಹವು ಸಾಯುತ್ತದೆ ಎಂದು ನೀವು ಹೇಳುತ್ತೀರಿ ಆದರೆ ದೇಹದ ಒಂದು ಭಾಗವಾದ ಆತ್ಮವು ಸಾಯುವುದಿಲ್ಲ.

ಶ್ರೀಕೃಷ್ಣ: - ಇಲ್ಲ ಅರ್ಜುನ, ಆತ್ಮವು ದೇಹದ ಒಂದು ಭಾಗ ಎಂದು ನಾನು ಎಂದಿಗೂ ಹೇಳಲಿಲ್ಲ. ಆತ್ಮ ಮತ್ತು ದೇಹ ಎರಡು ಸ್ವತಂತ್ರ ಭಾಗಗಳು ಎಂದು ನಾನು ಹೇಳಿದೆ. ನೀನು ಮತ್ತು ನಿನ್ನ ರಕ್ಷಾಕವಚ ಎರಡು ವಿಭಿನ್ನ ವಿಷಯಗಳಂತೆಯೇ. ನಿನ್ನ ರಕ್ಷಾಕವಚವನ್ನು ಎರಡು ತುಂಡುಗಳಾಗಿ ಕತ್ತರಿಸಿದರೆ ನೀನು ಎರಡು ಭಾಗಗಳಾಗಿ ಕತ್ತರಿಸಲ್ಪಟ್ಟಿದ್ದೀರಿ ಎಂದು ಅರ್ಥವಲ್ಲ. ನೀನು ಮತ್ತು ನಿನ್ನ ರಕ್ಷಾಕವಚವು ಎರಡು ವಿಭಿನ್ನ ವಸ್ತುಗಳು ಅಥವಾ ನೀನು ಮತ್ತು ನಿನ್ನ ರಥವು ಎರಡು ವಿಭಿನ್ನ ವಸ್ತುಗಳು. ಹಾಗೆಯೇ ಮಾನವನ ದೇಹ ಮತ್ತು ಆತ್ಮ ಎರಡು ವಿಭಿನ್ನ ವಸ್ತುಗಳು. ರಥವನ್ನು ಅರ್ಜುನನಲ್ಲ ಎಂದು ಭಾವಿಸು. ಅರ್ಜುನ ವಾಸ್ತವವಾಗಿ ಸಾರಥಿ.

ಅರ್ಜುನ: - ರಥ ಅರ್ಜುನನಲ್ಲ ಎಂದು ನಾನು ಒಪ್ಪುತ್ತೇನೆ. ಅರ್ಜುನ ರಥವನ್ನು ಓಡಿಸುವವನು. ನೀವು
ರಥಕ್ಕೆ ಹಾನಿಯಾದರೆ ಶೋಕಿಸುದಿಲ್ಲ. ಆದರೆ ನೀವು ನನ್ನ ಸಾವಿಗೆ ಖಂಡಿತಾ ದುಃಖಿಸುತ್ತೀರಿ ಅಲ್ಲವೇ?

ಶ್ರೀಕೃಷ್ಣ:-ನಿನ್ನ ಬುದ್ಧಿವಂತಿಕೆಯಿಂದ ನಾನು ಉಲ್ಲಾಸಗೊಂಡಿದ್ದೇನೆ! ನೀನು ಮಹಾನ್ ಸಂತನಂತೆ, ವಿದ್ವಾಂಸರಂತೆ ಮಾತನಾಡುತ್ತಿದ್ದೀಯ! ಆದರೆ ಜ್ಞಾನಿಗಳು ಸತ್ತವರಾಗಲೀ ಸಾಯುವವರಾಗಲೀ ದುಃಖಿಸುವುದಿಲ್ಲ ಎಂಬ ಸತ್ಯವು ನಿನಗೆ ತಿಳಿದಿಲ್ಲ. ಏಕೆಂದರೆ ಸತ್ತವರು ಮತ್ತೆ ಹುಟ್ಟುತ್ತಾರೆ ಮತ್ತು ಬದುಕಿರುವವರಿಗೆ ಸಾವು ಖಚಿತ ಎಂಬ ಸತ್ಯದ ಅರಿವಿದೆ.
ಸಾಯುವವನು ಮತ್ತೆ ಹುಟ್ಟುತ್ತಾನೆ. ಏಕೆಂದರೆ ದೇಹ ಮಾತ್ರ ಸಾಯುತ್ತದೆ ಮತ್ತು ಆತ್ಮವು ಅಮರವಾಗಿರುತ್ತದೆ. ಹೇ ಅರ್ಜುನ, ಈ ಜಗತ್ತಿನಲ್ಲಿ ಕೇವಲ ಎರಡು ವಿಷಯಗಳಿವೆ. ಒಂದು ದೇಹ ಮತ್ತು ಇನ್ನೊಂದು ಆತ್ಮ. ದೇಹದಲ್ಲಿ ವಾಸಿಸುವ ಆತ್ಮವು ಶಾಶ್ವತವಾಗಿದೆ. ಮತ್ತು ದೇಹವು ಶಾಶ್ವತವಾಗಿ ಅಸ್ತಿತ್ವದಲ್ಲಿಲ್ಲ. ಆತ್ಮವು ಒಂದು ದೇಹವನ್ನು ಬಿಟ್ಟು ಇನ್ನೊಂದನ್ನು ಪ್ರವೇಶಿಸುತ್ತದೆ. ಒಬ್ಬ ವ್ಯಕ್ತಿಯು ಹಳೆಯ ಬಟ್ಟೆಯಿಂದ ಹೊಸದಕ್ಕೆ ಬದಲಾಗುವಂತೆ. ಹೇ ಪಾರ್ಥ ಮರಣವು ಆತ್ಮವು ಬಿಟ್ಟುಹೋಗುವ ಮತ್ತು ಹಿಂದಿನ ದೇಹವನ್ನು ಬಿಟ್ಟು ಪ್ರವೇಶಿಸುವ ಒಂದು ಬಾಗಿಲು ಎಂದು ಭಾವಿಸಿ. ವಾಸ್ತವವಾಗಿ ಜೀವನ ಮತ್ತು ಸಾವು ಪರಸ್ಪರ ವಿರುದ್ಧವಾಗಿರುವ ಎರಡು ಬಾಗಿಲುಗಳಾಗಿವೆ. ಜೀವಿಯು ಸಾವಿನ ಬಾಗಿಲನ್ನು ಸಮೀಪಿಸಿದಾಗ ಅವನ ದೇಹವು ಸಾಯುತ್ತದೆ. ದೇಹವನ್ನು ಬಿಟ್ಟು ಆತ್ಮದ ಬೆಳಕು ಮತ್ತಷ್ಟು ಮುಂದುವರಿಯುತ್ತದೆ.
ನಂತರ ಬೆಳಕು ಹೊಸ ಜನ್ಮದ ಹೊಸ್ತಿಲನ್ನು ಪ್ರವೇಶಿಸುತ್ತದೆ. ಜೀವಿಯು ಮತ್ತೆ ಇನ್ನೊಂದು ದೇಹದಿಂದ ಆಶೀರ್ವದಿಸಿದಾಗ ಹೀಗೆ ಸಂಪೂರ್ಣ ಹೊಸ ಲೋಕಕ್ಕೆ ತನ್ನ ಪಯಣ ಆರಂಭವಾಗುತ್ತದೆ. ಹೇ ಪಾರ್ಥ ಆತ್ಮವು ಅಂತ್ಯವಿಲ್ಲ ಆದ್ದರಿಂದ ಅದು ಬದಲಾಗುವುದಿಲ್ಲ. ಆದರೆ ದೇಹವು ತಾತ್ಕಾಲಿಕವಾಗಿದೆ, ಆದ್ದರಿಂದ ಒಂದೇ ಆತ್ಮವು ವಿವಿಧ ದೇಹಗಳನ್ನು ಪ್ರವೇಶಿಸುತ್ತದೆ. ಮತ್ತು ಅವನು ಹುಟ್ಟಿದಾಗಲೆಲ್ಲ ಅದು ವಿಭಿನ್ನ ರೂಪಗಳನ್ನು ಪಡೆದುಕೊಳ್ಳುತ್ತದೆ. ಆತ್ಮವು ಪ್ರತಿ ಜನ್ಮದಲ್ಲಿ ವಿವಿಧ ದೇಹಗಳನ್ನು ಪ್ರವೇಶಿಸುತ್ತದೆ. ಆದರೆ ಒಂದು ನಿರ್ದಿಷ್ಟ ಜನ್ಮದಲ್ಲಿ ಅದು ಪ್ರವೇಶಿಸುವ ದೇಹವು ಅನೇಕ ಬದಲಾವಣೆಗಳಿಗೆ ಒಳಗಾಗುತ್ತದೆ.

ಶಿಶುವಿನ ದೇಹದಿಂದ ವೃದ್ಧಾಪ್ಯವನ್ನು ಪ್ರವೇಶಿಸುತ್ತಾರೆ.

ಅರ್ಜುನ:- ನನಗೆ ಈ ವಿಷಯ ಅರ್ಥವಾಗುತ್ತಿಲ್ಲ, ಕೇಶವ! ಒಂದು ಜೀವಿಯು ನಿರ್ದಿಷ್ಟ ಜನ್ಮದಲ್ಲಿ ಒಂದೇ ದೇಹವನ್ನು ಪಡೆದಿದ್ದಾನೆ.

ಶ್ರೀ ಕೃಷ್ಣ:- ಇಲ್ಲ, ಅವನು ಹಲವಾರು ದೇಹವನ್ನು ಪಡೆದಿದ್ದಾನೆ ಒಂದೇ ಜನ್ಮದಲ್ಲಿ ಹಲವಾರು ದೇಹಗಳು.

ಅರ್ಜುನ:- ಇನ್ನೂ ಅರ್ಥವಾಗುತ್ತಿಲ್ಲ.

ಶ್ರೀಕೃಷ್ಣ:- ನಾನು ವಿವರಿಸುತ್ತೇನೆ. ನಿನ್ನ ಬಾಲ್ಯದ ಸಮಯದಲ್ಲಿ ನಿನ್ನ ದೇಹ ಹೇಗಿತ್ತು?
ನೆನಪುಗಳನ್ನು ನೆನಪಿಸಿಕೊಳ್ಳಿ.

ಅರ್ಜುನ:- ಮಗುವಿನದ್ದು.

ಶ್ರೀಕೃಷ್ಣ:- ಸದ್ಯಕ್ಕೆ ಆ ದೇಹ ಎಲ್ಲಿದೆ?

ಅರ್ಜುನ: ಅದು ಈಗ ಯುವಕರ ದೇಹವಾಗಿ ಬದಲಾಗಿದೆ.

ಶ್ರೀಕೃಷ್ಣ:- ಅಂದರೆ ಆ ದೇಹ ಈಗ ಇಲ್ಲ ಅಲ್ಲವೇ? ನೀನು ಇಂದು ಯುವಕರ ರೂಪವನ್ನು ಪಡೆದಿದ್ದೀಯ. ಹಾಗೆಯೇ ಮಾನವನು ತನ್ನ ಜನ್ಮದ ಸಮಯದಲ್ಲಿ ಒಂದು ಶಿಶುವಿನ ದೇಹದಿಂದ ಆಶೀರ್ವದಿಸಿದಾಗ ಸಮಯ ಕಳೆದಂತೆ ಮಗುವಿನ ದೇಹವಾಗಿ ಬದಲಾಗುತ್ತದೆ. ನಂತರ ಅವರು ಹದಿಹರೆಯದ ಹಂತವನ್ನು ಪ್ರವೇಶಿಸುತ್ತಾರೆ ಮತ್ತು ನಂತರ ಯೌವನದ ಹಂತವನ್ನು ಪ್ರವೇಶಿಸುತ್ತಾರೆ, ನಂತರ ಮಧ್ಯವಯಸ್ಸು ಮತ್ತು ಅಂತಿಮವಾಗಿ ಅವರ ಜೀವನದ ಅಂತ್ಯವಾದ ವೃದ್ಧಾಪ್ಯವನ್ನು ಪ್ರವೇಶಿಸುತ್ತಾರೆ. ಈ ಹಂತದಲ್ಲಿ ಎಲೆಯು ಮರದಿಂದ ಉದುರಿಹೋಗುವಂತೆ ದೇಹವು ಸಾಯುತ್ತದೆ.

ಶಿವ ಪಾರ್ವತಿ ದೇವಿ

ಪಾರ್ವತಿ ದೇವಿ: -ಸ್ವಾಮಿ, ಶ್ರೀಕೃಷ್ಣ ಅರ್ಜುನನಿಗೆ ಏನು ವಿವರಿಸಲು ಪ್ರಯತ್ನಿಸುತ್ತಿದ್ದಾರೆ? ನಾನು ಒಂದು ವಿಷಯವನ್ನು ಗ್ರಹಿಸಲು ಸಾಧ್ಯವಿಲ್ಲ. ಮನುಷ್ಯನು ತನ್ನ ಜೀವಿತಾವಧಿಯಲ್ಲಿ ಒಂದೇ ದೇಹವನ್ನು ಪಡೆದಿದ್ದಾನೆ ಅಲ್ಲವೇ?

ದೇಹ ಹಲವಾರು ಬದಲಾವಣೆಗಳಿಗೆ ಒಳಗಾಗುತ್ತದೆಯೇ?

ಶಿವ:- ದೇವಿ, ಇದನ್ನು ವಿವರಿಸುವುದು ಬಹಳ ಸುಲಭ ವಾಸ್ತವವಾಗಿ. ನಾನು ನಿಮಗೆ ಉದಾಹರಣೆಯೊಂದಿಗೆ ವಿವರಿಸುತ್ತೇನೆ.

ಪಾರ್ವತಿ ದೇವಿ: -ಯಾರ ಉದಾಹರಣೆ?

ಶಿವ:- ಉದಾಹರಣೆಗೆ ಶ್ರೀಕೃಷ್ಣನನ್ನು ತೆಗೆದುಕೊಳ್ಳಿ. ಈ ಸಮಯದಲ್ಲಿ ಅವರು ಅರ್ಜುನನಿಗೆ ಭಗವದ್ಗೀತೆಯ ಸಲಹೆ ನೀಡುತ್ತಿದ್ದಾರೆ. ಅವರ ದೇಹವನ್ನು ನೋಡಿ. ಅದೇ ಶ್ರೀಕೃಷ್ಣನು ಪೂತನನನ್ನು ಕೊಂದಾಗ ಶಿಶುವಾಗಿದ್ದನು. ಅವನು ಶಕಟಾಸುರನನ್ನು ಗಾಳಿಯಲ್ಲಿ ತನ್ನ ಬೆರಳಿನಿಂದ ಸುತ್ತಿದಾಗ. ಶಿಶುವಿನ ಅವಸ್ಥೆಯಲ್ಲಿ ಅವರ ದೇಹ ಹೇಗಿತ್ತು? ಶ್ರೀ ಕೃಷ್ಣನು ಒಂದೇ ಆದರೆ ಅವನ ದೇಹವು ಬದಲಾವಣೆಗೆ ಒಳಗಾಗಿದೆ. ಅವನು ಬೆಣ್ಣೆಯನ್ನು ಕದ್ದು ಗುಟ್ಟಾಗಿ ತೆವಳಿದಾಗ ಅವನ ದೇಹವು ವಿಭಿನ್ನ ರಚನೆಯನ್ನು ಹೊಂದಿತ್ತು. ಅವರು ಹದಿಹರೆಯದ ಹಂತವನ್ನು ಪ್ರವೇಶಿಸಿದಾಗ ಅವರು ನಾಗ ರಾಜನ ಮೇಲೆ ನೃತ್ಯ ಮಾಡಿದರು. ಆ ಕಾಲದಲ್ಲಿ ನಾನೂ ಅವನೊಂದಿಗೆ ನೃತ್ಯದಲ್ಲಿ ಸ್ಪರ್ಧಿಸಿದ್ದೆ! ಮತ್ತು ಇಂದು, ಅವನ ದೇಹವು ಸಂಪೂರ್ಣವಾಗಿ ಬದಲಾಗಿದೆ ಎಂದು ನೀವು ನೋಡಬಹುದು.

ಶ್ರೀಕೃಷ್ಣ:- ಈ ರೀತಿಯಲ್ಲಿ ದೇಹವು ತನ್ನ ಮರಣದ ಕಡೆಗೆ ಚಲಿಸುತ್ತಿದೆ. ಪ್ರತಿ ಹಂತದಲ್ಲಿ ಮತ್ತು ಪ್ರತಿ ಸೆಕೆಂಡಿನಲ್ಲಿ. ಜ್ಞಾನಿಯು ಅಂತಹ ದೇಹದ ಸಾವಿಗೆ ಶೋಕಿಸುವುದಿಲ್ಲ. ಹೂವು ಅರಳಿದಂತೆ ನಮ್ಮ ದೇಹವೂ ಪ್ರತಿ ಹಂತದಲ್ಲೂ ಬೆಳೆಯುತ್ತದೆ. ಒಂದು ಮಗು ಯೌವನವಾಗಿ ಬೆಳೆಯುತ್ತದೆ, ನಂತರ ಕ್ಷೀಣಿಸುವ ಯೌವನವು ವೃದ್ಧಾಪ್ಯವನ್ನು ಪ್ರವೇಶಿಸುತ್ತದೆ. ಮತ್ತು ಅಂತಿಮವಾಗಿ, ಈ ಹಂತದಲ್ಲಿ ಆತ್ಮವು ದೇಹವನ್ನು ತೊರೆದಾಗ ಅದು ಸಾಯುತ್ತದೆ.

ಅರ್ಜುನ:- ಆದರೆ ಆತ್ಮ ಎಲ್ಲಿಗೆ ಹೋಗುತ್ತದೆ? ದೇಹವಿಲ್ಲದೆ ಆತ್ಮ ಹೇಗೆ ಮತ್ತು ಎಲ್ಲಿ ಅಸ್ತಿತ್ವದಲ್ಲಿದೆ?

ಶ್ರೀಕೃಷ್ಣ:- ಆತ್ಮವು ಹಳೆಯ ದೇಹವನ್ನು ತೊರೆದ ನಂತರ ಹೊಸ ದೇಹವನ್ನು ಪ್ರವೇಶಿಸುತ್ತದೆ. ಇದು ಆತ್ಮದ ರೂಪದಲ್ಲಿ ಶಿಶುವಿನ ದೇಹವನ್ನು ಪ್ರವೇಶಿಸುತ್ತದೆ. ಮತ್ತು ಚಕ್ರವು ಹೀಗೆ ಪ್ರಾರಂಭವಾಗುತ್ತದೆ. ನಾವು ಪ್ರತಿ ಹಂತವನ್ನು

ಪುನರಾವರ್ತಿಸುತ್ತೇವೆ. ಬಾಲ್ಯದ, ಯೌವನ, ವೃದ್ಧಾಪ್ಯ ಮತ್ತು ಅಂತಿಮವಾಗಿ ಸಾವು. ಇವು ದೇಹದ ಅದ್ಭುತಗಳು. ನೀನು ಸತ್ಯವನ್ನು ಅರ್ಥಮಾಡಿಕೊಂಡರೆ ನೀನು ಯಾರ ಸಾವಿಗೆ ದುಃಖಿಸುವುದಿಲ್ಲ ಅಥವಾ ನೀನು ಸಾವಿಗೆ ಹೆದರುವುದಿಲ್ಲ.

ಶಿಶುವಿನ ದೇಹದಿಂದ ವೃದ್ಧಾಪ್ಯವನ್ನು ಪ್ರವೇಶಿಸುತ್ತಾರೆ.

ಸಂಜಯ:-ಅದ್ಭುತವಾದ ಜ್ಞಾನಸಾಗರ ಶ್ರೀಕೃಷ್ಣನ ಬಾಯಿಂದ ಹರಿಯುತ್ತಿರುವಂತೆ ತೋರುತ್ತದೆ.

ಧೃತರಾಷ್ಟ್ರ:- ಮತ್ತು ಅರ್ಜುನನು ಖಂಡಿತವಾಗಿಯೂ ಈ ಸಾಗರದಲ್ಲಿ ಮುಳುಗುತ್ತಾನೆ. ಮತ್ತು ಕೃಷ್ಣನು ಅರ್ಜುನನನ್ನು ಗೊಂದಲಗೊಳಿಸುತ್ತಾನೆ.

ಸಂಜಯ: ಈ ಸಾಗರದಲ್ಲಿ ಸ್ನಾನ ಮಾಡಿದರೆ ವ್ಯಕ್ತಿಯ ಆತ್ಮವೂ ಶುದ್ಧವಾಗುತ್ತದೆ.
-ಧೃತರಾಷ್ಟ್ರ :- ಬಾಣಗಳಂತೆ ಚುಚ್ಚುವ ಕೃಷ್ಣನ ಮಾತು ಖಂಡಿತವಾಗಿಯೂ ನಿನ್ನನ್ನು ಗುರಿಯಾಗಿಸಿದೆ.

ಧೃತರಾಷ್ಟ್ರ :- ನನಗೆ ಚಿಂತೆಯಾಗಿದೆ. ಅರ್ಜುನ ಕೂಡ ಕೃಷ್ಣನ ಉಪಾಯಕ್ಕೆ ಬಲಿಯಾಗುತ್ತಾನೆ ಎಂದು ನಾನು ಭಾವಿಸುತ್ತೇನೆ. ಆದರೆ ನಮ್ಮಲ್ಲಿ ಯಾವ ಆಯ್ಕೆಯೂ ಇಲ್ಲ.

ಶ್ರೀಕೃಷ್ಣ:- ಹೇ ಅರ್ಜುನ, ನೀನು ಮತ್ತು ನಾನು ಕೇವಲ ದೇಹವಲ್ಲ, ನಾವು ಈ ದೇಹದಲ್ಲಿ ವಾಸಿಸುವ ಆತ್ಮಗಳು. ಈ ದೇಹವು ಕೇವಲ ನಮ್ಮ ರಥವಾಗಿದೆ ಮತ್ತು ನಾವು ಅದರ ಒಡೆಯರಾಗಿದ್ದೇವೆ. ಯಜಮಾನನು ತನ್ನ ರಥವನ್ನು ಕಳೆದುಕೊಂಡರೂ ಭಿದ್ರವಾಗುವುದಿಲ್ಲ. ಹಾಗೆಯೇ ದೇಹದಿಂದ ಉಂಟಾಗುವ ಆನಂದ ಮತ್ತು ದುಃಖವು ಆತ್ಮವನ್ನ ಅಸಮಾಧಾನಗೊಳಿಸುವುದಿಲ್ಲ.

ಅರ್ಜುನ:-ನಾವೇ ಆತ್ಮಗಳಾಗಿದ್ದರೆ ನಮ್ಮ ಆತ್ಮ ಏಕೆ ಕದಡುತ್ತದೆ?

ಶ್ರೀ ಕೃಷ್ಣ:- ಆತ್ಮವು ಸಂತೋಷ ಅಥವಾ ದುಃಖವನ್ನು ಅನುಭವಿಸುವುದಿಲ್ಲ. ದೇಹವು ಮಾತ್ರ ಅದನ್ನು ಅನುಭವಿಸುತ್ತದೆ.
ಅರ್ಜುನ:- ಹಾಗಾದರೆ ಆತ್ಮವು ಏನನ್ನು ಅನುಭವಿಸುತ್ತದೆ?

ಶ್ರೀ ಕೃಷ್ಣ:- ಬದಲಾಗುತ್ತಿರುವ ಭಾವನೆಗಳು, ಬದಲಾಗುತ್ತಿರುವ ಋತುಗಳು, ಇತ್ಯಾದಿ ಪ್ರಕೃತಿಯ ನಿಯಮಗಳು. ಇದೆಲ್ಲದರಿಂದ ಆತ್ಮವು ಅಚಲವಾಗಿದೆ. ಆತ್ಮವು ಶಾಶ್ವತ ದೇವರ ಭಾಗವಾಗಿದೆ. ಆದ್ದರಿಂದ, ಆತ್ಮವು ಪ್ರಕೃತಿಯ ನಿಯಂತ್ರಣವನ್ನು ಮೀರಿದೆ. ಆತ್ಮವು ಭಾವನಾತ್ಮಕವಾಗಿಲ್ಲ. ಇದು ಮಾನವ ಭಾವನೆಗಳಿಗೆ ಬದ್ಧವಾಗಿಲ್ಲ. ಆತ್ಮವು ಪ್ರಕೃತಿಯ ನಿಯಮಗಳಿಗೆ ಬದ್ಧವಾಗಿಲ್ಲ.

ಏಕೆಂದರೆ ಅದು ಪ್ರಕೃತಿಯ ನಿಯಂತ್ರಣವನ್ನು ಮೀರಿದೆ. ಜ್ವಾಲೆಯು ಬೆಂಕಿಯ ಒಂದು ಭಾಗವಾಗಿರುವಂತೆ. ಹಾಗೆಯೇ ಆತ್ಮವೂ ಭಗವಂತನ ಒಂದು ಭಾಗ. ಆದ್ದರಿಂದ ಇದು ಅಂತ್ಯವಿಲ್ಲದ, ಅನಂತ, ಶಾಶ್ವತ ಮತ್ತು ಅಮರ. ಇದು ಸ್ಥಿರ ಮತ್ತು ಶಾಶ್ವತವಾಗಿದೆ. ಹೇ ಪಾರ್ಥ, ಆಯುಧವು ಆತ್ಮಕ್ಕೆ ಹಾನಿಯನ್ನುಂಟುಮಾಡುವುದಿಲ್ಲ ಅಥವಾ ಬೆಂಕಿಯು ಅದನ್ನು ಹಾನಿಗೊಳಿಸುವುದಿಲ್ಲ. ನೀರು ಅದನ್ನು ಮುಳುಗಿಸಲು ಸಾಧ್ಯವಿಲ್ಲ, ಗಾಳಿಯು ಅದನ್ನು ಒಣಗಿಸಲು ಸಾಧ್ಯವಿಲ್ಲ. ಹೇ ಅರ್ಜುನ, ಸತ್ಯವನ್ನು ಅರ್ಥಮಾಡಿಕೊಂಡ ನಂತರ ನೀನು ದುಃಖಿಸಬಾರದು
ಯಾರೊಬ್ಬರ ಸಾವು ಅಥವಾ ಯಾರಾದರೂ ಬದುಕುಳಿದಾಗ ನಿನ್ನ ಸಂತೋಷವನ್ನು ವ್ಯಕ್ತಪಡಿಸಬಾರದು.

ಧೃತರಾಷ್ಟ್ರ:- ಇದರ ಅರ್ಥವೇನು? ಮನುಷ್ಯನು ತನ್ನ ಸಂತೋಷ ಅಥವಾ ದುಃಖದ ಭಾವನೆಗಳನ್ನು ವ್ಯಕ್ತಪಡಿಸದಿದ್ದರೆ ಹೇಗೆ ಬದುಕುತ್ತಾನೆ? ಹಾಗಾದರೆ ಮನುಷ್ಯರಿಗೂ ಕಲ್ಲಿನಿಂದ ಆವೃತವಾದ ಪ್ರತಿಮೆಗೂ ಏನು ವ್ಯತ್ಯಾಸ.

ಸಂಜಯ: , ನಾನು ಬುದ್ಧಿವಂತನಲ್ಲ. ಶ್ರೀ ಕೃಷ್ಣನ ಆಲೋಚನೆಯನ್ನು ವಿವರಿಸಲು ಸಾಕು. ಅರ್ಜುನ ಯುದ್ಧಭೂಮಿಯಲ್ಲಿ ಯಾವುದೇ ಭಾವನೆಗಳಿಗೆ ಅವಕಾಶ ನೀಡಬಾರದು ಎಂಬುದು ಅವರ ಮಾತುಗಳಿಂದ ನಾನು ಸ್ವಲ್ಪವೇ ಊಹಿಸಬಲ್ಲೆ. ಅವನು ನಿಜವಾಗಿ ಪರಿಸ್ಥಿತಿಯನ್ನು ಧೈರ್ಯದಿಂದ ಮತ್ತು ದೃಢವಾಗಿ ಎದುರಿಸಬೇಕು, ಆದ್ದರಿಂದ ಭಾವನೆಗಳು ಹೃದಯವನ್ನು ಕರಗಿಸುವುದಿಲ್ಲ ಏಕೆಂದರೆ ಅವನು ಸಾಮಾನ್ಯ ಮನುಷ್ಯನಲ್ಲ ಅವನು ಯೋಧ.

ಧೃತರಾಷ್ಟ್ರ:- ಕೃಷ್ಣನ ಗುರಿ ಅರ್ಜುನನನ್ನು ಕಲ್ಲಿನ ಹೃದಯದ ಮನುಷ್ಯನನ್ನಾಗಿ ಪರಿವರ್ತಿಸಿ, ಇದರಿಂದ ಅವನು ಕೌರವರನ್ನು ನಿರ್ದಯವಾಗಿ ಕೊಲ್ಲುತ್ತಾನೆ.

ಸಂಜಯ:- ನನ್ನನ್ನು ಕ್ಷಮಿಸು, ಮಹಾರಾಜನೇ! ಇದು ಕೃಷ್ಣನ ಏಕೈಕ ಗುರಿಯಲ್ಲ. ಮನುಷ್ಯ ತನ್ನ ಕರ್ತವ್ಯಗಳನ್ನು ಪೂರೈಸಬೇಕು ಎಂದು ಮಾತ್ರ ಹೇಳಲು ಪ್ರಯತ್ನಿಸುತ್ತಿದ್ದಾನೆ. ಸಾವನ್ನು ಲೆಕ್ಕಿಸದೆ, ಅದು ಅವನ ಹತ್ತಿರ ಅಥವಾ ಅಪರಿಚಿತರದ್ದಾಗಿರಲಿ. ಬೇರೆ ರೀತಿಯಲ್ಲಿ ಹೇಳುವುದಾದರೆ, ಒಮ್ಮೆ ಕರ್ತವ್ಯ ಪೂರೈಸುವಾಗ ಭಾವನೆಗಳಿಗೆ ಯಾವುದೇ ಕೊಠಡಿಗಳು ಇರಬಾರದು.

ಧೃತರಾಷ್ಟ್ರ: ಕೃಷ್ಣನ ತರ್ಕ ಅಭಿಪ್ರಾಯಗಳಿಗೆ ಅರ್ಜುನನು ಮನವರಿಕೆಯಾಗುವ ಮೊದಲೇ ನೀನು ಸುಲಭವಾಗಿ ಮನವರಿಕೆಯಾಗಬಹುದೆಂದು ನಾನು ಹೆದರುತ್ತೇನೆ.

ಅರ್ಜುನ: - ಹೇ ಕೃಷ್ಣ, ಆತ್ಮವು ಅಂತ್ಯವಿಲ್ಲದ ಮತ್ತು ಅಮರ ಎಂದು ನಾನು ಅರ್ಥಮಾಡಿಕೊಂಡಿದ್ದೇನೆ. ಮತ್ತು ಯಾವುದೇ ಆಯುಧಗಳು ಅಥವಾ ಬೆಂಕಿಯು ಅದಕ್ಕೆ ಯಾವುದೇ ಹಾನಿಯನ್ನುಂಟುಮಾಡುವುದಿಲ್ಲ. ಆದರೂ ಪುರುಷರು ಏಕೆ ಭಾವುಕರಾಗುತ್ತಾರೆ. ಮತ್ತು ನೋವು ಮತ್ತು ಸಂಕಟದಲ್ಲಿರುವಾಗ ಸಂತೋಷ ಅಥವಾ ದುಃಖದಲ್ಲಿರುವಾಗ ಅವನ ಭಾವನೆಗಳನ್ನು ಏಕೆ ವ್ಯಕ್ತಪಡಿಸುತ್ತಾರೆ?

ಶ್ರೀ ಕೃಷ್ಣ:- ಹೇ ಪಾರ್ಥ ನಾನು ನಿನಗೆ ಹೇಳಿದೆ ಭಾವನೆಗಳು ದೇಹದಿಂದ ವ್ಯಕ್ತವಾಗುತ್ತವೆ ಎಂದು.
ಮತ್ತು ಆತ್ಮದಿಂದ ಅಲ್ಲ.

ಅರ್ಜುನ:- ಆದರೆ ಕೇಶವ, ದೇಹವು ಗಾಯವಾದಾಗ ಅಥವಾ ಅದರ ಒಂದು ಭಾಗವನ್ನು ಕತ್ತರಿಸಿದಾಗ ಮಾತ್ರ ನೋವು ಅನುಭವಿಸುತ್ತದೆ. ಉದಾಹರಣೆಗೆ, ಮನುಷ್ಯನ ದೇಹದ ಒಂದು ಭಾಗವನ್ನು ಸುಟ್ಟರೆ, ಅದು ದೈಹಿಕ ನೋವನ್ನು ಉಂಟುಮಾಡುತ್ತದೆ. ಆದರೆ ಒಬ್ಬನನ್ನು ಅವಮಾನಿಸಿದಾಗ ಅಥವಾ ಗೌರವಿಸಿದಾಗ ದೇಹಕ್ಕೆ ಯಾವುದೇ ಹಾನಿಯಾಗುವುದಿಲ್ಲ ಅಲ್ಲವೇ? ಒಬ್ಬರು ಅವಮಾನಕ್ಕೊಳಗಾದಾಗ ಅಥವಾ ಗೌರವಿಸಲ್ಪಟ್ಟಾಗ ಈ ಭಾವನೆಗಳನ್ನು ಅನುಭವಿಸುವುದು ಆತ್ಮವೇ?

ಶ್ರೀಕೃಷ್ಣ:- ಅರ್ಜುನ ಇಲ್ಲ, ಗೌರವ, ಅವಮಾನ, ಮೆಚ್ಚುಗೆ, ನಷ್ಟ ಮತ್ತು ಲಾಭ, ಗೆಲುವಿನ ಸಂತೋಷ ಅಥವಾ ಸೋಲಿನ ದುಃಖವನ್ನು ಆತ್ಮವು ಅನುಭವಿಸುವುದಿಲ್ಲ. ಇದು ಆತ್ಮದ ಕೆಲಸವಲ್ಲ. ಇದು ನಮ್ಮ ಮನಸ್ಸು ಮಾಡುವ ಚೇಷ್ಟೆ.

ಅರ್ಜುನ್: ಏನರ್ಥ ಕೇಶವ?

ಶ್ರೀಕೃಷ್ಣ:- ಪಾರ್ಥ, ಮನಸ್ಸು ಒಂದು ಜೀವಿ ದೇಹದ ಅಜೇಯ ಭಾಗ. ಇದು ಗೋಚರಿಸುವುದಿಲ್ಲ, ಆದರೆ ಇದು ನಮ್ಮ ದೇಹದ ಬಲವಾದ ಭಾಗವಾಗಿದೆ.

ನೆನಪಿಡಿ, ಮನಸ್ಸು ದೇಹದ ಒಂದು ಭಾಗವಾಗಿದೆ. ಇದು ಆತ್ಮಕ್ಕೆ ಯಾವುದೇ ರೀತಿಯಲ್ಲಿ ಸಂಪರ್ಕ ಹೊಂದಿಲ್ಲ! ಆತ್ಮವು ರಥದ ಒಡೆಯನಾಗಿದ್ದರೆ, ಮನಸ್ಸು ಸಾರಥಿ. ಮನಸ್ಸು ಮನುಷ್ಯನನ್ನು ವಿವಿಧ ದಿಕ್ಕುಗಳಲ್ಲಿ ನಿರ್ದೇಶಿಸುತ್ತದೆ. ಇದು ತನ್ನ ಯೌವನದಲ್ಲಿ ಮನುಷ್ಯನನ್ನು ದಾರಿ ತಪ್ಪಿಸುತ್ತದೆ ಮತ್ತು ಅವನು ಅತ್ಯಂತ ಶಕ್ತಿಶಾಲಿ ಜೀವಿ ಮತ್ತು ಅವನು ಬಯಸಿದಂತೆ ಮಾಡಬಲ್ಲನು, ಅವನು ರಾಜ ಎಂದು ಭಾವಿಸುವಂತೆ ಮಾಡುತ್ತದೆ ಮತ್ತು ಆದ್ದರಿಂದ ಜನರು ಅವನ ಮುಂದೆ ನಮಸ್ಕರಿಸಲು ಮತ್ತು ಆರಾಧಿಸಲು ಒತ್ತಾಯಿಸಲ್ಪಡುತ್ತಾರೆ.

ದೀಪವು ತನ್ನ ತಳದಲ್ಲಿ ಸುತ್ತುವರಿದಿರುವ ಕತ್ತಲೆಯನ್ನು ಹೇಗೆ ನೋಡುವುದಿಲ್ಲವೋ ಅದೇ ರೀತಿಯಲ್ಲಿ ಯುವಕರು ಅದರ ಕೆಳಗೆ ಅಡಗಿರುವ ವೃದ್ಧಾಪ್ಯ ಮತ್ತು ದೌರ್ಬಲ್ಯವನ್ನು ನೋಡುವುದಿಲ್ಲ. ಆದರೆ ಯುವಕರ ಆರೋಗ್ಯ ಹದಗೆಟ್ಟಾಗ ದೀಪದ ಬತ್ತಿ ಮಸುಕಾಗುತ್ತಿದ್ದಂತೆ ಮತ್ತು ಅದರ ಕೆಳಗೆ ಕತ್ತಲೆ ಅಡಗಿಕೊಂಡಾಗ ಪುರುಷರು ಭಯದಿಂದ "ಅನಾರೋಗ್ಯವಿದೆ" "ನನಗೆ ನೋವಿನಲ್ಲಿದೆ" "ನಾನು ಸಾಯುತ್ತಿದ್ದೇನೆ, ದಯವಿಟ್ಟು ನನ್ನನ್ನು ರಕ್ಷಿಸಿ" ಎಂದು ಕಿರುಚಲು ಪ್ರಾರಂಭಿಸುತ್ತಾರೆ. ಅದು ಅಳುವಂತೆ ನಟಿಸುವ ಮನಸ್ಸು .ಹೇ ಅರ್ಜುನ ಮನಸ್ಸು ಮನುಷ್ಯನಿಗೆ ಅಹಂಕಾರವನ್ನು ತುಂಬುವ ತಂತ್ರಗಾರ. ಮನಸ್ಸಿಗೆ ಲೌಕಿಕ ವಿಷಯಗಳತ್ತ ಮನುಷ್ಯನನ್ನು ಆಕರ್ಷಿಸುವ ಶಕ್ತಿಯಿದೆ ಮತ್ತು ಅವುಗಳನ್ನು ಮನುಷ್ಯನ ಮೇಲೆ ಹೇರುತ್ತದೆ ಮತ್ತು ಕ್ರಮೇಣ ಮನುಷ್ಯನ ಮೇಲೆ ಹಿಡಿತ ಸಾಧಿಸುತ್ತದೆ. ಮನಸ್ಸು ದೇಹಕ್ಕೆ ಆಮಿಷಗಳನ್ನು ಒಡ್ಡುತ್ತದೆ ಮತ್ತು ಅದು ಅದರ ಸಂತೋಷ ಮತ್ತು ದುಃಖವನ್ನು ಸಹ ಗೌರವಿಸುತ್ತದೆ. ಇದು ಸಂತೋಷದ ಸಂದರ್ಭದಲ್ಲಿ ಸಂತೋಷದ ಹಾಡುಗಳನ್ನು ಮತ್ತು ದುಃಖದ ಕ್ಷಣಗಳಲ್ಲಿ ದುಃಖದ ಹಾಡುಗಳನ್ನು ಹಾಡುತ್ತದೆ. ತನ್ನ ದುಃಖವನ್ನು ಇತರರೊಂದಿಗೆ ಹಂಚಿಕೊಂಡಾಗ ಅದು ಆನಂದವನ್ನು ಪಡೆಯುತ್ತದೆ. ಮನಸ್ಸು ಯಾರನ್ನೂ ತನ್ನ ಬಲೆಯಿಂದ ಕೊನೆಯವರೆಗೂ ಬಿಡುವುದಿಲ್ಲ. ಮನುಷ್ಯನು ತನ್ನ ಮನಸ್ಸಿನ ಕೈಗೊಂಬೆಯಾಗಿದ್ದಾನೆ. ಮನುಷ್ಯನು ತನ್ನ ಆತ್ಮವನ್ನು ಕಂಡುಕೊಳ್ಳಲು ಮತ್ತು ಅವನೊಳಗೆ ಇರುವ ದೈವಿಕ ಜೀವಿಯನ್ನು ವಿಕಸನಗೊಳಿಸಲು ಇದು ಅನುಮತಿಸುವುದಿಲ್ಲ.

ಧೃತರಾಷ್ಟ್ರ: - ಪ್ರತಿಯೊಬ್ಬ ವ್ಯಕ್ತಿಯು ತನ್ನೊಳಗಿನ ಆತ್ಮವನ್ನು ಕಂಡುಕೊಳ್ಳಲು ಬಯಸುತ್ತಾನೆ. ನನಗೂ ಅದರ ಆಸೆ ಇದೆ. ಆದರೆ ನನ್ನ ದೈವಿಕ ಆತ್ಮವನ್ನು ಕಂಡುಹಿಡಿಯುವಲ್ಲಿ ನಾನು ಯಶಸ್ವಿಯಾಗಲಿಲ್ಲ.

ಸಂಜಯ: ನೀವು ಹೇಗೆ ಯಶಸ್ವಿಯಾಗುವಿರಿ?

ಧೃತರಾಷ್ಟ್ರ: - ನನ್ನ ಕುರುಡುತನವೇ ಕಾರಣವೇ?

ಸಂಜಯ:- ಇಲ್ಲ ಮಹಾಮಹಿಮ, ದೇವರ ದರ್ಶನ ಪಡೆಯಬೇಕಾದರೆ ದಿವ್ಯ ದರ್ಶನ ಬೇಕು. ಆದರೆ ನೀವು ನಿಮ್ಮ ಪ್ರವೃತ್ತಿಯನ್ನು ನಿಗ್ರಹಿಸಿದ್ದೀರಿ. ಹಾಗಾದರೆ ನಿಮ್ಮ ದೈವಿಕತೆಯನ್ನು ನೀವು ಹೇಗೆ ಕಂಡುಹಿಡಿಯಬಹುದು? ಗ್ರಹಿಕೆಯನ್ನು ನಿಗ್ರಹಿಸಿದವನಿಗೆ ದೇವರು ಗೋಚರಿಸುವುದಿಲ್ಲ.}

ಪಾರ್ವತಿ ದೇವಿ: - ಪ್ರಭು ಸಂಜಯ ಏನು ಹೇಳಲು ಹೊರಟಿದ್ದಾನೆ? ತನ್ನ ಮನಸ್ಸಿನಲ್ಲಿದ್ದನ್ನು ಏಕೆ ಸ್ಪಷ್ಟವಾಗಿ ಮಾತನಾಡುವುದಿಲ್ಲ?

ಶಿವ: - ದೇವಿ, ಸಂಜಯ ದೇವರನ್ನು ನಂಬುತ್ತಾನೆ. ಅವನು ಕೃಷ್ಣ ಪರಮಾತ್ಮನ ಭಕ್ತ, ಮತ್ತೊಂದೆಡೆ ರಾಜ ಧೃತರಾಷ್ಟ್ರ ಸೇವಕನೂ ಹೌದು. ಆದ್ದರಿಂದ ಅವನು ಭಕ್ತನಾಗಿ ಮತ್ತು ಸೇವಕನಾಗಿ ತನ್ನ ಕರ್ತವ್ಯಗಳನ್ನು ಏಕಕಾಲದಲ್ಲಿ ಪೂರೈಸಬೇಕು. ಅವನು ತನ್ನ ಶ್ರೀಕೃಷ್ಣನನ್ನು ಅಥವಾ ಅವನ ಒಡೆಯ ರಾಜ ಧೃತರಾಷ್ಟ್ರನನ್ನು ಅಸಮಾಧಾನಗೊಳಿಸಲಾರನು, ಅದಕ್ಕಾಗಿಯೇ ಅವನು ಸ್ಪಷ್ಟವಾಗಿ ಮಾತನಾಡುವುದಿಲ್ಲ.

ಪಾರ್ವತಿ ದೇವಿ: - ಸಂದಿಗ್ಧತೆಯ ಹೊರತಾಗಿಯೂ, ಸಂಜಯ ಸತ್ಯವನ್ನು ಜಾಣತನದಿಂದ ಮಾತನಾಡುವಲ್ಲಿ ಯಶಸ್ವಿಯಾಗಿದ್ದಾನೆ, ಕಣ್ಣುಗಳಿಗಿಂತ ದೈವಿಕ ದೃಷ್ಟಿ ಮುಖ್ಯವಾಗಿದೆ ಎಂದು ಅವರು ಸ್ಪಷ್ಟಪಡಿಸಿದ್ದಾರೆ. ಆದರೆ ರಾಜ ಧೃತರಾಷ್ಟ್ರನು ದೈಹಿಕವಾಗಿ ಮತ್ತು ಮಾನಸಿಕವಾಗಿ ಕುರುಡನಾಗಿದ್ದಾನೆ.

ಧೃತರಾಷ್ಟ್ರ: - ನಿಮ್ಮ ಅಭಿಪ್ರಾಯಗಳು ಶ್ರೀಕೃಷ್ಣನ ದೃಷ್ಟಿಕೋನಗಳಂತೆ ಗೊಂದಲಮಯವಾಗಿವೆ. ಸಂಜಯ ನನಗೇನೂ ಅರ್ಥವಾಗುತ್ತಿಲ್ಲ. ಈ ಸಮಯದಲ್ಲಿ ಕುರುಕ್ಷೇತ್ರದಲ್ಲಿ ಏನು ನಡೆಯುತ್ತಿದೆ ಎಂದು ಹೇಳಿ.

ಶ್ರೀ ಕೃಷ್ಣ: ಹೇ ಪಾರ್ಥ, ಮನುಷ್ಯ ತನ್ನ ಆತ್ಮವನ್ನು ಕಂಡುಹಿಡಿಯುವುದು ಬಹಳ ಮುಖ್ಯ. ದೈವಿಕ ಬೆಳಕು ಖಂಡಿತವಾಗಿಯೂ ಅವನಿಗೆ ಸ್ಪಷ್ಟವಾಗಿ ಗೋಚರಿಸುತ್ತದೆ. ಅದನ್ನೇ ದೇವರ ವಾಸ್ತವ ಅಸ್ತಿತ್ವ ಎಂದು ಕರೆಯಲಾಗುತ್ತದೆ.

ಅರ್ಜುನ:- ನೀವು ಹೇಳುತ್ತೀರಿ, ಒಬ್ಬರು ದೈವಿಕ ಆತ್ಮವನ್ನು ಕಂಡುಕೊಳ್ಳಲು ಪ್ರಯತ್ನಿಸಬೇಕು. ಅಂದರೆ ಆತ್ಮವನ್ನು ಕಂಡುಕೊಳ್ಳುವ ಶಕ್ತಿ ಇದೆ. ನೀವು ಯಾರನ್ನು ಉಲ್ಲೇಖಿಸುತ್ತಿದ್ದೀರಿ? ಆತ್ಮಸಾಕ್ಷಿಯನ್ನು ಯಾರು ಕಂಡುಹಿಡಿಯುತ್ತಾರೆ?

ಶ್ರೀಕೃಷ್ಣ:- ನಿನ್ನ ಮನಸ್ಸು! ಸಂಪೂರ್ಣವಾಗಿ ನಿಮ್ಮ ಮನಸ್ಸು.

ಅರ್ಜುನ:-- ಮನಸ್ಸೇ? ಆದರೆ ಮನುಷ್ಯನು ಅವನ ಮನಸ್ಸಿನ ಕೈಯಲ್ಲಿ ಗೊಂಬೆಯಾಗಿದ್ದಾನೆ ಎಂದು ನೀವು ಹೇಳಿದ್ದೀರಿ. ಹಾಗಾದರೆ ಅದು ನಮಗೆ ಆತ್ಮಸಾಕ್ಷಿಗೆ ಏಕೆ ಮಾರ್ಗದರ್ಶನ ನೀಡುತ್ತದೆ?

ಶ್ರೀ ಕೃಷ್ಣ:- ನೀನು ಸರಿಯಾದ ಪ್ರಶ್ನೆಯನ್ನು ಕೇಳಿದ್ದೀಯ ಮತ್ತು ಅದಕ್ಕೆ ಉತ್ತರ. ಮನಸ್ಸು ಮುಂದುವರಿಯುತ್ತದೆ ಎಲ್ಲಿಯವರೆಗೆ ನೀನು ನಿಯಂತ್ರಣವನ್ನು ತೆಗೆದುಕೊಳ್ಳುವುದಿಲ್ಲವೋ ಅಲ್ಲಿಯವರೆಗೆ ನಿನ್ನ ಮೇಲೆ ನಿಯಂತ್ರಣವನ್ನು ಹೊಂದಲು. ಹೇ ಪಾರ್ಥ, ಮನುಷ್ಯನ ದೇಹವು ರಥವನ್ನು ಹೋಲುತ್ತದೆ. ರಥದ ಕುದುರೆಗಳು ಕಣ್ಣು, ಮೂಗು, ಕಿವಿ , ಬಾಯಿ ಮತ್ತು ಚರ್ಮ ಮುಂತಾದ ಐದು ವಿಭಿನ್ನ ಅಂಗಗಳಾಗಿವೆ ಎಂದು ಊಹಿಸುತ್ತದೆ. ಈ ಅಂಗಗಳನ್ನು ಅಥವಾ ಕುದುರೆಯನ್ನು ಮಾರ್ಗದರ್ಶಿಸುವ ಸಾರಥಿ ಮನಸ್ಸು. ಮತ್ತು ರಥದ ಒಡೆಯ ಬೇರೆ ಯಾರೂ ಅಲ್ಲ ಆತ್ಮ. ಮನುಷ್ಯ ಲೌಕಿಕ ಸುಖಿದ ಕಡೆಗೆ ಆಕರ್ಷಿತನಾಗುತ್ತಾನೆ! ಮತ್ತು ಅವನ ಮನಸ್ಸು ಅವನನ್ನು ಈ ಸಂತೋಷಗಳ ದಿಕ್ಕಿನಲ್ಲಿ ಮಾರ್ಗದರ್ಶನ ಮಾಡುತ್ತದೆ. ಆತ್ಮಸಾಕ್ಷಿಯ ಮನಸ್ಸಿನ ಮೇಲೆ ಹಿಡಿತ ಸಾಧಿಸುವ ತನಕ ಮಾತ್ರ ಇದು ಸಾಧ್ಯ. ಅವನು ತನ್ನ ಹಿಡಿತಕ್ಕೆ ಬರುವವರೆಗೂ ಮನಸ್ಸು ಅವನನ್ನು ಲೌಕಿಕ ಆನಂದದ ಕಡೆಗೆ ಆಕರ್ಷಿಸುತ್ತಲೇ ಇರುತ್ತದೆ. ಈ ಲೌಕಿಕ ಸುಖಿಗಳು ಅವರನ್ನು ಆಕರ್ಷಿಸುತ್ತವೆ ಮತ್ತು ಮನಸ್ಸು ಅವರನ್ನು ಸಮೀಪಿಸುತ್ತದೆ. ಮನಸ್ಸು ಆತ್ಮಸಾಕ್ಷಿಯನ್ನು ನಿಲರ್ಕ್ಷಿಸುತ್ತದೆ ಮತ್ತು ವಿರುದ್ಧ ದಿಕ್ಕಿನಲ್ಲಿ ಚಲಿಸುತ್ತದೆ. ಆದರೆ ನೀನು ನಿಮ್ಮ ಮನಸ್ಸಿನ ಮೇಲೆ ಹಿಡಿತ ಸಾಧಿಸಿದರೆ ಅದು ನಿಮಗೆ ಸರಿಯಾದ ದಿಕ್ಕಿನಲ್ಲಿ ಮಾರ್ಗದರ್ಶನ ನೀಡುತ್ತದೆ ಮತ್ತು ನಿಮ್ಮ ದೈವಿಕ ಆತ್ಮವನ್ನು ಕಂಡುಹಿಡಿಯಲು ಸಹಾಯ ಮಾಡುತ್ತದೆ. ಅದಕ್ಕಾಗಿಯೇ ನಾನು ಹೇಳಿದೆ, ಒಬ್ಬರ ಮನಸ್ಸಿನ ಮೇಲೆ ಹಿಡಿತ ಸಾಧಿಸುವವನು ಮೋಕ್ಷವನ್ನು ಪಡೆಯುತ್ತಾನೆ. ಅಂದರೆ, ಮನಸ್ಸು ನಿಮ್ಮ ಯಜಮಾನನಾಗಿದ್ದರೆ ಮತ್ತು ನೀವು ಅದರ ಗುಲಾಮರಾಗಿದ್ದರೆ ಅದು ನಿಮ್ಮನ್ನು ಲೌಕಿಕ ಆನಂದದಲ್ಲಿ ಬಂಧಿಸುತ್ತದೆ. ಆದರೆ ನೀವು ನಿಮ್ಮ ಮನಸ್ಸಿನ ಮೇಲೆ ಹಿಡಿತ ಸಾಧಿಸಿದಾಗ

ಮತ್ತು ಅದರ ಯಜಮಾನರಾದಾಗ ಅದು ನಿಮಗೆ ಮೋಕ್ಷವನ್ನು ಪಡೆಯಲು ಸಹಾಯ ಮಾಡುತ್ತದೆ.

ಅರ್ಜುನ: ಹೇ ಮಧುಸೂದನ, ಒಬ್ಬನು ತನ್ನ ಮನಸ್ಸಿನ ಮೇಲೆ ಹಿಡಿತ ಸಾಧಿಸಬೇಕು ಮತ್ತು ಅದರ ಯಜಮಾನನಾಗಿರಬೇಕು ಎಂದು ಹೇಳುವುದು ತುಂಬಾ ಸರಳವಾಗಿದೆ. ಆದರೆ ಇದು ಅತ್ಯಂತ ಕಷ್ಟಕರವಾದ ಕೆಲಸ. ಮನಸ್ಸು ಗಾಳಿಯಂತೆ ಅದಮ್ಯ. ಬೀಸುವ ಗಾಳಿಯನ್ನು ನಿಯಂತ್ರಿಸುವುದು ಅಸಾಧ್ಯವಾದ ರೀತಿಯಲ್ಲಿ. ಹಾಗೆಯೇ ಮನಸ್ಸನ್ನು ಹತೋಟಿಯಲ್ಲಿಟ್ಟುಕೊಳ್ಳುವುದು ಅಸಾಧ್ಯವಾದ ಕೆಲಸ.

ಶ್ರೀಕೃಷ್ಣ:- ಹೇ ಅರ್ಜುನ, ನೀನು ಹೇಳುವುದು ನಿಜ. ಮನಸ್ಸು ಅದಮ್ಯ. ಅದರ ನಿಯಂತ್ರಣ ತೆಗೆದುಕೊಳ್ಳುವುದು ತುಂಬಾ ಕಷ್ಟ.

ಅರ್ಜುನ: ಕಷ್ಟ ಅಲ್ಲ ಜನಾರ್ದನ, ಇದು ಅಸಾಧ್ಯ.

ಶ್ರೀಕೃಷ್ಣ:- ಇಲ್ಲ ಅರ್ಜುನ, ಇದು ಕಷ್ಟವಾಗಬಹುದು, ಆದರೆ ಅಸಾಧ್ಯವಲ್ಲ.

ಅರ್ಜುನ:--ಆದರೆ ಒಂದು ವಿಧಾನ ಇದೆ ಎಂದು ಹೇಳುತ್ತೀಯಾ? ಒಬ್ಬನು ತನ್ನ ಮನಸ್ಸನ್ನು ಹತೋಟಿಯಲ್ಲಿಟ್ಟುಕೊಳ್ಳುವ ವಿಧಾನ? ಆ ವಿಧಾನ ಯಾವುದು?

ಶ್ರೀ ಕೃಷ್ಣ: - ಖಂಡಿತ. ಅಂದರೆ, ತನ್ನ ಮನಸ್ಸನ್ನು ಹತೋಟಿಯಲ್ಲಿಟ್ಟುಕೊಳ್ಳಲು ಎರಡು ಆಯುಧಗಳಿಂದ ಮನಸ್ಸಿನ ಮೇಲೆ ದಾಳಿ ಮಾಡಬೇಕಾಗುತ್ತದೆ. ಒಂದು ಆಯುಧವೆಂದರೆ ಶಿಕ್ಷಣ. ಮತ್ತು ಇನ್ನೊಂದು ಶಿಸ್ತು.

ಅರ್ಜುನ: - ಶಿಕ್ಷಣ ಮತ್ತು ಶಿಸ್ತು?

ಶ್ರೀ ಕೃಷ್ಣ: ಹೌದು ಶಿಕ್ಷಣ ಮತ್ತು ಶಿಸ್ತು. ನಿರಂತರ ಕಲಿಕೆ ಎಂದರ್ಥ. ಒಂದು ನಿರ್ದಿಷ್ಟ ವಿಷಯದ ಮೇಲೆ ನಿಮ್ಮ ಮನಸ್ಸನ್ನು ಕೇಂದ್ರೀಕರಿಸಿ, ಅದು ತಪ್ಪಿಸಿಕೊಳ್ಳಲು ಪ್ರಯತ್ನಿಸುತ್ತದೆ. ಆದರೆ ನೀವು ಅದನ್ನು ಜಯಿಸಬೇಕು. ಇದು ಈ ಕೃತ್ಯವನ್ನು ಪುನರಾವರ್ತಿಸುತ್ತದೆ. ಆದರೆ ನೀವು ಅದನ್ನು ಮತ್ತೆ ಜಯಿಸಲು ಪ್ರಯತ್ನಿಸಬೇಕು. ನೀವು ಇದನ್ನು ಹಲವಾರು ಬಾರಿ

ಪುನರಾವರ್ತಿಸಬೇಕಾಗಬಹುದು. ಒಂದು ಕುದುರೆ ಮರಿಯು ಒಂದು ಕ್ಷಣವೂ ಸ್ಥಿರವಾಗಿರದಿರುವಂತೆ, ಅದು ಪ್ರತಿ ಕ್ಷಣವೂ ನಡುಗುತ್ತಲೇ ಇರುತ್ತದೆ. ಮನಸ್ಸು ಕೂಡ ಹೊಸದಾಗಿ ಹುಟ್ಟಿದ ಕುದುರೆ ಮರಿಯಂತೆ ಸೂಕ್ಷ್ಮವಾಗಿದೆ. ಒಬ್ಬರ ಮನಸ್ಸನ್ನು ನಿಯಂತ್ರಿಸುವುದು ಕುದುರೆಯನ್ನು ಪಳಗಿಸುವಷ್ಟು ಕಷ್ಟ. ಕುದುರೆಯನ್ನು ಪಳಗಿಸಲು ಒಬ್ಬರು ಹೆಚ್ಚು ಒತ್ತಡವನ್ನು ಅನ್ವಯಿಸಿದರೆ ಅದು ಹೆಚ್ಚು ಕಷ್ಟಕರವಾಗುತ್ತದೆ. ಮತ್ತು ಬದಲಿಗೆ ಸವಾರನನ್ನು ಪದೇ ಪದೇ ತಳ್ಳುತ್ತದೆ. ಆದರೆ ಸವಾರನು ನಿರ್ಧರಿಸಿದರೆ ಅವನು ಅಂತಿಮವಾಗಿ ಆರೋಹಿಸುವಲ್ಲಿ ಯಶಸ್ವಿಯಾಗುತ್ತಾನೆ. ಕುದುರೆ. ಮತ್ತು ಕುದುರೆಯು ತನ್ನ ಯಜಮಾನನನ್ನು ಪಾಲಿಸಲು ಪ್ರಾರಂಭಿಸುತ್ತದೆ. ಹಾಗೆಯೇ ಮನಸ್ಸು ಕೂಡ ತನ್ನ ಹಿಡಿತವನ್ನು ಗಟ್ಟಿಯಾಗಿ ಹಿಡಿದಿಟ್ಟುಕೊಳ್ಳುವುದರಿಂದ ಜಯವಾಗುತ್ತದೆ. ಮತ್ತು ಅಂತಿಮವಾಗಿ ಅದು ಯಜಮಾನನ ಆದೇಶಗಳನ್ನು ಪಾಲಿಸಲು ಪ್ರಾರಂಭಿಸುತ್ತದೆ. ಇದನ್ನು ಕಲಿಕೆಯ ಅಸ್ತ್ರ ಎಂದು ಕರೆಯಲಾಗುತ್ತದೆ.

ಅರ್ಜುನ:- ಈ ರೀತಿಯಾಗಿ ಒಬ್ಬರ ಮನಸ್ಸನ್ನು ಗೆಲ್ಲಲು ಸಾಧ್ಯವಾದಾಗ ಶಿಸ್ತಿನ ಎರಡನೇ ಅಸ್ತ್ರದ ಅಗತ್ಯವೇನು?

ಶ್ರೀಕೃಷ್ಣ:- ಒಬ್ಬನ ಮನಸ್ಸನ್ನು ಶಾಶ್ವತವಾಗಿ ನಿಗ್ರಹಿಸಲು ಶಿಸ್ತು ಅತ್ಯಗತ್ಯ, ಇಲ್ಲದಿದ್ದರೆ ಅದು ಮತ್ತೊಮ್ಮೆ ದಾರಿ ತಪ್ಪಬಹುದು. ಅವನು ಹಿಂದಕ್ಕೆ ಚಲಿಸಿದರೆ ಪ್ರಾಪಂಚಿಕ ಆನಂದವು ಅವನನ್ನು ಶಾಶ್ವತವಾಗಿ ಆಕರ್ಷಿಸುತ್ತಲೇ ಇರಬಹುದು. ಪ್ರೀತಿ, ಮೋಹ ಮತ್ತು ಕಾಮ ಅವನನ್ನು ಆಕರ್ಷಿಸುತ್ತಲೇ ಇರುತ್ತದೆ. ಆದ್ದರಿಂದ, ಇವು ಕೇವಲ ಪ್ರಾಪಂಚಿಕ ಸಂತೋಷಗಳು ಮತ್ತು ಕೇವಲ ಭ್ರಮೆ ಎಂದು ಮನಸ್ಸು ಅರ್ಥಮಾಡಿಕೊಳ್ಳುವುದು ಅವಶ್ಯಕ. ಮನಸ್ಸು ಸತ್ಯಗಳನ್ನು ಅರ್ಥಮಾಡಿಕೊಂಡಾಗ, ಅದು ಯಾವುದೇ ಧ್ವನಿಗಳಿಗೆ ಸ್ಪರ್ಧಿಸುವುದಿಲ್ಲ, ವಾಸ್ತವವಾಗಿ, ಅವನು ಶಿಸ್ತನ್ನು ಬೆಳೆಸಿಕೊಳ್ಳುತ್ತಾನೆ. ಮತ್ತು ಈ ಶಿಸ್ತು ಸ್ವಯಂ ನಿಯಂತ್ರಣವನ್ನು ಅಭಿವೃದ್ಧಿಪಡಿಸುವಲ್ಲಿ ಸಹಕಾರಿಯಾಗಿದೆ.

ಪಾರ್ವತಿ ದೇವಿ: - ಸ್ವಾಮಿ, ದೇವರು ಮನುಷ್ಯನಿಗೆ ಸಂವೇದನಾ ಅಂಗಗಳನ್ನು ಈ ಉದ್ದೇಶಕ್ಕಾಗಿಯೇ ಅನುಗ್ರಹಿಸಿದ್ದಾನೆ, ಅಲ್ಲವೇ? ಆದರೆ ಶ್ರೀಕೃಷ್ಣನು ಮನುಷ್ಯನಿಗೆ ಬದಲಾಗಿ ಈ ಅಂಗಗಳನ್ನು ತ್ಯಾಗ ಮಾಡುವಂತೆ ಕೇಳುತ್ತಿದ್ದಾನೆ. ಅಂದರೆ ಮನುಷ್ಯ ಸ್ವರ್ಗೀಯ ದೇಹಗಳನ್ನು ಪೂಜಿಸುವುದನ್ನು ನಿಲ್ಲಿಸಬೇಕೇ?

ಶಿವ: - ಪ್ರಾಪಂಚಿಕ ಸುಖಗಳನ್ನು ತ್ಯಜಿಸುವುದು ಎಂದರೆ ಮನುಷ್ಯನು ತನ್ನ ಅಂಗಗಳನ್ನು ತ್ಯಾಗ ಮಾಡಬೇಕೆಂದು ಅರ್ಥವಲ್ಲ. ದೇವಿ ದೇವರು ಮನುಷ್ಯನಿಗೆ ಸಂವೇದನಾ ಅಂಗಗಳನ್ನು ಅನುಗ್ರಹಿಸಿದ್ದಾನೆ. ಅದು ಮೂಗು, ಕಿವಿ, ಕಣ್ಣು, ಚರ್ಮ ಮತ್ತು ನಾಲಿಗೆ ಈ ಉದ್ದೇಶಕ್ಕಾಗಿ, ಇದರಿಂದ ಅವನು ಅವರ ಸಹಾಯದಿಂದ ಜೀವನವನ್ನು ಆನಂದಿಸುತ್ತಾನೆ ಮತ್ತು ಅವನ ಸುತ್ತಮುತ್ತಲಿನಲ್ಲೂ ಸಂತೋಷವನ್ನು ಹರಡುತ್ತಾನೆ. ದೇವರು ಪ್ರಕೃತಿಯನ್ನು ವಿವಿಧ ಬಣ್ಣಗಳು, ಆಕಾರಗಳು, ಸಂಗೀತ, ಸ್ಪರ್ಶ ಮತ್ತು ವಿವಿಧ ಸುಗಂಧದಿಂದ ತುಂಬಿದ್ದಾನೆ, ಇದರಿಂದ ಮನುಷ್ಯನ ಜೀವನವು ಶಾಂತಿಯಿಂದ ತುಂಬಿರುತ್ತದೆ. ಆದ್ದರಿಂದ ಮನುಷ್ಯ ಪ್ರಕೃತಿಯನ್ನು ವೀಕ್ಷಿಸಬೇಕು ಮತ್ತು ಅದರ ಸೌಂದರ್ಯವನ್ನು ಅನುಭವಿಸಬೇಕು.ಅವನು ಹೂವುಗಳನ್ನು ನೋಡಬೇಕು ಮತ್ತು ನಕ್ಷತ್ರಗಳನ್ನು ಮೆಚ್ಚಬೇಕು ಮತ್ತು ಚಂದ್ರನನ್ನು ಸಹ ಅವನು ವರ್ಣರಂಜಿತವಾಗಿ ನೋಡಬೇಕು. ಪಕ್ಷಿಗಳು ಮತ್ತು ಅವುಗಳ ಸುಮಧುರ ಮತ್ತು ಅದ್ಭುತವಾದ ರಾಗಗಳನ್ನು ಆನಂದಿಸಬೇಕು. ಅವನು ಕೋಗಿಲೆಯ ಮಾಧುರ್ಯ ಮತ್ತು ಹರಿಯುವ ತೊರೆಯ ಸಂಗೀತದ ಶಬ್ದಗಳನ್ನು ಕೇಳಬೇಕು. ಮೊಗ್ರ, ಲಿಲ್ಲಿ, ಕಸ್ತೂರಿ ಮತ್ತು ತಾಯಿಯು ತನ್ನ ಮಗುವನ್ನು ಚುಂಬಿಸುವಾಗ ಮತ್ತು ಮುದ್ದಿಸುವಾಗ ಸಂತೋಷವನ್ನು ಅನುಭವಿಸುವಂತೆಯೇ. ಮೊದಲ ಮಳೆಯ ಸಮಯದಲ್ಲಿ ಅವನು ಮಣ್ಣಿನ ಪರಿಮಳವನ್ನು ಆನಂದಿಸಬೇಕು .ಅಂತೆಯೇ, ಮನುಷ್ಯನು ಪ್ರಕೃತಿಯಲ್ಲಿ ವಿಭಿನ್ನ ವಿಷಯಗಳನ್ನು ಅನುಭವಿಸಬೇಕು. ಮತ್ತು ಪ್ರಕೃತಿಯ ಸೃಷ್ಟಿಕರ್ತನಾದ ಭಗವಂತನನ್ನು ಸ್ತುತಿಸಬೇಕು. ಅದೇನೇ ಇದ್ದರೂ ಅವನು ಈ ಲೌಕಿಕ ಸುಖಗಳ ಬಗ್ಗೆ ಮೋಹವನ್ನು ಬೆಳೆಸಿಕೊಳ್ಳಬಾರದು. ಒಬ್ಬ ತಪಸ್ವಿಯು ಅದನ್ನು ಆನಂದಿಸುವಂತೆ ಅವನು ಅವುಗಳನ್ನು ಆನಂದಿಸಬೇಕು. ಅವನು ತಪಸ್ವಿಯಾಗಿ ಪ್ರಕೃತಿಯ ವಿವಿಧ ರೂಪಗಳನ್ನು ಆನಂದಿಸಬೇಕು ಮತ್ತು ಯಾವುದೇ ಸಾಮಾನ್ಯ ಮನುಷ್ಯನಲ್ಲ. ಮತ್ತು ಪ್ರಕ್ರಿಯೆಯಲ್ಲಿ, ನೀವು ಅವನ ಮನಸ್ಸಿನ ಮೇಲೆ ನಿಯಂತ್ರಣವನ್ನು ಬಿಟ್ಟುಕೊಡಬಾರದು. ಭಗವಾನ್ ಕೃಷ್ಣನು ತನ್ನ ಆಸೆಗಳನ್ನು ತ್ಯಾಗ ಮಾಡುವ ಬಗ್ಗೆ ಮಾತನಾಡುತ್ತಿಲ್ಲ, ಆದರೆ ಈ ಆಸೆಗಳ ಕೆಳಗೆ ಇರುವ ಭ್ರಮೆಗಳ ಬಗ್ಗೆ ಮಾತನಾಡುತ್ತಿದ್ದಾನೆ.

ಅರ್ಜುನ: ಹೇ ಕೇಶವ, ವಾಸ್ತವದಲ್ಲಿ ಜಗತ್ತು ಮಿಥ್ಯ ಎಂದು ಜೀವಿಗಳಿಗೆ ಮನವರಿಕೆಯಾದಾಗ ಮಾತ್ರ ಸ್ವಯಂ ನಿಯಂತ್ರಣವನ್ನು ಬೆಳೆಸಿಕೊಳ್ಳುವುದು ಸಾಧ್ಯ ಆದರೆ ನೀವು ಅದನ್ನು ಮರೆಮಾಚಿದ್ದರಿಂದ ಅದು ನಿಜವೆಂದು ತೋರುತ್ತದೆ. ಅವನು ಸತ್ಯವನ್ನು ಕಲಿತಾಗ ಮಾತ್ರ ಅವನು ಶಿಸ್ತನ್ನು

ಬೆಳೆಸಿಕೊಳ್ಳಬಹುದು.

ಶ್ರೀಕೃಷ್ಣ:- ಖಂಡಿತ! ಜ್ಞಾನವು ಮನುಷ್ಯನನ್ನು ಪ್ರಬುದ್ಧ ಮಾಡುತ್ತದೆ.ನಾನು ಈ ಜ್ಞಾನವನ್ನು ನಿಮಗೆ ಆಮದು ಮಾಡಿಕೊಳ್ಳುತ್ತಿದ್ದೇನೆ.

ಅರ್ಜುನ: ನೀನು ನನಗೆ ಜ್ಞಾನವನ್ನು ಆಮದು ಮಾಡಿಕೊಂಡಿದ್ದೀರಿ. ಆದರೆ ನನ್ನ ಮನಸ್ಸು ಅದನ್ನು ಒಪ್ಪಿಕೊಳ್ಳಲು ಏಕೆ ನಿರಾಕರಿಸುತ್ತಿದೆ?.

ಶ್ರೀಕೃಷ್ಣ:- ಏಕೆಂದರೆ ನೀನು ಆಸೆಗಳನ್ನು ಮತ್ತು ಮಿಥ್ಯೆಗಳನ್ನು ತೊಡೆದುಹಾಕಲಿಲ್ಲ. ನಾನು ನೀಡಿದ ಜ್ಞಾನವನ್ನು ನೀನು ಗ್ರಹಿಸದ ಕಾರಣ ಇದು. ಹಾಗಾಗಿ ದೇಹ ಮರ್ತ್ಯ ಆತ್ಮ ಅಮರ ಎಂದು ನಾನು ನಿನಗೆ ವಿವರಿಸುತ್ತಿದ್ದೇನೆ. ಆದ್ದರಿಂದ ನೀನು ಭಾವನೆಗಳು ಮತ್ತು ಅವರ ಸಾವಿನ ದುಃಖವನ್ನು ನಿಲ್ಲಿಸಿ ನೀನು ನಿನ್ನ ಮನಸ್ಸು ಸತ್ಯವನ್ನು ಒಪ್ಪಿಕೊಳ್ಳಲು ಒಪ್ಪುವುದಿಲ್ಲ ಅದನ್ನು ತ್ಯಜಿಸಬೇಕು.

ಅರ್ಜುನ: -- ನೀವು ಹೇಳಿದ್ದು ಸಂಪೂರ್ಣವಾಗಿ ಸರಿ, ಕೇಶವ! ನಾನು ಸತ್ಯವನ್ನು ಅರ್ಥಮಾಡಿಕೊಂಡಿದ್ದೇನೆ, ಆದರೆ ನನ್ನ ಮನಸ್ಸು ಅದನ್ನು ಗ್ರಹಿಸುತ್ತಿಲ್ಲ. ಇದಕ್ಕೆ ಕಾರಣವೇನು?

ಶ್ರೀಕೃಷ್ಣ: - ಭಾವನೆಗಳ ಬಳ್ಳಿಯೇ ಕಾರಣ. ನಿಮ್ಮ ಮನಸ್ಸನ್ನು ಸುತ್ತುವರಿದಿದೆ.

ಅರ್ಜುನ್: - ಯಾವ ಬಳ್ಳಿ?

ಶ್ರೀಕೃಷ್ಣ:- ಸಂಬಂಧದ ಬಳ್ಳಿ. ಒಮ್ಮೆ ಸಹೋದರನ ಕಡೆಗೆ, ಒಮ್ಮೆ ತಾಯಿಯ ಚಿಕ್ಕಪ್ಪನ ಕಡೆಗೆ, ಒಮ್ಮೆ ಸೋದರಸಂಬಂಧಿ ಅಥವಾ ಅಜ್ಜಿಯ ಕಡೆಗೆ ವಾತ್ಸಲ್ಯ.

ಅರ್ಜುನ: ನೀನು ಹೇಳಿದ್ದು ಸರಿ, ನನ್ನ ಹತ್ತಿರ ಮತ್ತು ಆತ್ಮೀಯರ ಮೇಲಿನ ನನ್ನ ಪ್ರೀತಿಯಿಂದ ನಾನು ಬದ್ಧನಾಗಿದ್ದೇನೆ. ಆದರೆ ನಾನು ಅದರಿಂದ ಹೇಗೆ ಮುಕ್ತನಾಗುತ್ತೇನೆ? ಈ ದೇಹಗಳು ಸಾವಿಗೆ ಒಳಗಾಗುತ್ತವೆ ಎಂದು ನಾನು ಒಪ್ಪುತ್ತೇನೆ. ಆದರೆ ಅವರೊಂದಿಗಿನ ನನ್ನ ಸಂಬಂಧವು ಅಲ್ಪಕಾಲಿಕವಾಗಿಲ್ಲ, ಅಲ್ಲವೇ? ನಾನು ಶಾಶ್ವತವಾಗಿ ಉಳಿಯುತ್ತೇನೆ! ಭೀಷ್ಮ ನನ್ನ ದೊಡ್ಡಪ್ಪ. ಅಭಿಮನ್ಯು ನನ್ನ ಮಗ. ಪರಾಕ್ರಮಿ ಭೀಮ ನನ್ನ ಸ್ವಂತ ಸಹೋದರ. ಈ

ಸಂಬಂಧ ನಿಜ. ಅವರ ದೇಹಗಳು ನಿರ್ಗಮಿಸಬಹುದು, ಆದರೆ ಅವರೊಂದಿಗಿನ ನನ್ನ ಸಂಬಂಧವು ಆಗುವುದಿಲ್ಲ. ನನ್ನ ತಂದೆ ರಾಜ ಪಾಂಡುವಿನ ದೇಹವು ಇನ್ನು ಅಸ್ತಿತ್ವದಲ್ಲಿಲ್ಲ. ಆದರೆ ನನ್ನ ತಂದೆಯನ್ನು ಈಗಲೂ ರಾಜ ಪಾಂಡು ಎಂದೇ ಕರೆಯುತ್ತಾರೆ. ತಂದೆ-ಮಗನ ಪವಿತ್ರ ಬಾಂಧವ್ಯ ಎಂದಿಗೂ ಕೊನೆಗೊಳ್ಳುವುದಿಲ್ಲ ಅಲ್ಲವೇ? ಹಾಗಾದರೆ ನನ್ನ ಹತ್ತಿರ ಮತ್ತು ಆತ್ಮೀಯರ ಮೇಲೆ ನಾನು ಹೇಗೆ ದಾಳಿ ಮಾಡಬಹುದು? ದೇಹವನ್ನು ನಿರ್ಲಕ್ಷಿಸಬಹುದು, ಆದರೆ ನಾನು ಹೇಗೆ ಗುರಿಪಡಿಸುತ್ತೇನೆ? ನನ್ನ ಅಜ್ಜನೊಂದಿಗೆ ನಾನು ಹಂಚಿಕೊಳ್ಳುವ ಬಾಂಧವ್ಯ? ನನ್ನ ಪ್ರೀತಿಯ ಸಹೋದರರನ್ನು ನಾನು ಕತ್ತಿಯಿಂದ ಹೇಗೆ ಕೊನೆಗೊಳಿಸಬಹುದು?

ಶ್ರೀಕೃಷ್ಣ:- ಈ ಜನ್ಮದಲ್ಲಿ ಮಾತ್ರ ಈ ಸಂಬಂಧಗಳು ಮತ್ತು ಬಂಧಗಳು ಹೊರಹೊಮ್ಮಿವೆ. ಈ ಸಂಬಂಧಗಳು ಹಿಂದಿನ ಜನ್ಮದಲ್ಲಿಯೂ ಇರಲಿಲ್ಲ ಅಥವಾ ಭವಿಷ್ಯದ ಜನ್ಮದಲ್ಲಿ ಅಸ್ತಿತ್ವದಲ್ಲಿವುರುದಿಲ್ಲ. ನಿಮ್ಮ ಹಿಂದಿನ ಕಾಲದಲ್ಲಿ ಸಹೋದರ, ಮಗ, ಅಜ್ಜ
ಚಿಕ್ಕಪ್ಪ ಎಲ್ಲಿದ್ದರು ಈಗ , ಪ್ರಶ್ನೆಗಳಿಗೆ ಉತ್ತರವೇನಾದರೂ ಇದೆಯಾ?

ಅರ್ಜುನ: ಇಲ್ಲ ಕೇಶವ.

ಶ್ರೀಕೃಷ್ಣ:- ಅದಕ್ಕಾಗಿಯೇ ನಾನು ಹೇಳುತ್ತೇನೆ ದೇಹವು ತಾತ್ಕಾಲಿಕ ಮತ್ತು ಸಂಬಂಧಗಳು ಕೇವಲ ದೈಹಿಕ ಸಂಬಂಧಗಳು .
ನೀನು ಇನ್ನೂ ಪ್ರಸ್ತುತ ಜನ್ಮದಲ್ಲಿ ಜೀವಿಸುತ್ತಿರುವುದರಿಂದ ಈ ಸಂಬಂಧವು ಕೇವಲ ವಾಸ್ತವ ಅಸ್ತಿತ್ವವನ್ನು ಹೊಂದಿದೆ. ಆದರೆ ನಿನ್ನ ತಂದೆಗೆ ಸಂಬಂಧಿಸಿದಂತೆ ಈ ಸಂಬಂಧವು ಕೊನೆಗೊಂಡಿದೆ. ನಿನ್ನ ತಂದೆಯನ್ನು ಮರೆತುಬಿಡು, ನಿನ್ನ ಬಗ್ಗೆ ಮಾತನಾಡು. ನಿನ್ನ ಹಿಂದಿನ ಜನ್ಮದಲ್ಲಿ ನೀನು ಯಾವಾಗ ಸಾಯುತ್ತೀರಿ. ನಿನ್ನ ಎಲ್ಲಾ ಸಂಬಂಧಿಕರು ಮತ್ತು ಹತ್ತಿರದವರು ಮತ್ತು ಆತ್ಮೀಯರು ಕಣ್ಣೀರು ಹಾಕುತ್ತಾರೆ. ನಿನ್ನ ಹೆಂಡತಿ ಮಕ್ಕಳು ಕೊರಗುತ್ತಿದ್ದರು. ಆದರೆ ಈ ಹಿಂದೆ ನಿನ್ನ ಸಾವಿಗೆ ಯಾರು ದುಃಖಿಸುತ್ತಿದ್ದರು ಎಂಬುದು ನಿನಗೆ ನೆನಪಿಲ್ಲ. ನೀನು ಇಂದು ಅವರ ಅಥವಾ ಅವರ ಕಣ್ಣೀರಿಗೆ ಬೆಲೆ ಕೊಡುವುದಿಲ್ಲ. ಹಾಗಾಗಿ ಯಾರೊಬ್ಬರ ಸಾವಿಗೆ ಶೋಕಿಸಬೇಡ ಅಥವಾ ಸಂಬಂಧ ಕಡಿದುಹೋಗಿದೆ ಎಂದು ವಿಷಾದಿಸಬೇಡ ಎಂದು ನಾನು ನಿನಗೆ ವಿವರಿಸುತ್ತೇನೆ. ನನ್ನ ಶಕ್ತಿಗಳು ಎಷ್ಟು ಜನಪ್ರಿಯವಾಗಿವೆ ಎಂದರೆ ನಿನ್ನಸಾವಿನ ಬಗ್ಗೆ ದುಃಖಿಸುತ್ತಾರೆ ಮತ್ತು ನಿನ್ನನಿರ್ಗಮನದ ಬಗ್ಗೆ ದುಃಖಿಸುತ್ತಾರೆ ಎಂದು ನೀವು

ಭಾವಿಸುವಿರಿ, ಅದು ಮಿಥ್ಯೆವಾಗಿದೆ. ಮತ್ತು ನನ್ನ ಪ್ರಭಾವದ ಅಡಿಯಲ್ಲಿ, ಯಾವುದೇ ಸಮಯದಲ್ಲಿ ಅವರು ನಗುತ್ತಿರುವುದನ್ನು ನೀನು ಕಾಣಬಹುದು. ನೀನು ಸತ್ತರೆ ಒಬ್ಬ ಸ್ನೇಹಿತ ಅಳುವುದು ಕೇವಲ 4 ದಿನಗಳು. ಒಬ್ಬ ಸಹೋದರ ಕೇವಲ 10 ದಿನಗಳವರೆಗೆ ಅಳುತ್ತಾನೆ. ಹೆಂಡತಿ ಹೆಚ್ಚು ಕಾಲ ಅಳುತ್ತಾಳೆ. ಆದರೆ ತಾಯಿ ಹೆಚ್ಚು ಅಳುತ್ತಾಳೆ. ಆದರೆ ಅವರ ಕಣ್ಣೀರು ಕ್ರಮೇಣ ಒಣಗುತ್ತದೆ. ಮತ್ತು ಹೊಸ ಕನಸುಗಳು ಮತ್ತೆ ಅವರ ದೃಷ್ಟಿಯಲ್ಲಿ ಪ್ರಕಾಶಮಾನವಾಗಿ ಹೊಳೆಯಲು ಪ್ರಾರಂಭಿಸುತ್ತವೆ. ಹೇ ಅರ್ಜುನ! ನಿನ್ನ ಹಿಂದಿನ ಜನ್ಮದಲ್ಲಿ ನಿನ್ನ ಸಾವಿಗೆ ಯಾರು ಶೋಕಿಸಿದರು ಎಂದು ಹೇಳಬಲ್ಲಿರಾ?

ಅರ್ಜುನ:- ಇಲ್ಲ ಕೇಶವ. ಇದನ್ನು ನಾನು ನಿಮಗೆ ಹೇಗೆ ಹೇಳಲಿ? ನನ್ನ ಸಂಬಂಧಿಕರು ಯಾರೆಂದು ನನಗೆ ನೆನಪಿಲ್ಲ.

ಶ್ರೀಕೃಷ್ಣ:- ನಿಮ್ಮ ಹಿಂದಿನ ಜನ್ಮವನ್ನು ನೀವು ಹೇಗೆ ಮರೆತಿರುವಿರೋ ಹಾಗೆಯೇ ನಿಮ್ಮ ಈಗಿನ ಜನ್ಮವನ್ನೂ ನೀವು ಮರೆತುಬಿಡುತ್ತೀರಿ. ನಿಮ್ಮ ಮುಂದಿನ ಜನ್ಮದಲ್ಲಿ ಈ ಜನ್ಮಕ್ಕೆ ಯಾವುದೇ ಅರ್ಥವಿಲ್ಲ. ನೀವು ಇಂದು ಅಭಿಮನ್ಯುವನ್ನು ನಿಮ್ಮ ಮಗನೆಂದು ಪರಿಗಣಿಸುತ್ತೀರಿ. ಆದರೆ ಹಿಂದಿನ ಜನ್ಮದಲ್ಲಿ ಅವರು ನಿಮ್ಮ ತಂದೆಯಾಗಿರಬಹುದು. ನಿಮ್ಮ ಮುಂದಿನ ಜನ್ಮದಲ್ಲಿ ಅವರು ನಿಮ್ಮ ಶತ್ರುವಾಗಿ ಬದಲಾಗುವ ಸಾಧ್ಯತೆಯಿದೆ. ನಿಮ್ಮ ಸಂಬಂಧಿಕರು ಅಥವಾ ನಿಮ್ಮ ಗೌರವಕ್ಕೆ ಅರ್ಹರು ಎಂದು ನೀವು ಪರಿಗಣಿಸುತ್ತೀರಿ ಮತ್ತು ಆದ್ದರಿಂದ ಅವರನ್ನು ಕೊಲ್ಲಲು ಹಿಂಜರಿಯುತ್ತಾರೆ. ನಿಮ್ಮ ಹಿಂದಿನ ಜನ್ಮಗಳಲ್ಲಿ ಅವರಲ್ಲಿ ಒಬ್ಬರು ನಿಮ್ಮನ್ನು ಕೊಂದಿರುವ ಸಾಧ್ಯತೆಯಿದೆ. ಅವರ ಮುಂದಿನ ಜನ್ಮದಲ್ಲಿ ನೀವು ಅವರನ್ನು ಕೊಲ್ಲುವ ಸಾಧ್ಯತೆಯೂ ಇದೆ. ಹೇ ಅರ್ಜುನ, ಈ ಸಂಬಂಧಗಳು ಮನುಷ್ಯನ ಹುಟ್ಟಿನಿಂದ ಮತ್ತು ಅವನ ಸಾವಿನೊಂದಿಗೆ ಹೊರಹೊಮ್ಮುತ್ತವೆ. ಆದ್ದರಿಂದ ನೀವು ಅವರಿಂದ ನಿಮ್ಮನ್ನು ಮುಕ್ತಗೊಳಿಸಬೇಕು. ಆತ್ಮವು ಅಮರವಾಗಿದೆ. ಈ ಅಮರ ಸತ್ಯವನ್ನು ಗುರುತಿಸಿ. ಸಂಬಂಧಗಳು ಎಂದಿಗೂ ಸ್ಥಿರವಾಗಿರುವುದಿಲ್ಲ.

ಧೃತರಾಷ್ಟ್ರ:-- ಈ ರೀತಿಯ ಜನರು ಕುಟುಂಬದಲ್ಲಿ ಒಡಕಿಗೆ ಕಾರಣರಾಗಿದ್ದಾರೆ. ಅವರು ಸಹೋದರರನ್ನು ಒಬ್ಬರನ್ನೊಬ್ಬರು ಬೇರ್ಪಡಿಸುತ್ತಾರೆ ಮತ್ತು ಇಡೀ ಕುಟುಂಬದಲ್ಲಿ ದ್ವೇಷದ ಬೀಜಗಳನ್ನು ಬಿತ್ತುತ್ತಾರೆ. ಕೃಷ್ಣನು ಅರ್ಜುನನನ್ನು ವಂಚನೆಯಿಂದ ಒಪ್ಪಿಸುತ್ತಿದ್ದಾನೆ ಎಂದು ನಾನು ಭಾವಿಸುತ್ತೇನೆ.

ಸಂಜಯ: - ಮನುಷ್ಯ ಸತ್ಯವನ್ನು ತಕ್ಷಣ ಒಪ್ಪಿಕೊಳ್ಳಬೇಕು. ಶ್ರೀಕೃಷ್ಣನ

ಮಾತುಗಳು ಸತ್ಯವೂ ಹೌದು. ಅದಕ್ಕಾಗಿಯೇ ಅವರು ಎಲ್ಲರಿಗೂ ಮನವಿ ಮಾಡುತ್ತಾರೆ.

ಧೃತರಾಷ್ಟ್ರ:- ಶ್ರೀಕೃಷ್ಣನ ಮಾತುಗಳು ನನ್ನ ಹೃದಯವನ್ನು ಚುಚ್ಚುತ್ತವೆ. ಈ ಯುದ್ಧದಲ್ಲಿ ಕೃಷ್ಣನು ಆಯುಧಗಳನ್ನು ಪ್ರಯೋಗಿಸುವುದಿಲ್ಲ ಎಂದು ನನಗೆ ಸಂತೋಷವಾಯಿತು. ಆದರೆ ಅವನು ಹೊಂದಿರುವ ಅತ್ಯಂತ ಕ್ರೂರ ಆಯುಧ ಅವನ ನಾಲಿಗೆ ಎಂದು ನಾನು ಅರಿತುಕೊಂಡೆ. ಮತ್ತು ಅವನು ಈ ಅಸ್ತ್ರವನ್ನು ಚೆನ್ನಾಗಿ ಬಳಸುತ್ತಿದ್ದಾನೆ. ಮತ್ತು ನಾವೆಲ್ಲರೂ ಅಸಹಾಯಕರು. ಅವನ ತಂತ್ರ ಏನು ಎಂದು ಹೇಳು.

ಶ್ರೀಕೃಷ್ಣ: - ಹೇ ಅರ್ಜುನ, ನೀನಿನ್ನೂ ಬೇಡವಾದ ಸಂಬಂಧಕ್ಕೆ ಲಗತ್ತಿಸಬೇಡ ಅಥವಾ ಅವರ ಸಾವಿಗೆ ಶೋಕಿಸಬೇಡ.

ಇದು ಮೋಕ್ಷದ ಮಾರ್ಗವಾಗಿದೆ. ಮನುಷ್ಯ ತಪಸ್ವಿಯಂತೆ ಒಂದೇ ಸಾಲಿನಲ್ಲಿರಬೇಕು. ಸಂಬಂಧಗಳು ಮತ್ತು ಬಂಧಗಳು ಕೇವಲ ಆಸೆಗಳನ್ನು ಹುಟ್ಟುಹಾಕುತ್ತವೆ. ಮತ್ತು ದುರಾಸೆಯ ಮನುಷ್ಯನು ಮುಳುಗುತ್ತಿರುವಾಗಲೂ ಸಂಪತ್ತಿನ ಚೀಲವನ್ನು ಗಟ್ಟಿಯಾಗಿ ಹಿಡಿದಿಟ್ಟುಕೊಳ್ಳುವಂತೆ ಬಯಕೆಗಳು ಸಂಬಂಧವನ್ನು ಗಟ್ಟಿಯಾಗಿ ಹಿಡಿದಿಟ್ಟುಕೊಳ್ಳುತ್ತವೆ. ಮತ್ತು ಅಂತಿಮವಾಗಿ ಅವನು ಚೀಲದ ಭಾರವನ್ನು ಹೊರಲು ಸಾಧ್ಯವಾಗದಿದ್ದಾಗ ಮುಳುಗುತ್ತಾನೆ. ಆದ್ದರಿಂದ ನೀವು ಸ್ವಯಂ ನಿಯಂತ್ರಣದ ಅಭ್ಯಾಸವನ್ನು ಬೆಳೆಸಿಕೊಳ್ಳಬೇಕು. ಈ ಭ್ರಮೆಯ ಸಂಬಂಧದಿಂದ ನಿಮ್ಮನ್ನು ದೂರವಿಡಿ. ಮತ್ತು ನಿಮ್ಮ ಕರ್ತವ್ಯಗಳು ಮತ್ತು ನಿಮ್ಮ ಜವಾಬ್ದಾರಿಗಳ ಮೇಲೆ ಮಾತ್ರ ಗಮನಹರಿಸಿ ಮತ್ತು ಅದರಂತೆ ವರ್ತಿಸಿ.

ಪಾರ್ವತಿ ದೇವಿ: - ಒಂದೆಡೆ, ಶ್ರೀಕೃಷ್ಣನು ಅರ್ಜುನನಿಗೆ ಸಂಬಂಧವನ್ನು ಅರ್ಥಹೀನವೆಂದು ವಿವರಿಸಲು ಪ್ರಯತ್ನಿಸುತ್ತಿದ್ದಾನೆ. ಆದ್ದರಿಂದ ಅವನು ಅವರನ್ನು ತ್ಯಜಿಸಬೇಕು ಮತ್ತು ಈ ಬಂಧದಿಂದ ಮುಕ್ತನಾಗಬೇಕು. ಮತ್ತೊಂದೆಡೆ ಅವನು ಅರ್ಜುನನನ್ನು ಯುದ್ಧ ಮಾಡಲು ಪ್ರೇರೇಪಿಸುತ್ತಾನೆ. ಅವನು ತನ್ನ ಹತ್ತಿರದ ಮತ್ತು ಆತ್ಮೀಯರನ್ನು ಆಕ್ರಮಣ ಮಾಡಲು ಅರ್ಜುನನನ್ನು ಕೇಳುತ್ತಾನೆ. ಅವರನ್ನು ಸಂಹರಿಸುವಂತೆ ಕೇಳಿಕೊಳ್ಳುತ್ತಾನೆ.

ಶಿವ:- ದೇವಿ, ಶ್ರೀಕೃಷ್ಣನ ಸಲಹೆ ಅರ್ಜುನನಿಗೆ ಹೇಳಿದ್ದು ಸರಿ. ಅದರಲ್ಲಿ ಯಾವುದೇ ಸಂಶಯವಿಲ್ಲ.

ಪಾರ್ವತಿ ದೇವಿ:- ಸ್ವಾಮಿ, ಯುದ್ಧದಲ್ಲಿ ಹೋರಾಡುವುದು ಮತ್ತು ಶತ್ರುಗಳನ್ನು ಸೋಲಿಸುವುದು ಯೋಧರ ಕೆಲಸ. ಮತ್ತು ತಪಸ್ವಿಯದ್ದಲ್ಲ. ಆದರೆ ಶ್ರೀಕೃಷ್ಣನು ಅರ್ಜುನನಿಗೆ ತನ್ನ ಆಸೆಗಳನ್ನು ತೊರೆದು ಯುದ್ಧ ಮಾಡುವಂತೆ ಸಲಹೆ ನೀಡುತ್ತಾನೆ. ಒಬ್ಬ ವ್ಯಕ್ತಿ ಏಕಕಾಲದಲ್ಲಿ ತಪಸ್ವಿ ಮತ್ತು ಯೋಧನ ಪಾತ್ರವನ್ನು ನಿರ್ವಹಿಸಲು ಹೇಗೆ ಸಾಧ್ಯ? ಅವರು ಇಬ್ಬರು ವಿರೋಧಾತ್ಮಕ ದೃಷ್ಟಿಕೋನಗಳು, ಅಲ್ಲವೇ? ಜಗತ್ತನ್ನು ತ್ಯಜಿಸಿದವನು ಏಕೆ ಯುದ್ಧ ಮಾಡಬೇಕು? ಮತ್ತು ಯುದ್ಧದಲ್ಲಿ ಹೋರಾಡುತ್ತಿದ್ದರೆ ಅವನು ತಪಸ್ವಿಯಾಗಲು ಸಾಧ್ಯವಿಲ್ಲ.

ಶಿವ:- ಇಲ್ಲ ದೇವಿ, ಶ್ರೀಕೃಷ್ಣ ಅರ್ಜುನನಿಗೆ ಸಲಹೆ ನೀಡಿದು ಜಗತ್ತನ್ನು ತ್ಯಜಿಸುವಂತೆ ಅಲ್ಲ.
ಅವನು ಮಾನಸಿಕವಾಗಿ ಮಾತ್ರ ಜಗತ್ತನ್ನು ತ್ಯಜಿಸುವಂತೆ ಕೇಳಿಕೊಳ್ಳುತ್ತಾನೆ.
ಪಾರ್ವತಿ ದೇವಿ:- ತನ್ನ ಆಸೆಗಳನ್ನು ತ್ಯಜಿಸಲು ಹೇಳುವುದರ ಅರ್ಥವೇನು?

ಶಿವ: - ದೇವಿ, ಕೃಷ್ಣ ಪರಮಾತ್ಮನು ತ್ಯಾಗವನ್ನು ಒಲವು ತೋರುವುದಿಲ್ಲ. ಅವನು ಬಯಸುವುದು ಮನುಷ್ಯನು ತನ್ನ ಕ್ರಿಯೆಗಳ ಪ್ರಯೋಜನ ಮತ್ತು ಅಪ್ರಯೋಜನಗಳನ್ನು ಸಂಪೂರ್ಣ ಆನಂದಿಸಬೇಕು. ಆದರೆ ಪೂರ್ಣ ಬಾಂಧವ್ಯವಿಲ್ಲದೆ.
ಮೋಕ್ಷವನ್ನು ಪಡೆಯಲು ಮನುಷ್ಯ ಜಗತ್ತನ್ನು ತ್ಯಜಿಸಬೇಕಾಗಿಲ್ಲ. ಸಂತೋಷ ಮತ್ತು ದುಃಖದ ಹೊರತಾಗಿಯೂ ತನ್ನ ಕರ್ತವ್ಯಗಳನ್ನು ಪೂರೈಸಲು ಮನುಷ್ಯ ಮರೆಯಬಾರದು. ಲೌಕಿಕ ಸುಖಿಗಳನ್ನು ತೊರೆದು ತನ್ನ ಕರ್ತವ್ಯಗಳನ್ನು ಪೂರೈಸಬೇಕು. ಅವನು ತಪಸ್ವಿಯಾಗಬೇಕಾಗಿಲ್ಲ ಆದರೆ ಅವನು ತಪಸ್ವಿಯಂತೆ ತನ್ನ ಕರ್ತವ್ಯಗಳನ್ನು ಪೂರೈಸಬೇಕು.

ಪಾರ್ವತಿ ದೇವಿ: - ಮನುಷ್ಯನು ಖಂಡಿತವಾಗಿಯೂ ತನ್ನ ಕರ್ತವ್ಯಗಳನ್ನು ನಿರ್ವಹಿಸುತ್ತಾನೆ. ಆದರೆ ಅವನು ಏಕಕಾಲದಲ್ಲಿ ತಪಸ್ವಿಯ ಜೀವನವನ್ನು ಹೇಗೆ ನಡೆಸುತ್ತಾನೆ?

ಶಿವ: ದೇವೀ, ಒಬ್ಬನು ಜಗತ್ತನ್ನು ತ್ಯಜಿಸಿದ ಮೇಲೆ ತನ್ನ ಕರ್ತವ್ಯದಲ್ಲಿ ವಿಫಲನಾಗುತ್ತಾನೆ ಎಂದು ನೀವು ಭಾವಿಸಿದರೆ, ನಿಮಗೆ ಶ್ರೀಕೃಷ್ಣನ ಪಾಠ ಅರ್ಥವಾಗಲಿಲ್ಲ.

ಪಾರ್ವತಿ ದೇವಿ:- ಅದು ನಿಜ ಸ್ವಾಮಿ! ನನಗೆ ಸತ್ಯಾಂಶಗಳು ಸ್ಪಷ್ಟವಾಗಿ ಅರ್ಥವಾಗಿಲ್ಲ. ಅದಕ್ಕಾಗಿಯೇ ನೀವು ನನಗೆ ವಿವರಿಸಬೇಕೆಂದು ನಾನು ಬಯಸುತ್ತೇನೆ.

ಶಿವ:- ನೀವು ಅಂದುಕೊಂಡಂತೆ ಆಗಲ್ಲ. ಭೂಮಿಯ ಮೇಲೆ ವಾಸಿಸಲು ಪ್ರತಿಯೊಬ್ಬ ವ್ಯಕ್ತಿಯು ನಿರ್ವಹಿಸಬೇಕಾದ ಕಾರ್ಯವಿದೆ. ಅದು ಅನಿವಾರ್ಯ. ಇದು ಅತ್ಯಗತ್ಯ. ಹಸಿವಿನ ಸಂಕಟವನ್ನು ಹತೋಟಿಯಲ್ಲಿಟ್ಟುಕೊಳ್ಳುವುದು ಅತ್ಯವಶ್ಯಕವಾದಂತೆಯೇ. ಸಹ ಮತ್ತು ತಪಸ್ವಿ ತನ್ನ ಹೊಟ್ಟೆಯನ್ನು ತುಂಬುವ ಸಲುವಾಗಿ ಭಿಕ್ಷೆಯನ್ನು ಬೇಡುತ್ತಾನೆ. ಇದರರ್ಥ ಯಾವುದೇ ವ್ಯಕ್ತಿಯನ್ನು ಕರ್ತವ್ಯಗಳಿಂದ ಮುಕ್ತಗೊಳಿಸಲಾಗುವುದಿಲ್ಲ. ಆದರೆ ಶ್ರೀಕೃಷ್ಣನ ಸಲಹೆಯನ್ನು ಪಾಲಿಸಿದರೆ, ಒಮ್ಮೆ ಕರ್ತವ್ಯವನ್ನು ನಿರ್ವಹಿಸುವಾಗಲೂ ಒಬ್ಬನು ತನ್ನ ಕರ್ತವ್ಯಗಳಿಂದ ಮುಕ್ತನಾಗಬಹುದು.

ಪಾರ್ವತಿ ದೇವಿ: ಒಬ್ಬನು ತನ್ನ ಕರ್ತವ್ಯಗಳನ್ನು ನಿರ್ವಹಿಸುವಾಗ ಮೋಕ್ಷವನ್ನು ಹೇಗೆ ಪಡೆಯಬಹುದು?

ಶಿವ: - ಶ್ರೀಕೃಷ್ಣನಂತೆಯೇ. ಹೌದು ದೇವಿ, ಭಗವಾನ್ ಕೃಷ್ಣನು ಜಗತ್ತಿಗೆ ಅಂಟಿಕೊಂಡಿರುವುದಕ್ಕೆ ಮತ್ತು ಅದನ್ನು ತ್ಯಜಿಸುವುದಕ್ಕೆ ಮಾನವಕುಲಕ್ಕೆ ಪರಿಪೂರ್ಣ ಉದಾಹರಣೆಯಾಗಿದೆ. ಅವರು ಭೂಮಿಯ ಮೇಲೆ ವಾಸಿಸುತ್ತಿದ್ದರು ಮತ್ತು ಅವರ ಕರ್ತವ್ಯಗಳನ್ನು ಪೂರೈಸಿದರು. ಅವರು ಎಂದಿಗೂ ಗೆಲುವು ಅಥವಾ ಸೋಲು ಅಥವಾ ಪ್ರಯೋಜನಗಳ ಬಗ್ಗೆ ಚಿಂತಿಸಲಿಲ್ಲ. ಆದ್ದರಿಂದ ಅವರು ಅಗತ್ಯವಿದ್ದಾಗ ಯುದ್ಧವನ್ನು ಮಾಡಿದರು. ಅವರು ಹಲವಾರು ಸಂದರ್ಭಗಳಲ್ಲಿ ಗೆದ್ದಿದ್ದಾರೆ ಮತ್ತು ಹಲವಾರು ಸಂದರ್ಭಗಳಲ್ಲಿ ಸೋತಿದ್ದಾರೆ. ಆದರೆ ಅವರು ಅದನ್ನು ಲೆಕ್ಕಿಸದೆ ಮುಗುಳ್ನಕ್ಕರು. ಮತ್ತು ಅವರ ಹೃದಯದಲ್ಲಿ ಪ್ರಶಾಂತತೆ ಮೇಲುಗೈ ಸಾಧಿಸಿತು. ಅವರು ಬಯಸಿದಲ್ಲಿ ಅವರು ಪ್ರತಿ ಸಂದರ್ಭದಲ್ಲೂ ಜಯಗಳಿಸುತ್ತಿದ್ದರು. ಅವರು ತಮ್ಮ ಕರ್ತವ್ಯಗಳನ್ನು ನಿರ್ವಹಿಸುವಾಗ ಲಾಭ ಅಥವಾ ನಷ್ಟಗಳ ಬಗ್ಗೆ ಎಂದಿಗೂ ಚಿಂತಿಸಲಿಲ್ಲ. ಅವರು ತಮ್ಮ ಕರ್ತವ್ಯಗಳಲ್ಲಿ ಎಂದಿಗೂ ವಿಫಲರಾಗಲಿಲ್ಲ. ಭೌತಿಕ ಜಗತ್ತಿನಲ್ಲಿ ಅವರ ತಾಯಿಯ ಚಿಕ್ಕಪ್ಪ. ಆದರೆ ಮಾನವೀಯತೆಗಾಗಿ ಅವನಿಗೆ ಪಾಠ ಕಲಿಸಲು ಅವರು ಎಂದಿಗೂ ವಿಫಲನಾಗಲಿಲ್ಲ. ಆದ್ದರಿಂದ ದೇವಿ, ಶ್ರೀಕೃಷ್ಣನು ಅರ್ಜುನನಿಗೆ

ಯುದ್ಧಮೋಡುವುದು ಅವನ ಕರ್ತವ್ಯ ಎಂದು ಸಲಹೆ ನೀಡುತ್ತಾನೆ. ಆದರೆ ಅವನು ಭಾವನೆಗಳಿಗೆ ಬದ್ಧನಾಗಿದ್ದರೆ ಮತ್ತು ಅವನ ಮನಸ್ಸನ್ನು ಗೆಲ್ಲುವಲ್ಲಿ ಯಶಸ್ವಿಯಾಗದಿದ್ದರೆ ಅವನು ತನ್ನ ಕರ್ತವ್ಯಗಳನ್ನು ಪೂರೈಸುವಲ್ಲಿ ವಿಫಲನಾಗುತ್ತಾನೆ. ಆದ್ದರಿಂದ ಅವನು ತನ್ನ ಮನಸ್ಸಿನ ಮೇಲೆ ಹಿಡಿತ ಸಾಧಿಸಲು ಅರ್ಜುನನನ್ನು ಕೇಳುತ್ತಾನೆ. ಮತ್ತು ಯೋಧನಾಗಿ ತನ್ನ ಕರ್ತವ್ಯಗಳನ್ನು ಪೂರೈಸಲು ಹೇಳುತ್ತಾನೆ.

ಅರ್ಜುನ:- ಹೇ ಕೇಶವ, ಒಂದು ಕಡೆ ತ್ಯಾಗದ ಮಾತನ್ನಾಡುವ ನೀನು ಖುಷಿಯಂತೆ ಸಂಬಂಧವನ್ನು ತ್ಯಜಿಸಲು ನನ್ನನ್ನು ಕೇಳುತ್ತಿಯ. ಮತ್ತೊಂದೆಡೆ ನನ್ನ ಕರ್ತವ್ಯಗಳನ್ನು ನಿರ್ವಹಿಸಲು ನೀವು ನನಗೆ ಸಲಹೆ ನೀಡುತ್ತಿದ್ದೀಯ. ಎರಡು ಹೇಳಿಕೆಗಳು ಒಂದಕ್ಕೊಂದು ವಿರುದ್ಧವಾಗಿವೆ. ಮನುಷ್ಯನ ಹಿಂದೆ ಯಾವಾಗಲೂ ಒಂದು ಕಾರಣವಿದೆ ಎಂದು ನಿಮಗೆ ತಿಳಿದಿದೆ . ಬೇರೆ ರೀತಿಯಲ್ಲಿ ಹೇಳುವುದಾದರೆ ಕರ್ತವ್ಯಗಳ ಮೂಲದಲ್ಲಿ ಭಾವನೆಯು ಅಸ್ತಿತ್ವದಲ್ಲಿದೆ ಮತ್ತು ಭಾವನೆಯ ಮೂಲದಲ್ಲಿ ಕೆಲವು ಸಂಬಂಧಗಳು ಇರಬೇಕು, ಏಕೆಂದರೆ ಸಂಬಂಧಗಳು ಭಾವನೆಯನ್ನು ಉಂಟುಮಾಡುತ್ತವೆ. ಆದ್ದರಿಂದ, ಮನುಷ್ಯನು ತನ್ನ ಆಸೆಗಳನ್ನು ಮತ್ತು ಎಲ್ಲಾ ಸಂಬಂಧಗಳನ್ನು ತ್ಯಜಿಸಿದರೆ ಅವನು ಯಾರ ಸಲುವಾಗಿ ಶ್ರಮಿಸುತ್ತಾನೆ?

ಶ್ರೀ ಕೃಷ್ಣ: - ತನ್ನ ಧರ್ಮದ ಸಲುವಾಗಿ.

ಅರ್ಜುನ:--ಅವನ ಧರ್ಮದ ಸಲುವಾಗಿ?

ಶ್ರೀ ಕೃಷ್ಣ: -ಹೌದು ಅರ್ಜುನ!

ಅರ್ಜುನ:- ಧರ್ಮದಲ್ಲಿ ಭಾವನೆಗಳು ಬೇಡವೇ?

ಶ್ರೀ ಕೃಷ್ಣ: - ಇಲ್ಲ, ಒಬ್ಬನ ಕರ್ತವ್ಯದ ಸಾಕ್ಷಾತ್ಕಾರ ಪ್ರಮುಖ. ಮತ್ತು ಭಾವನೆಗಳಲ್ಲ.

{ ಈ ಸಮಯದಲ್ಲಿ, ನಾವು ಗೀತೆಯ ಎರಡನೇ ಅಧ್ಯಾಯದ ಮಧ್ಯದಲ್ಲಿದ್ದೇವೆ.

ವಾಸ್ತವವಾಗಿ ಎರಡನೇ ಅಧ್ಯಾಯವು ಗೀತೆಯ ಪ್ರಮುಖ ಅಧ್ಯಾಯವಾಗಿದೆ. ಇದು ಎಲ್ಲಾ ತತ್ವಶಾಸ್ತ್ರದಿಂದ ತುಂಬಿದೆ. ಗೀತೆಯ ಎರಡನೇ ಅಧ್ಯಾಯವು ಎಲ್ಲಾ 18 ಅಧ್ಯಾಯಗಳ ಜೀವನ ಎಂದು ತಿಳಿದವರು ಹೇಳುತ್ತಾರೆ. ಎರಡನೆಯ ಅಧ್ಯಾಯದ ಕೊನೆಯ ಭಾಗವು ಅದರ ಆತ್ಮವಾಗಿದೆ. ಇದರಲ್ಲಿ ಯಾವುದೇ ಪರಿಸ್ಥಿತಿ ಮತ್ತು ಸಂದರ್ಭಗಳಲ್ಲಿ ಜೀವನದಲ್ಲಿ ಒಂದು ಮುಖದ ದೃಢತೆಯ ಮೌಲ್ಯದ ವಿವರಣೆಯನ್ನು ವಿವರಿಸಲಾಗಿದೆ. ಆ 18 ಅಧ್ಯಾಯಗಳ ಬಗ್ಗೆ ನಿಮಗೆ ತಿಳಿಸಿ, ಇದರಲ್ಲಿ ಯಾವುದೇ ಸಂದರ್ಭಗಳಲ್ಲಿ ದೃಢತೆಯ ನೀತಿಶಾಸ್ತ್ರವನ್ನು ವಿವರಿಸಲಾಗುತ್ತದೆ. }

<u>ಜೈ ಶ್ರೀ ಕೃಷ್ಣ</u>

3
ಜ್ಞಾನ ಯೋಗ

ಅರ್ಜುನ:- ಶ್ರೀಕೃಷ್ಣ ಒಂದು ಕಡೆ ನೀನು ಸಂನ್ಯಾಸಿಯಂತೆ ಎಲ್ಲಾ ಲೌಕಿಕ ಬಾಂಧವ್ಯಗಳನ್ನು ಮುರಿಯಲು ನೀವು ನನ್ನನ್ನು ಕೇಳುತ್ತಿದ್ದೀರ. ಮತ್ತೊಂದೆಡೆ ನೀವು ನನ್ನ ಕಾರ್ಯಗಳನ್ನು ಮಾಡಲು ಕೇಳುತ್ತಿದ್ದೀರ. ಈ ಎರಡೂ ಪರಿಕಲ್ಪನೆಗಳು ಪರಸ್ಪರ ವಿರುದ್ಧವಾಗಿವೆ. ಮನುಷ್ಯನು ಒಂದು ಕಾರ್ಯವನ್ನು ಮಾಡಿದಾಗಲೆಲ್ಲಾ ಅದನ್ನು ಮಾಡಲು ಒಂದು ಕಾರಣವಿದೆ ಎಂದು ನಿಮಗೆ ತಿಳಿದಿದೆ. ಯಾರೋ ಅವನನ್ನು ಪ್ರೇರೇಪಿಸುತ್ತಾರೆ ಮತ್ತು ಅದು ಮನುಷ್ಯನಿಗೆ ಕ್ರಿಯೆಯನ್ನು ಮಾಡಲು ಸ್ಫೂರ್ತಿ ನೀಡುತ್ತದೆ ಮತ್ತು ಭಾವನೆಗಳೂ ಇವೆ. ಈ ಭಾವನೆಗಳ ಆಧಾರದ ಮೇಲೆ ಮನುಷ್ಯ ಒಳ್ಳೆಯ ಅಥವಾ ಕೆಟ್ಟ ಕೆಲಸಗಳನ್ನು ಮಾಡುತ್ತಾನೆ. ಕಾರ್ಯಗಳ ಮೂಲವು ಅವುಗಳಲ್ಲಿ ಭಾವನೆಗಳನ್ನು ಹೊಂದಿರುತ್ತದೆ. ಭಾವನೆಗಳ ಮೂಲದಲ್ಲಿ ಕೆಲವು ಸಂಬಂಧಗಳು ಅಥವಾ ಇನ್ನೊಂದು ಇರುತ್ತದೆ. ಏಕೆಂದರೆ ಸಂಬಂಧವಿಲ್ಲದೆ ಯಾವುದೇ ಭಾವನೆಗಳನ್ನು ಸೃಷ್ಟಿಸಲು ಸಾಧ್ಯವಿಲ್ಲ.

ಶ್ರೀಕೃಷ್ಣ:- ಅರ್ಜುನ ನೀನು ಹೇಳಿದ್ದು ಸರಿ. ಸಂಬಂಧಗಳು ಭಾವನೆಗಳು ಮತ್ತು ಭಾವನೆಗಳ ಮೂಲವಾಗಿದೆ. ಆದರೆ ಈ ಭಾವನೆಗಳ ನದಿ ಬಹುಬೇಗ ಬತ್ತಿ ಹೋಗುತ್ತದೆ. ಒಂದು ಹನಿ ನೀರು ಬೆಂಕಿಯಲ್ಲಿ ಮಾಯವಾದಂತೆ. . ಸತ್ತವರ ದೇಹದ ಅಂತ್ಯಕ್ರಿಯೆಯ ಚಿತಾಗಾರದಲ್ಲಿ ತಣ್ಣಗಾಗುವ ಮೊದಲು ಸತ್ತವರ ಸಂಬಂದಿಗಳ ಕಣ್ಣೀರು ತುಂಬಾ ಬಹುಬೇಗ ಬತ್ತಿ ಹೋಗುತ್ತದೆ. ಕೆಲವರು ಕೆಲವು ದಿನಗಳವರೆಗೆ ಅಳುತ್ತಾರೆ. ಹೆಚ್ಚು ಅಳುವವಳು ತಾಯಿ. ಆದರೆ ಅವಳೂ ಕೆಲವು

ದಿನಗಳ ನಂತರ ತನ್ನ ಲೌಕಿಕ ಕರ್ತವ್ಯಗಳಲ್ಲಿ ತೊಡಗುತ್ತಾಳೆ.

ಅರ್ಜುನ್:- ಜನಾರ್ದನ, ಒಂದು ಕಡೆ ಸಂಬಂಧಗಳು ಚಿಕ್ಕದಾಗಿದೆ ಮತ್ತು ಕೆಲವು ದಿನಗಳವರೆಗೆ ಇರುತ್ತದೆ ಎಂದು ಹೇಳಲು. ಮತ್ತೊಂದೆಡೆ, ಸಂಬಂಧಗಳ ಮೂಲ ಭಾವನೆಗಳು ಎಂದು ನೀವು ನನಗೆ ಹೇಳಿದ್ದೀರಿ. ನೀವು ಹಾಗೆ ಹೇಳಲಿಲ್ಲವೇ?

ಶ್ರೀ ಕೃಷ್ಣ: ಹೌದು ಅರ್ಜುನ!

ಅರ್ಜುನ:- ಕರ್ಮ ಮಾಡಲು ಕೆಲವು ಭಾವನೆಗಳಿಂದ ಸ್ಫೂರ್ತಿ ಪಡೆಯುವುದು ಮುಖ್ಯ. ಭಾವನೆಗಳು ಸಂಬಂಧದ ಮೂಲವಾಗಿರುವುದರಿಂದ ಭಾವನೆಗಳು ಹೊರಹೊಮ್ಮಲು ಕೆಲವು ರೀತಿಯ ಸಂಬಂಧಗಳು ಅತ್ಯಗತ್ಯ. ಕೆಲವು ಸಂಬಂಧಗಳ ಮೂಲದಿಂದ ಮಾತ್ರ ಭಾವನೆಗಳು ಹುಟ್ಟಿಕೊಳ್ಳುತ್ತವೆ. ಮನುಷ್ಯನು ತನ್ನ ಎಲ್ಲಾ ಸಂಬಂಧಗಳನ್ನು ಮುರಿದು ತನ್ನ ಭಾವನೆಗಳನ್ನು ತೊರೆದರೆ, ಯಾರಿಗಾಗಿ ಕಾರ್ಯಗಳನ್ನು ಮಾಡುತ್ತಾನೆ?

ಶ್ರೀ ಕೃಷ್ಣ:- ಒಬ್ಬರ ಕರ್ತವ್ಯಕ್ಕಾಗಿ.

ಅರ್ಜುನ: - ಅಂದರೆ ಕರ್ತವ್ಯವನ್ನು ನಿರ್ವಹಿಸಲು ಭಾವನೆ ಅಗತ್ಯ ಇಲ್ಲ.

ಶ್ರೀಕೃಷ್ಣ:- ಇಲ್ಲ ಒಮ್ಮೆ ಕರ್ತವ್ಯ ಮಾಡಲು ಭಾವನೆಗಳ ಅಗತ್ಯವಿಲ್ಲ. ಒಬ್ಬರ ಜವಾಬ್ದಾರಿಯ ಪ್ರಸ್ತುತತೆಯನ್ನು ಒಬ್ಬರು ತಿಳಿದುಕೊಳ್ಳಬೇಕು. ಮುಖ್ಯವಾದುದೆಂದರೆ, ಕೆಲವು ಸಂದರ್ಭಗಳಲ್ಲಿ ತನ್ನ ಜವಾಬ್ದಾರಿ ಏನು ಎಂಬುದನ್ನು ಮನುಷ್ಯ ಅರ್ಥಮಾಡಿಕೊಳ್ಳಬೇಕು. ಅನೇಕ ಸಮಯ ಭಾವನೆಗಳು ಕರ್ತವ್ಯದ ಹಾದಿಯಲ್ಲಿ ಬರುತ್ತವೆ, ಅದು ಮನುಷ್ಯನನ್ನು ದುರ್ಬಲಗೊಳಿಸುತ್ತದೆ. ಇದೀಗ, ನಿಮ್ಮ ಪ್ರೀತಿ ಮತ್ತು ಪ್ರೀತಿಯ ಭಾವನೆಗಳಿಂದಾಗಿ ನಿಮ್ಮ ಕರ್ತವ್ಯಗಳು ಮತ್ತು ಜವಾಬ್ದಾರಿಗಳನ್ನು ನೋಡಲು ನಿಮಗೆ ಸಾಧ್ಯವಾಗುತ್ತಿಲ್ಲ. ಅದಕ್ಕಾಗಿಯೇ ಶಾಸ್ತ್ರವು ಭಾವನೆಗಳಿಗಿಂತ ಕರ್ತವ್ಯವು ಉನ್ನತವಾಗಿದೆ ಎಂದು ಹೇಳುತ್ತದೆ. ಒಂದು ಕಾರ್ಯವನ್ನು ಮಾಡಲು, ಒಬ್ಬರಿಗೆ ಸ್ವಲ್ಪ ಸ್ಫೂರ್ತಿ ಇರಬೇಕು ಎಂದು ನೀವು ಬುದ್ಧಿವಂತ ವ್ಯಕ್ತಿಯಂತೆ ವಾದಿಸಿದ್ದೀರಿ. ಸ್ಫೂರ್ತಿಗಾಗಿ ಕೆಲವು ಭಾವನೆಗಳು ಅಗತ್ಯ. ಈ ಪ್ರೀತಿಯು ನಿಮ್ಮ ಬುದ್ಧಿಯನ್ನು ಮಬ್ಬುಗೊಳಿಸಿದೆ. ಅದಕ್ಕಾಗಿಯೇ ನೀವು ಏನನ್ನೂ ನೋಡಲು ಸಾಧ್ಯವಿಲ್ಲ. ನಿಮ್ಮ ಕರ್ತವ್ಯ ಏನು ಎಂಬುದನ್ನು ಈಗ

ನೀವು ಸ್ಪಷ್ಟವಾಗಿ ನೋಡಬಹುದು.

ಅರ್ಜುನ: ಕರ್ತವ್ಯ ಎಂದರೇನು, ಅದರ ವ್ಯಾಖ್ಯಾನ ಏನು, ಇದನ್ನೆಲ್ಲ ನಿರ್ಧರಿಸುವವರು ಯಾರು, ಮಧುಸೂದನ ಒಬ್ಬರ ಕರ್ತವ್ಯಗಳ ಬಗ್ಗೆ ನಿಯಮ ಮಾಡುವ ವ್ಯಕ್ತಿ ಯಾರು?

ಶ್ರೀಕೃಷ್ಣ:- ಅರ್ಜುನ, ಪ್ರತಿಯೊಬ್ಬ ಮನುಷ್ಯನೂ ತನ್ನ ಕರ್ತವ್ಯದ ನಿಯಮವನ್ನು ಮಾಡುತ್ತಾನೆ.

ಅರ್ಜುನ: ನನಗೆ ಅರ್ಥವಾಗುತ್ತಿಲ್ಲ.

ಶ್ರೀಕೃಷ್ಣ:- ಅರ್ಜುನನು ಕರ್ತವ್ಯದ ನಿಯಮಗಳನ್ನು ಬೇರೆಯವರು ಮಾಡಿದರೆ ಆ ನಿಯಮಗಳು ನಿಮ್ಮ ಕರ್ತವ್ಯಕ್ಕಾಗಿ ಇರಲಾರವು. ನಿಮ್ಮ ಕರ್ತವ್ಯ, ನೀವೇ ಮಾಡಿಕೊಂಡದ್ದು. ಇದು ನಿಮ್ಮ ಆತ್ಮ ಮತ್ತು ಆತ್ಮಸಾಕ್ಷಿಯಿಂದ ಸ್ವೀಕರಿಸಲ್ಪಟ್ಟಿದೆ. ಇದು ವೈಯಕ್ತಿಕ ವಿಷಯ ಮತ್ತು ಇದನ್ನು ವೈಯಕ್ತಿಕವಾಗಿ ನಿರ್ಧರಿಸಬೇಕು.

ಅರ್ಜುನ:- ನನಗೆ ಇನ್ನೂ ಅರ್ಥವಾಗಿಲ್ಲ.

ಶ್ರೀಕೃಷ್ಣ:- ನಾನು ಒಂದು ಉದಾಹರಣೆ ಕೊಡುತ್ತೇನೆ. ಕೆಲವು ಡಕಾಯಿತರು ಒಂದು ಹಳ್ಳಿಯ ಮೇಲೆ ದಾಳಿ ಮಾಡುತ್ತಿದ್ದಾರೆ ಮತ್ತು ಆ ಹಳ್ಳಿಯ ಹುಡುಗಿಯರನ್ನು ಅಪಹರಿಸುತ್ತಿದ್ದಾರೆ. ಆ ಸಮಯದಲ್ಲಿ ಆ ಗ್ರಾಮದ ತಂದೆಯೊಬ್ಬರು ಸಾಯುತ್ತಿದ್ದಾರೆ. ಮಗನಿಗೆ ನೀರು ಕೊಡಿ ಎಂದು ಪದೇ ಪದೇ ಕೇಳುತ್ತಿದ್ದಾರೆ. ಹಾಗಾದರೆ ಆ ಸಮಯದಲ್ಲಿ ಆ ಮಗನ ಕರ್ತವ್ಯವೇನು? ತನ್ನ ತಂದೆಯ ಜೀವನದ ಕೊನೆಯ ಕ್ಷಣದಲ್ಲಿ ಅವನು ತನ್ನ ತಂದೆಗೆ ಪವಿತ್ರವಾದ ಗಂಗಾಜಲದ ಹನಿಗಳನ್ನು ನೀಡಿ ಮಗನಾಗಿ ತನ್ನ ಕರ್ತವ್ಯವನ್ನು ಪೂರೈಸಬೇಕು. ಅಥವಾ ಆ ಹಳ್ಳಿಯ ಹುಡುಗಿಯರನ್ನು ಡಕಾಯಿತರಿಂದ ರಕ್ಷಿಸಬೇಕು. ಬೇಕಾದರೆ ಅವನು ತನ್ನ ಪ್ರಾಣವನ್ನು ಕೊಟ್ಟು ಆ ಹೆಣ್ಣುಮಕ್ಕಳನ್ನು ರಕ್ಷಿಸಬೇಕು. ಆ ಯುವಕನ ಪರಿಸ್ಥಿತಿ ತನ್ನ ಕರ್ತವ್ಯ ಮತ್ತು ಜವಾಬ್ದಾರಿಗಳ ಕವಲುದಾರಿಯಲ್ಲಿ ನಿಂತಂತೆ ಎಂದು ಅವನು ತನ್ನದೇ ಆದ ನಿರ್ಧಾರವನ್ನು ತೆಗೆದುಕೊಳ್ಳಬೇಕು. ಆ ಸಮಯದಲ್ಲಿ ಅವನು ಮಾತ್ರ ನಿರ್ಧಾರ ತೆಗೆದುಕೊಳ್ಳಬಹುದು, ಮತ್ತು

ಹೊರಗಿನವರು ಯಾರೂ ಅಲ್ಲ. ಆ ಕ್ಷಣದಲ್ಲಿ ತನ್ನ ಪ್ರಧಾನ ಕರ್ತವ್ಯ ಏನು ಎಂಬುದನ್ನು ಅವನೇ ನಿರ್ಧರಿಸಬೇಕು. ಅವನು ತನ್ನ ಆತ್ಮಸಾಕ್ಷಿಗೆ ಕರೆ ನೀಡಬೇಕು ಮತ್ತು ಅದು ಅವನ ಕರ್ತವ್ಯ. ಅರ್ಜುನ ಪ್ರತಿಯೊಬ್ಬ ಮನುಷ್ಯನು ತನ್ನ ವೈಯಕ್ತಿಕ ಕರ್ತವ್ಯಕ್ಕಾಗಿ ಬದ್ಧವಾಗಿರಬೇಕು. ಅರ್ಜುನ ನಾನು ನಿಮಗೆ ಜೀವನ ಮತ್ತು ಸಾವಿನ ಸತ್ಯದ ಬಗ್ಗೆ ಹೇಳಿದ್ದೇನೆ. ದೇಹವು ಮಾತ್ರ ವಿನಾಶಕಾರಿಯಾಗಿದೆ ಆತ್ಮವು ಶಾಶ್ವತವಾಗಿದೆ ಮತ್ತು ಅವಿನಾಶಿಯಾಗಿದೆ, ದೇಹವು ಸತ್ತರೂ ಆತ್ಮವು ಶಾಶ್ವತವಾಗಿದೆ. ಆತ್ಮ ಸಾಯುತ್ತದೆ ಎಂದು ಭಾವಿಸುವವನು ಮತ್ತು ಆತ್ಮವನ್ನು ಕೊಲ್ಲಬಹುದು ಎಂದು ಭಾವಿಸುವುದು ತಪ್ಪು. ಆತ್ಮವು ಕೊಲ್ಲುವುದಿಲ್ಲ ಮತ್ತು ಅದನ್ನು ಯಾರಿಂದಲೂ ಕೊಲ್ಲಲಾಗುವುದಿಲ್ಲ. ಅದಕ್ಕಾಗಿಯೇ ನೀವು ಯಾರನ್ನಾದರೂ ಕೊಲ್ಲಬೇಕಾದರೆ ದುಃಖಿಸಬೇಡಿ. ನೀನು ನಿನ್ನ ಕರ್ತವ್ಯವನ್ನು ಮಾತ್ರ ಮಾಡು. ಯುದ್ಧದಲ್ಲಿ ಹೋರಾಡುವುದು ನಿಮ್ಮ ಕರ್ತವ್ಯ. ಅದನ್ನು ನಿಮ್ಮ ಕರ್ತವ್ಯವೆಂದು ಪರಿಗಣಿಸಿ ಮತ್ತು ಯುದ್ಧದಲ್ಲಿ ಹೋರಾಡು.

ಧೃತರಾಷ್ಟ್ರ:-- ಯುದ್ಧ... ಯುದ್ಧ.... ಯುದ್ಧ...
ಶ್ರೀಕೃಷ್ಣನು ಅರ್ಜುನನಿಗೆ ಯುದ್ಧ ಮಾಡಲು ಇಷ್ಟವಿಲ್ಲದಿದ್ದರೆ ಅವನನ್ನು ಹೋರಾಡಲು ಎಷ್ಟು ಒತ್ತಾಯಿಸುತ್ತಾ ಹೋಗುತ್ತಾನೆ.ಅದು ಸರಿಯೇ?

ಸಂಜಯ: - ಆದರೆ ಇದು ಸರಿಯೇ?, ಒಬ್ಬ ಯೋಧ ಯುದ್ಧಭೂಮಿಗೆ ಹೋಗುತ್ತಾನೆ ಮತ್ತು ಯುದ್ಧ ಮಾಡಲು ನಿರಾಕರಿಸುತ್ತಾನೆ. ನಾವಿಕೆ ತನ್ನ ದೋಣಿಯನ್ನು ಮಧ್ಯದಲ್ಲಿ ತಂದು ತನ್ನ ಹುಟ್ಟುಗಳನ್ನು ಕೆಳಗೆ ಇಳಿಸಿ ಈಗ ದೋಣಿಯನ್ನು ಇನ್ನು ಮುಂದೆ ಸಾಗಿಸುವುದಿಲ್ಲ ಎಂದು ಹೇಳುವಂತಿದೆ.

ನಾವಿಕೆ ತನ್ನ ದೋಣಿಯನ್ನು ಮಧ್ಯದಲ್ಲಿ ತಂದು ತನ್ನ ಹುಟ್ಟುಗಳನ್ನು ಕೆಳಗೆ ಇಳಿಸಿ ಈಗ ದೋಣಿಯನ್ನು ಇನ್ನು ಮುಂದೆ ಸಾಗಿಸುವುದಿಲ್ಲ ಎಂದು ಹೇಳುವಂತಿದೆ.

ಧೃತರಾಷ್ಟ್ರ:- ಹಾಗಾದರೆ ಕೃಷ್ಣನು ಅರ್ಜುನನ ಕೋಮಲ ಹೃದಯವನ್ನು ಏಕೆ ತಿರುಗಿಸುತ್ತಿದ್ದಾನೆ, ಅದು ಭಾವನೆಯಿಂದ ತುಂಬಿದೆ ಮತ್ತು ಇದು ತುಂಬಾ ಕರಿಣವಾಗಿದೆ. ಸಾವಿರಾರು ಯೋಧರ ಮೃತದೇಹಗಳಿಂದ ಕುರುಕ್ಷೇತ್ರದ ರಣರಂಗವನ್ನು ತುಂಬುವುದು ಅಗತ್ಯವೇ ಸಂಜಯ? ಇದರಿಂದ ಯಾರಿಗಾದರೂ ಏನು ಪ್ರಯೋಜನ?

ಸಂಜಯ: - ರಾಜ, ಯುದ್ಧದಲ್ಲಿ, ಕೌರವರು ಮತ್ತು ಪಾಂಡವರು ಕಷ್ಟಪಡಬೇಕಾಗುತ್ತದೆ. ಆದರೆ ಅಂತಿಮವಾಗಿ ಯುದ್ಧ ಮುಗಿದ ನಂತರವೇ ಪ್ರಯೋಜನವನ್ನು ಕಾಣಬಹುದು.

ಧೃತರಾಷ್ಟ್ರ:- ಅರ್ಜುನನು ತನ್ನ ತೋಳುಗಳನ್ನು ಕೆಳಗೆ ಹಾಕಿದರೆ ಯುದ್ಧವು ನಡೆಯುವುದಿಲ್ಲ, ನಂತರ ಖಂಡಿತವಾಗಿಯೂ ಅದು ಕೌರವರಿಗೆ

ಲಾಭವಾಗುತ್ತದೆ.

ಸಂಜಯ:-ನೀವು ಹೇಳಿದ್ದು ಸರಿ ರಾಜ. ಆಗ ಕೌರವರಿಗೆ ಲಾಭವಾಗುತ್ತದೆ ಮತ್ತು ಪಾಂಡವರ ರಾಜ್ಯವನ್ನು ಅವರಿಗೆ ಹಿಂದಿರುಗಿಸಬೇಕಾಗಿಲ್ಲ.

ಧೃತರಾಷ್ಟ್ರ: - ನೀವು ಹೇಳಿದ್ದು ಸರಿ.

ಅರ್ಜುನ: ಒಬ್ಬರ ಮನಸ್ಸನ್ನು ಸಂಪೂರ್ಣವಾಗಿ ನಿಯಂತ್ರಿಸಲು ಮತ್ತು ಮೋಕ್ಷದ ಬಾಗಿಲು ಮಾಡಲು ನೀವು ಇದನ್ನು ಏಕೆ ಪದೇ ಪದೇ ಹೇಳುತ್ತಿದ್ದೀರಿ? ಆದರೆ ಒಬ್ಬರ ಮನಸ್ಸನ್ನು ನಿಯಂತ್ರಿಸಲು ಬೇರೆ ಮಾರ್ಗವಿದೆಯೇ?

ಶ್ರೀಕೃಷ್ಣ: - ಬೇರೆ ಮಾರ್ಗಗಳೂ ಇವೆ, ಆದರೆ ಅವು ಕಷ್ಟವಾಗಿವೆ.
      ಅರ್ಜುನ:- ಇದರಿಂದ ನೀವು ಏನನ್ನು ಸೂಚಿಸುತ್ತೀರಿ?

ಶ್ರೀ ಕೃಷ್ಣ: - ಅಂದರೆ ನೀವು ನಿಮ್ಮ ಮನಸ್ಸಿನಲ್ಲಿ ದೃಢವಾಗಿದ್ದರೆ, ನಿಮ್ಮ ಮನಸ್ಸನ್ನು ನೀವು ನಿಯಂತ್ರಿಸಬಹುದು. ಆದರೆ ನೀವು ಚಂಚಲಗೊಳಿಸಿದರೆ, ನೀವು ನಿರ್ಧಾರ ತೆಗೆದುಕೊಳ್ಳುವುದು ಸುಲಭವಲ್ಲ ಮತ್ತು ನೀವು ಯುಗಯುಗಾಂತರಗಳಿಂದ ಹೀಗೆ ಅಲೆದಾಡುತ್ತಿರುತ್ತಿರಿ.

ಅರ್ಜುನ: ನಾವು ಹೇಗೆ ದೃಢ ನಿರ್ಧಾರ ತೆಗೆದುಕೊಳ್ಳಬಹುದು?

ಶ್ರೀ ಕೃಷ್ಣ: - ನಂಬಿಕೆಯಿಂದ.

ಅರ್ಜುನ: -- ಯಾರ ಮೇಲೆ ನಂಬಿಕೆಯಿಂದ?

ಶ್ರೀ ಕೃಷ್ಣ: - ಭಗವಂತನಲ್ಲಿ. ಸತ್ಯದಲ್ಲಿ. ನಿಮ್ಮ ಕರ್ತವ್ಯದಲ್ಲಿ ನಂಬಿಕೆ, ನಿಮ್ಮ ಕರ್ತವ್ಯ ಏನು ಎಂದು ನಿಮಗೆ ತಿಳಿದಿದ್ದರೆ ನೀವು ನಿಮ್ಮ ಕರ್ತವ್ಯದ ಹಾದಿಯಲ್ಲಿ ದೃಢವಾಗಿ ನಡೆಯುತ್ತೀರಿ. ನಂತರ ನೀವು ಸಂತೋಷ ಮತ್ತು ದುಃಖ, ಲಾಭ ಮತ್ತು ನಷ್ಟ, ಮತ್ತು ಗೆಲುವು ಮತ್ತು ಸೋಲುಗಳನ್ನು ಒಂದೇ ರೀತಿಯಲ್ಲಿ ನೋಡುತ್ತೀರಿ. ನಿಮ್ಮ ನಂಬಿಕೆ ಅಲುಗಾಡುವುದಿಲ್ಲ ಮತ್ತು ನೀವು ದೃಢ

ನಿರ್ಧಾರವನ್ನು ತೆಗೆದುಕೊಳ್ಳುತ್ತೀರ. ಅರ್ಜುನ ನೀವು ವಿದ್ಯಾರ್ಥಿಯಾಗಿ ಬಂದಿದ್ದೀರಿ ಮತ್ತು ನಾನು ನಿಮಗೆ ಸಾಂಖ್ಯ ಯೋಗ/ಜ್ಞಾನ ಯೋಗದ ಬೋಧನೆಯನ್ನು ನೀಡಿದ್ದೇನೆ.

4

ಕರ್ಮ ಯೋಗ

ಶ್ರೀಕೃಷ್ಣ:-ಈಗ ನಾನು ನಿಮ್ಮೊಂದಿಗೆ ಕರ್ಮಯೋಗದ ಆಳದ ಬೋಧನೆಗಳ ಬಗ್ಗೆ ಮಾತನಾಡುತ್ತೇನೆ, ಅದರ ಮೂಲಕ ನೀವು ಕಾರ್ಯಗಳನ್ನು ಮಾಡುತ್ತಿರುವಾಗಲೂ, ನೀವು ಎಲ್ಲಾ ಲೌಕಿಕ ಸಂಬಂಧಗಳಿಂದ ಮುಕ್ತರಾಗುತ್ತೀರಿ. ಆದುದರಿಂದ ಸುಖ-ದುಃಖ, ಸೋಲು-ಗೆಲುವು, ಲಾಭ ಇವುಗಳಿಗೆ ತುತ್ತಾಗದೆ ನೋಡಿ. ಯುದ್ಧವನ್ನು ಮಾಡುವುದು ಈಗ ನಿಮ್ಮ ಕರ್ತವ್ಯವಾಗಿದೆ. ನೀವು ನಿಮ್ಮ ಬುದ್ಧಿಶಕ್ತಿಯನ್ನು ಬಳಸಿದರೆ ಮತ್ತು ಈ ಯುದ್ಧವನ್ನು ನಿಮ್ಮ ಕರ್ತವ್ಯವೆಂದು ನೋಡಿದರೆ, ನೀವು ಪಾಪ ಮಾಡುವುದಿಲ್ಲ.

ಅರ್ಜುನ:- ಕೇಶವ ನಾನು ಯುದ್ಧ ಮಾಡಿದರೆ ನಾನು ಪಾಪ ಮಾಡುವುದಿಲ್ಲ ಎಂದು ಹೇಗೆ ಹೇಳುತ್ತೀರಿ. ಯುದ್ಧ ನಡೆದಾಗ ಅದೆಷ್ಟು ಹಿಂಸಾಚಾರಗಳು ನಡೆಯುತ್ತವೆ, ಎಷ್ಟೋ ಮಂದಿ ಸಾಯುತ್ತಾರೆ, ಯುದ್ಧವನ್ನು ಪಾಪವೆಂದು ಹೇಗೆ ನೋಡಬಾರದು?

ಶ್ರೀಕೃಷ್ಣ:- ಸ್ವಾರ್ಥದ ಭಾವನೆಯಿಲ್ಲದೆ ಯಾವುದೇ ಕೆಲಸವನ್ನು ಮಾಡಿದರೆ, ಒಬ್ಬನು ಪಾಪಿಯಲ್ಲ, ಪುಣ್ಯಪುರುಷನಲ್ಲ.

ಅರ್ಜುನ: - ನಿಸ್ವಾರ್ಥ ಕಾರ್ಯಗಳು?

ಶ್ರೀಕೃಷ್ಣ:- ನೀನು ಹೇಳಿದ್ದು ಸರಿ.

ಅರ್ಜುನ:-ಇದು ಯಾವ ರೀತಿಯ ಯೋಗ? ಇದು ವ್ಯಕ್ತಿಯನ್ನು ಪಾಪ ಮತ್ತು ಧರ್ಮನಿಷ್ಠೆಯಿಂದ ಮುಕ್ತಗೊಳಿಸುತ್ತದೆ.

ಶ್ರೀಕೃಷ್ಣ:-ಇದು ಆಳವಾದ ಅರ್ಥವನ್ನು ಹೊಂದಿದೆ ಅರ್ಜುನ. ಒಬ್ಬನು ಇದನ್ನು ಅರ್ಥಮಾಡಿಕೊಂಡರೆ, ಜಗತ್ತಿನಲ್ಲಿಯೇ ಇದ್ದು ಲೌಕಿಕ ಕಾರ್ಯಗಳನ್ನು ಮಾಡುತ್ತಾ, ಅವನು ತನ್ನ ಕರ್ಮಗಳ ಫಲದ ನಿರೀಕ್ಷೆಯಿಂದ ಮುಕ್ತನಾಗಿರುತ್ತಾನೆ.

ಅರ್ಜುನ: - ಇದು ತುಂಬಾ ವಿಚಿತ್ರವಾದ ವಿಷಯ ಕೇಶವ, ಇದನ್ನು ಒಪ್ಪಿಕೊಳ್ಳಲು ನನಗೆ ಸಾಧ್ಯವಾಗುತ್ತಿಲ್ಲ.

ಶ್ರೀ ಕೃಷ್ಣ: - ನಿಮ್ಮ ಮನಸ್ಸಿನಲ್ಲಿ ಬಾಂಧವ್ಯದ ಮುಸುಕು ಇರುವುದರಿಂದ. ನಾನು ನಿಮಗೆ ಹೇಳುತ್ತಿರುವ ಕರ್ಮಯೋಗ, ಅದರ ಅಡಿಪಾಯವು ನಿರ್ಲಿಪ್ತತೆಯನ್ನು ಆಧರಿಸಿದೆ. ಒಮ್ಮೆ ನೀವು ನಿರ್ಲಿಪ್ತತೆಯ ಅರ್ಥವನ್ನು ಅರ್ಥಮಾಡಿಕೊಳ್ಳಿ ನಿಮ್ಮ ಜೀವನದಲ್ಲಿ ಸಂಪೂರ್ಣ ಶಾಂತಿ ಇರುತ್ತದೆ.

ಅರ್ಜುನ: - ಮಧುಸೂದನ ಈ ಯೋಗವನ್ನು ಹೇಗೆ ಅಭ್ಯಾಸ ಮಾಡುತ್ತಾರೆ? ಈ ಯೋಗದ ಮಾರ್ಗಸೂಚಿಗಳೇನು?

ಶ್ರೀಕೃಷ್ಣ: ಇದನ್ನು ಅಭ್ಯಾಸ ಮಾಡಲು ಸಾವಿರಾರು ವರ್ಷಗಳ ಕಾಲ ತಪಸ್ಸು ಮಾಡಿದ ಅನುಭವ ಬೇಕಾಗಿಲ್ಲ. ಕೇವಲ ಒಂದು ಕ್ಷಣದಲ್ಲಿ ಇದರ ಬಗ್ಗೆ ಕಲಿಯಬಹುದು. ಅಂತಹ ಪರಿಸ್ಥಿತಿಯಲ್ಲಿ ಮಾನವನು ತನ್ನ ಮನಸ್ಸು ಕೆಲಸ ಮಾಡುವ ವಿಧಾನವನ್ನು ಬದಲಾಯಿಸುತ್ತಾನೆ.

ಅರ್ಜುನ:- ಮನುಷ್ಯ ಒಂದೇ ಕ್ಷಣದಲ್ಲಿ ಬಾಂಧವ್ಯಗಳನ್ನು ಹೇಗೆ ಬಿಡುತ್ತಾನೆ. ಮಾನವನು ತನ್ನ ಕಾರ್ಯಗಳನ್ನು ಮಾಡಿದಾಗ, ಅವನ ಮನಸ್ಸು ಆ ಕಾರ್ಯಗಳಿಗೆ ಲಗತ್ತಿಸುತ್ತದೆ. ಒಬ್ಬ ವ್ಯಕ್ತಿಯು ಒಂದು ಕಾರ್ಯವನ್ನು ಮಾಡುತ್ತಾನೆ ಇದರಿಂದ ಅವನು ಅದರ ಫಲವನ್ನು ಪಡೆಯುತ್ತಾನೆ.

ಶ್ರೀಕೃಷ್ಣ:- ಇಲ್ಲಿಂದಲೇ ನಿಸ್ವಾರ್ಥ ಕಾರ್ಯಗಳ ಅಭ್ಯಾಸ ಪ್ರಾರಂಭವಾಗುತ್ತವೆ.

ಅರ್ಜುನ: ಅದರ ಅರ್ಥವೇನು?

ಶ್ರೀಕೃಷ್ಣ:- ಒಬ್ಬ ವ್ಯಕ್ತಿಯು ಒಂದು ಕಾರ್ಯವನ್ನು ಮಾಡುವುದರಿಂದ ಅದರ ಫಲವನ್ನು ಪಡೆಯುತ್ತಾನೆ ಎಂದು ನೀವು ಹೇಳಿದ್ದೀರ. ಆದರೆ ನಿಸ್ವಾರ್ಥವಾಗಲು ಒಬ್ಬನು ತನ್ನ ಕರ್ತವ್ಯವನ್ನು ಮಾಡಬೇಕು ಮತ್ತು ಯಾವುದೇ ರೀತಿಯ ಫಲವನ್ನು ಕೇಳಬಾರದು ಅಥವಾ ನಿರೀಕ್ಷಿಸಬಾರದು. ಅದರ ಫಲ ಸಿಗುವಂತೆ ಕರ್ಮಗಳನ್ನು ಮಾಡಬೇಡಿ. ಫಲವನ್ನು ಪಡೆಯುವುದು ನಿಮ್ಮ ಕೈಯಲ್ಲಿಲ್ಲ. ಕಾರ್ಯವನ್ನು ನಿರ್ವಹಿಸುವುದು ನಿಮ್ಮ ಕರ್ತವ್ಯ ಅಷ್ಟೆ. ಅರ್ಜುನ ನೀವು ಕಾರ್ಯಗಳನ್ನು ಮಾಡಬಹುದು ನೀವು ಕಾರ್ಯಗಳನ್ನು ಮಾಡಲು ಪ್ರಮಾಣ ತೆಗೆದುಕೊಳ್ಳಬಹುದು. ಆದರೆ ಅದರ ಫಲವನ್ನು ಪಡೆಯುವುದು ನಿಮ್ಮ ಕೈಯಲ್ಲಿಲ್ಲ.

ಅರ್ಜುನ:- ಮಧುಸೂದನ,ನಾನು ತಿನ್ನಲು ಕುಳಿತರೆ, ನಾನು ಅದನ್ನು ಪೂರ್ಣಗೊಳಿಸುತ್ತೇನೆ. ನಾನು ಪ್ರಮಾಣ ವಚನ ಸ್ವೀಕರಿಸಿದರೆ ನಾನು ಅದನ್ನು ಪೂರ್ಣಗೊಳಿಸುತ್ತೇನೆ.

ಶ್ರೀಕೃಷ್ಣ:- ಆ ತಿನ್ನುವ ಆಹಾರವು ನಿಮ್ಮ ಹಣೆಬರಹದಲ್ಲಿ ಇಲ್ಲದಿದ್ದರೆ, ನೀವು ಆ ತುಣುಕನ್ನು ನಿಮ್ಮ ಬಾಯಿಗೆ ತೆಗೆದುಕೊಂಡು ಹೋಗುತ್ತೀರಿ, ಆದರೆ ತಿನ್ನಲು ಸಾಧ್ಯವಾಗುವುದಿಲ್ಲ. ಅರ್ಜುನ ಪ್ರಮಾಣ ವಚನ ತೆಗೆದುಕೊಳ್ಳುವುದು ನಿಮ್ಮ ಕೈಯಲಿದೆ ಆದರೆ ಅದರ ಫಲ ಪಡೆಯುವುದು ನಿಮ್ಮ ಕೈಯಲ್ಲಿಲ್ಲ.

ಅರ್ಜುನ: ಅದು ಹೇಗೆ ಸಾಧ್ಯ?

ಶ್ರೀಕೃಷ್ಣ:- ನಾನು ನಿಮಗೆ ವಿವರಿಸುತ್ತೇನೆ. ಶ್ರೀಮಂತ ವ್ಯಕ್ತಿಯ ಮುಂದೆ ರುಚಿಕರವಾದ ಆಹಾರದ ತಟ್ಟೆಯು ಬಿದ್ದಿರುವಾಗ ಒಂದು ದೃಶ್ಯವನ್ನು ಕಲ್ಪಿಸಿಕೊಳ್ಳಿ. ಬಿಸಿ ಬಿಸಿ ಮತ್ತು ರುಚಿಕರವಾದ ಆಹಾರವು ತುಂಬಾ ಆಕರ್ಷಕವಾಗಿ ಕಾಣುತ್ತದೆ. ಮತ್ತು ಎಲ್ಲದಕ್ಕೂ ಶ್ರೀಮಂತ ವ್ಯಕ್ತಿ ತುಂಬಾ ಸಂತೋಷಪಡುತ್ತಾನೆ. ಅವನು ಮೊದಲ ಆಹಾರದ ತುಂಡನ್ನು ಆರಿಸಿದಂತೆ ಇದು ತಪ್ಪಾಗಿ ಹಾಳಾಗುತ್ತದೆ. ನೀವು ನೋಡಿದ್ದೀರಾ, ವಿಧಿಯಿಲ್ಲದಿದ್ದರೆ ಆಹಾರದ ತುಂಡನ್ನು ತೆಗೆದುಕೊಂಡು ಹೋಗಲಾಗುತ್ತದೆ. ಆದರೆ ನೀವು ಎಲ್ಲವನ್ನೂ ವಿಧಿಗಾಗಿ ಬಿಟ್ಟುಬಿಡುತ್ತೀರಿ ಮತ್ತು ಪ್ರತಿಕ್ರಿಯಿಸಬೇಡಿ ಎಂದು ಇದರ ಅರ್ಥವಲ್ಲ.

ಅರ್ಜುನ:- ಕೇಶವ, ನಿನ್ನ ಪ್ರಕಾರ ವಿಧಿಯು ಕೊಡಲು ಬಯಸಿದಾಗ ಫಲವನ್ನು ಕೊಡಲಾಗುತ್ತದೆ. ಹಾಗಾದರೆ ಮಾನವನು ಕರ್ಮಗಳನ್ನು ಮಾಡಬೇಕಾದ ಅಗತ್ಯವೇನು?

ಶ್ರೀ ಕೃಷ್ಣ: - ಉತ್ತರವನ್ನು ಪಡೆಯುವ ಮೊದಲು ವಿಧಿ ಏನೆಂದು ತಿಳಿದುಕೊಳ್ಳಿ ? ವಿಧಿ ಹಣೆಬರಹ ಹೇಗೆ ಮಾಡಲ್ಪಟ್ಟಿದೆ ಅದನ್ನು ತಿಳಿದುಕೊಳ್ಳಿ.

ಅರ್ಜುನ: ಇದು ಏನು ಮತ್ತು ಅದನ್ನು ಹೇಗೆ ತಯಾರಿಸುವುದು ಕಷ್ಟವೇನಲ್ಲ. ದೇವರ ಆಶಯ, ಇದು ಮಾನವನ ಹಣೆಬರಹ.

ಶ್ರೀಕೃಷ್ಣ:-ಇಲ್ಲ ಅರ್ಜುನ, ಇದು ಸತ್ಯವಲ್ಲ.

ಅರ್ಜುನ: - ಯಾಕೆ ಇಲ್ಲ?

ಶ್ರೀಕೃಷ್ಣ:- ಏಕೆಂದರೆ ನಾನು ಯಾರ ಹಣೆಬರಹವನ್ನೂ ಮಾಡುವುದಿಲ್ಲ. ನಾನು ಯಾವುದೇ ಮಾನವನ ಕಾರ್ಯಗಳಲ್ಲಿ ಅಥವಾ ಅವನ ಕರ್ಮಗಳ ಫಲಗಳಲ್ಲಿ ಹಸ್ತಕ್ಷೇಪ ಮಾಡುವುದಿಲ್ಲ. ಅದಕ್ಕೇ ಮನುಷ್ಯನ ಹಣೆಬರಹ ಮಾಡುವುದರಲ್ಲಿ ನನ್ನ ಕೈವಾಡವಿಲ್ಲ.

ಅರ್ಜುನ:- ಹಾಗಾದರೆ ಯಾರು ಮನುಷ್ಯನ ವಿಧಿಯನ್ನು ಹಣೆಬರಹವನ್ನು ಮಾಡುತ್ತಾರೆ?

ಶ್ರೀಕೃಷ್ಣ:- ಮನುಷ್ಯ? ಅವರ ಸ್ವಂತ ಕಾರ್ಯಗಳು.

ಅರ್ಜುನ: - ಅದು ಹೇಗೆ?

ಶ್ರೀಕೃಷ್ಣ:-ಮನುಷ್ಯನು ಯಾವ ರೀತಿಯ ಕರ್ಮಗಳನ್ನು ಮಾಡುತ್ತಾನೋ ಅದರ ಫಲವನ್ನು ಪಡೆಯುತ್ತಾನೆ. ಅವನು ಒಳ್ಳೆಯ ಕೆಲಸ ಮಾಡಿದರೆ ಫಲ ಒಳ್ಳೆಯದಾಗುತ್ತದೆ. ಮತ್ತು ತಪ್ಪು ಕರ್ಮಗಳನ್ನು ಮಾಡಿದರೆ ಪ್ರತಿಕೂಲವಾದ ಫಲವನ್ನು ಪಡೆಯುತ್ತಾನೆ. ಮಾನವನ ಒಳ್ಳೆಯ ಮತ್ತು ಕೆಟ್ಟ ಕೆಲಸಗಳ ಫಲವನ್ನು ವಿಧಿ ಹಣೆಬರಹ ಎಂದು ಕರೆಯಲಾಗುತ್ತದೆ. ಮಾನವನು ತನ್ನ ಸತ್ಕರ್ಮ ಮತ್ತು ಕೆಟ್ಟ ಕರ್ಮಗಳ ಫಲವನ್ನು ಈ ಜನ್ಮದಲ್ಲಿ ಅನುಭವಿಸಬೇಕಾಗುತ್ತದೆ. ಮತ್ತು ಕೆಲವೊಮ್ಮೆ ಮುಂದಿನ ಜೀವನದಲ್ಲಿ ಸಹ. ಅದರಿಂದ ಅವನು ತಪ್ಪಿಸಿಕೊಳ್ಳಲು

ಸಾಧ್ಯವಿಲ್ಲ. ಅದಕ್ಕಾಗಿಯೇ ನಿಮ್ಮ ಕರ್ತವ್ಯವನ್ನು ಮಾಡುತ್ತಲೇ ಇರಿ. ನಿಮ್ಮ ಕರ್ತವ್ಯವನ್ನು ನೀವು ಮಾಡುವ ಸ್ವಭಾವ, ಅದೇ ಸ್ವಭಾವವು ನಿಮ್ಮ ಫಲವನ್ನು ಪಡೆಯುತ್ತದೆ ಎಂಬುದನ್ನು ನೆನಪಿನಲ್ಲಿಡಿ. ಯಾವುದೇ ಮನುಷ್ಯ ಯಾವುದೇ ರೀತಿಯ ಅನ್ಯಾಯವನ್ನು ಎದುರಿಸುವುದಿಲ್ಲ. ವಿಧಿಯ ನಿಯಮವು ನೇರವಾಗಿ ಮತ್ತು ನ್ಯಾಯಯುತವಾಗಿದೆ. ಮನುಷ್ಯನ ಯಾವ ಕಾರ್ಯವೂ ವ್ಯರ್ಥವಾಗುವುದಿಲ್ಲ. ಅವನು ಸತ್ತ ನಂತರ ಮತ್ತು ಈ ಜನ್ಮದಲ್ಲಿ ಪ್ರತಿಯೊಂದು ಫಲವನ್ನು ಪಡೆಯುತ್ತಾನೆ. ಆದ್ದರಿಂದ ಈ ರೀತಿಯಾಗಿ ಮಾನವನು ಮಾಡಿದ ಕರ್ಮಗಳ ಫಲವನ್ನು ಅವನ ಅದೃಷ್ಟದಲ್ಲಿ ಬರೆಯಲಾಗುತ್ತದೆ. ಆದ್ದರಿಂದಲೇ ಮಾನವನ ಪ್ರತಿ ಜನ್ಮದಲ್ಲೂ ಅವನು ತನ್ನ ಜೀವಿತಾವಧಿಯಲ್ಲಿ ಮಾಡಿದ ಕರ್ಮಗಳನ್ನು ಕಟ್ಟಿಕೊಳ್ಳುತ್ತಾನೆ. ಇದರಿಂದಾಗಿ ಮನುಷ್ಯ ಜೀವನ್ಮರಣದ ಸುಳಿಗೆ ಸಿಲುಕುತ್ತಾನೆ. ಅವನು ಮೋಕ್ಷವನ್ನು ಸಾಧಿಸಲು ಸಾಧ್ಯವಾಗುವುದಿಲ್ಲ.

ಅರ್ಜುನ:- ಮಾನವನ ಜೀವನ್ಮರಣದ ಸುಳಿಗೆ ಮಾನವನ ಕಾರ್ಯಗಳು ಹೇಗೆ ಸಂಬಂಧಿಸಿದೆ?

ಶ್ರೀಕೃಷ್ಣ:- ಮಾನವನು ತನ್ನ ಜೀವನದಲ್ಲಿ ಮಾಡುವ ಕರ್ಮಗಳು ಒಳ್ಳೆಯ ಮತ್ತು ಕೆಟ್ಟ ಕಾರ್ಯಗಳನ್ನು ಹೊಂದಿವೆ. ಕೆಲವೊಮ್ಮೆ ಒಳ್ಳೆಯ ಕೆಲಸಗಳಿಗಿಂತ ಪಾಪಗಳು ದೊಡ್ಡದಾಗಿರುತ್ತವೆ. ಮತ್ತು ಇನ್ನೊಂದು ರೀತಿಯಲ್ಲಿ. ಮನುಷ್ಯನು ತನ್ನ ಹಿಂದಿನ ಜೀವನದಲ್ಲಿ ಮಾಡಿದ ಒಳ್ಳೆಯ ಮತ್ತು ಕೆಟ್ಟ ಕಾರ್ಯಗಳ ಪರಿಣಾಮಗಳನ್ನು ಅನುಭವಿಸುತ್ತಾನೆ. ನಂತರ ಮತ್ತೊಮ್ಮೆ ಕೆಲವು ಒಳ್ಳೆಯ ಮತ್ತು ಕೆಟ್ಟ ಕೆಲಸಗಳನ್ನು ಮಾಡುತ್ತಾನೆ. ಮತ್ತು ಇದನ್ನು ಒಮ್ಮೆ ತನ್ನ ವಿಧಿಯಲ್ಲಿ ಮೊದಲಿನಿಂದಲೂ ಬರೆಯಲಾಗಿದೆ. ಆದ್ದರಿಂದ ಈ ಎಲ್ಲಾ ಒಳ್ಳೆಯ ಮತ್ತು ಕೆಟ್ಟ ಕರ್ಮಗಳ ಫಲವನ್ನು ಅನುಭವಿಸಲು ಅವನು ಮತ್ತೆ ಜನ್ಮ ಪಡೆಯುತ್ತಾನೆ. ಆದ್ದರಿಂದ ಈ ಜೀವನ ಮತ್ತು ಮರಣದ ಪರಿಕಲ್ಪನೆಯು ಮುಂದುವರಿಯುತ್ತದೆ. ಆಗ ಮನುಷ್ಯ ದೇವರನ್ನು ತಲುಪಲು ಸಾಧ್ಯವಿಲ್ಲ. ಅಂದರೆ ಅವನಿಗೆ ಮೋಕ್ಷ ಸಿಗುವುದಿಲ್ಲ.

ಅರ್ಜುನ: - ಅಂದರೆ ಮೋಕ್ಷವನ್ನು ಪಡೆಯಲು ಮತ್ತು ಧರ್ಮನಿಷ್ಠೆ ಮತ್ತು ಪಾಪದಿಂದ ದೂರವಿರಲು ಮಾನವ ಯಾವುದೇ ಕಾರ್ಯಗಳನ್ನು ಮಾಡಬಾರದು. ಎಲ್ಲ ಕರ್ಮಗಳನ್ನು ತ್ಯಜಿಸಿ ಸಂನ್ಯಾಸಿಯಾಗಬೇಕು.

ಶ್ರೀಕೃಷ್ಣ: - ಯಾವ ಮನುಷ್ಯನೂ ಕರ್ಮಗಳನ್ನು ಮಾಡುವುದರಿಂದ ದೂರವಿರಲು ಸಾಧ್ಯವಿಲ್ಲ. ಅವನು ಸಂದರ್ಭ ಮತ್ತು ಪರಿಸ್ಥಿತಿಗೆ ಅನುಗುಣವಾಗಿ

ಕಾರ್ಯಗಳನ್ನು ಮಾಡಬೇಕು.

ಅರ್ಜುನ: - ಆದರೆ ಸಂನ್ಯಾಸಿಗಳು ಕಾರ್ಯಗಳನ್ನು ಮಾಡುವುದಿಲ್ಲ.

ಶ್ರೀಕೃಷ್ಣ: - ಅವರು ಕಾರ್ಯಗಳನ್ನು ಬಿಡುವುದಿಲ್ಲ. ಮತ್ತು ಅವರು ಹಾಗೆ ಮಾಡಲು ಸಾಧ್ಯವಿಲ್ಲ. ವಿರಕ್ತರೂ ಕರ್ಮಗಳನ್ನು ಮಾಡುತ್ತಾರೆ ಎಂದು ನಾನು ನಿಮಗೆ ಹೇಳಿದೆ. ಅವರು ತಿನ್ನುತ್ತಾರೆ ಮತ್ತು ಮಲಗುತ್ತಾರೆ ಮತ್ತು ಧ್ಯಾನ ಮತ್ತು ತಪಸ್ಸು ಮಾಡುತ್ತಾರೆ. ಇವೆಲ್ಲವೂ ಕರ್ಮಗಳೇ. ಯಾರಾದರೂ ಹೇಗೆ ಕಾರ್ಯಗಳಿಂದ ದೂರ ಉಳಿಯುತ್ತಾರೆ?

ಅರ್ಜುನ: - ಒಬ್ಬ ವ್ಯಕ್ತಿಯು ತನ್ನ ಕಾರ್ಯಗಳಿಂದ ಮುಕ್ತನಾಗಲು ಸಾಧ್ಯವಾಗದಿದ್ದರೆ, ಅವನು ಪಾಪ ಮತ್ತು ಪುಣ್ಯದಿಂದ ಮುಕ್ತನಾಗಲು ಯಾವ ರೀತಿಯ ಕಾರ್ಯಗಳನ್ನು ಮಾಡಬೇಕು.

ಶ್ರೀಕೃಷ್ಣ: - ಉತ್ತರವೆಂದರೆ ಮಾನವನು ಫಲಕ್ಕಾಗಿ ತನ್ನ ಆಸೆಗಳನ್ನು ಬಿಟ್ಟು ತನ್ನ ಕರ್ತವ್ಯವನ್ನು ತನ್ನ ಕರ್ತವ್ಯವಾಗಿ ಮಾಡಬೇಕು. ಅವನಿಗೆ ಫಲ ಖಂಡಿತ ಸಿಗುತ್ತದೆ ಆದರೆ ಭಗವಂತನ ಇಚ್ಛೆಯಂತೆ ಫಲವನ್ನು ಸ್ವೀಕರಿಸಬೇಕು. ಮಾನವನು ಈ ತಂತ್ರವನ್ನು ಅಳವಡಿಸಿಕೊಳ್ಳಲು ಕಲಿತಾಗ ಅವನು ಕರ್ಮಯೋಗಿ ಆಗುತ್ತಾನೆ.

ಶಿವ:- ಭಗವಂತ ಸತ್ಯವನ್ನು ಸರಳ ಪದಗಳಲ್ಲಿ ವಿವರಿಸಿದ್ದಾನೆ.

ಪಾರ್ವತಿ ದೇವಿ:- ನೀವು ಹೇಗೆ ಹೇಳುತ್ತೀರಿ ಪ್ರಭು?

ಶಿವ: - ದೇವಿ, ಭಯ, ಉದ್ವೇಗ, ದುರಾಸೆಗಳು ಮನುಷ್ಯನ ದೌರ್ಬಲ್ಯ! ಕರ್ಮಯೋಗ ಒಬ್ಬರ ದೌರ್ಬಲ್ಯವನ್ನು ತೊರೆಯುವುದನ್ನು ಬೇಡುತ್ತದೆ. ಬೇರೆ ರೀತಿಯಲ್ಲಿ ಹೇಳುವುದಾದರೆ, ಇದು ಒಬ್ಬರ ಕರ್ತವ್ಯವನ್ನು ನಿಸ್ವಾರ್ಥವಾಗಿ ಮಾಡುವಂತೆ ಒತ್ತಾಯಿಸುತ್ತದೆ.

ಪಾರ್ವತಿ ದೇವಿ:-ಪ್ರಭು ಮನುಷ್ಯನಿಗೆ ಇದರಿಂದ ಏನು ಲಾಭ?

ಶಿವ:- ಇದು ಆತ್ಮವನ್ನು ಶುದ್ಧಗೊಳಿಸುತ್ತದೆ ಮತ್ತು ಭಯವನ್ನು ಹೋಗಲಾಡಿಸುತ್ತದೆ. ಭಯವನ್ನು ತೊಲಗಿಸಿದರೆ ಮಾತ್ರ ಮನುಷ್ಯ

ಶಾಂತಿಯುತ ಜೀವನ ನಡೆಸಲು ಸಾಧ್ಯ. ಭಗವಂತ ಅರ್ಜುನನಿಗೆ ಈ ರಹಸ್ಯವನ್ನು ವಿವರಿಸುತ್ತಿದ್ದಾನೆ.

ಶ್ರೀಕೃಷ್ಣ:- ಹೇ ಅರ್ಜುನನೇ, ನೀನು ದಿವ್ಯ ಆಯುಧಗಳನ್ನು ಭದ್ರಪಡಿಸಿಕೊಳ್ಳಲು ಇಂದ್ರನ ನಿವಾಸಕ್ಕೆ ಹೋಗಿದ್ದೆ. ಆದರೆ ನೀನು ಅಂದು ಊರ್ವಶಿ ಬಲೆಗೆ ಬೀಳಲಿಲ್ಲ. ನೀವು ಊರ್ವಶಿಯಿಂದ ಆಕರ್ಷಿತರಾಗಲಿಲ್ಲ. ಇದಕ್ಕೆ ಕಾರಣ ನಿಮ್ಮ ಮನಸ್ಸು ನಿಮ್ಮ ಹಿಡಿತದಲ್ಲಿತ್ತು. ಊರ್ವಶಿ ವಿಚಾರದಲ್ಲಿ ನೀವು ಗೊಂದಲಕ್ಕೀಡಾಗಿಲ್ಲ. ಹಾಗಾದರೆ ಇವತ್ತು ನೀವು ಯಾಕೆ ಗೊಂದಲದಲ್ಲಿ ಇದ್ದೀರ? ಆ ಸಮಯದಲ್ಲಿ ನೀವು ನಿಮ್ಮ ಕರ್ತವ್ಯಗಳನ್ನು ಮರೆತಿರಲಿಲ್ಲ. ಆದರೆ ನನಗೆ ಭಯವಾಗಿದೆ, ನೀವು ಈ ಸಮಯದಲ್ಲಿ ನಿಮ್ಮ ಕರ್ತವ್ಯಗಳನ್ನು ಮರೆತಿರುದನ್ನುಸೂಚಿಸುತ್ತಿದ್ದೀರಿ. ಇದಕ್ಕೆ ಕಾರಣವನ್ನು ತಿಳಿಯಲು ನೀವು ಬಯಸುವಿರಾ?
ಅರ್ಜುನ: - ಖಂಡಿತ ಕೇಶವ.

ಶ್ರೀ ಕೃಷ್ಣ: - ನಿಮ್ಮ ಮನಸ್ಸು ನಿಮ್ಮ ನಿಯಂತ್ರಣಕ್ಕೆ ಮೀರಿದೆ, ಏಕೆಂದರೆ ನೀವು ನಿಸ್ವಾರ್ಥತೆಯ ವಿಧಾನವನ್ನು ಅಳವಡಿಸಿಕೊಂಡಿಲ್ಲ.

ಅರ್ಜುನ: ಏನು? ಈ ವಿಧಾನವನ್ನು ಅಳವಡಿಸಿಕೊಳ್ಳುವ ಮೂಲಕ ಒಬ್ಬರ ಮನಸ್ಸನ್ನು ಗೆಲ್ಲಬಹುದೇ?

ಶ್ರೀ ಕೃಷ್ಣ: - ಸಂಪೂರ್ಣವಾಗಿ ಅರ್ಜುನ! ತಪಸ್ವಿಗಳ ಮನಸ್ಸು ನಿಸ್ವಾರ್ಥ ಕಾರ್ಯಗಳಲ್ಲಿ ತೊಡಗಿದಾಗ ಅಲೆದಾಡುವುದಿಲ್ಲ. ತಪಸ್ವಿ ಮನಸ್ಸು ಕೇಂದ್ರೀಕೃತವಾಗಿದೆ. ಕೇವಲ ಉಬ್ಬರವಿಳಿತದ ಅಲೆಗಳು ಪ್ರಬಲ ಪರ್ವತವನ್ನು ಹೊಡೆಯಲು ಸಾಧ್ಯವಿಲ್ಲ. ಬೇರೆ ರೀತಿಯಲ್ಲಿ ಹೇಳುವುದಾದರೆ, ಪ್ರವಾಹದ ಹೊರತಾಗಿಯೂ ಪರ್ವತವು ಚಲಿಸುವುದಿಲ್ಲ. ಹಾಗೆಯೇ, ತಪಸ್ವಿಗಳ ಮನಸ್ಸು ಸಹ ಪ್ರಕೃತಿ ವಿಕೋಪದಿಂದ ಚಂಚಲವಾಗಿರುವುದಿಲ್ಲ. ಭಾವದ ಪ್ರವಾಹದಿಂದಲೂ ಅಲ್ಲ. ಹೇ ಪಾರ್ಥ ಆದ್ದರಿಂದ ನಿಮ್ಮ ಮನಸ್ಸನ್ನು ಗೆಲ್ಲಲು ನೀವು ಕೂಡ ತಪಸ್ಸು ಮಾಡಬೇಕು. ಮತ್ತು ನಿಸ್ವಾರ್ಥ ಕಾರ್ಯದಲ್ಲಿ ತೊಡಗುವುದರ ಫಲಿತಾಂಶವೆಂದರೆ ನಿಮ್ಮ ಕರ್ತವ್ಯಗಳನ್ನು ನಿರ್ವಹಿಸಿದರೂ ನೀವು ಅದಕ್ಕೆ ಬದ್ಧರಾಗಿರುವುದಿಲ್ಲ.
ಧೃತರಾಷ್ಟ:- ನೀವು ನಿಮ್ಮ ಕರ್ತವ್ಯಗಳನ್ನು ನಿರ್ವಹಿಸಿದರೂ ಸಹ ಬಂಧಕ್ಕೆ ಒಳಗಾಗುವುದಿಲ್ಲ.

ಶ್ರೀಕೃಷ್ಣ ಏನು ಮಾತನಾಡುತ್ತಿದ್ದಾನೆ? ಕೃಷ್ಣನು ನನ್ನ ಮುಗ್ಧ ಸೋದರಳಿಯ ಅರ್ಜುನನನ್ನು ಗೊಂದಲಗೊಳಿಸಲು ಪ್ರಯತ್ನಿಸುತ್ತಿರುವಂತೆ ನನಗೆ ಅನಿಸುತ್ತದೆ. ಅವನು ಯುದ್ಧ ಮಾಡುವ ಉದ್ದೇಶದಿಂದ ಅರ್ಜುನನನ್ನು ಪ್ರಚೋದಿಸುತ್ತಿದ್ದಾನೆ.

ಅರ್ಜುನ:- ಹೇ ಕೇಶವ, ನೀವು ನನ್ನನ್ನು ಎಂತಹ ಅವ್ಯವಸ್ಥೆಯ ಬಲೆಗೆ ಬೀಳಿಸಲು ಪ್ರಯತ್ನಿಸುತ್ತಿದ್ದೀರಾ?

ಧೃತರಾಷ್ಟ್ರ: ನೀವು ಅದನ್ನು ಗಮನಿಸಿದ್ದೀರಾ ಸಂಜಯ, ಅರ್ಜುನನಿಗೂ ಅನುಮಾನ ಬಂದಿದೆ .ಅವನು ಕೃಷ್ಣನು ಅವನನ್ನು ಗೊಂದಲಗೊಳಿಸಲು ಪ್ರಯತ್ನಿಸುತ್ತಿರುವುದನ್ನು ಅರಿತುಕೊಂಡಿದ್ದಾನೆ.

ಅರ್ಜುನ:- ಒಬ್ಬನು ಕರ್ತವ್ಯಗಳನ್ನು ನಿರ್ವಹಿಸುವಾಗಲೂ ಸಹ ಕರ್ಮ ಬಂಧಿಸದಿರುವುದು ಹೇಗೆ ಸಾಧ್ಯ?
ಶ್ರೀಕೃಷ್ಣ ನನಗೆ ಹೇಳು ಕರ್ಮಕ್ಕೆ ಬಂಧಿಯಾಗದೆ ಒಬ್ಬರ ಕರ್ತವ್ಯಗಳನ್ನು ನಿರ್ವಹಿಸುವ ವಿಧಾನ.
ಶ್ರೀಕೃಷ್ಣ:- ಇದು ತುಂಬಾ ಸರಳವಾಗಿದೆ. ಕರ್ಮಕ್ಕೆ ಪ್ರತಿಯಾಗಿ ಏನನ್ನು ನಿರೀಕ್ಷಿಸಬೇಡ.

ಅರ್ಜುನ:- ಇದು ಸಹಜ. ಆದರೆ ಇದು ಹೇಗೆ ಸಾಧ್ಯ?

ಶ್ರೀಕೃಷ್ಣ:- ಆದರೆ ಮನುಷ್ಯನು ಕೇವಲ ಅಪೇಕ್ಷಿಸುವುದರಿಂದ ಅದರ ಲಾಭವನ್ನು ಪಡೆಯುತ್ತಾನೆಯೇ? ಖಂಡಿತವಾಗಿಯೂ ಇಲ್ಲ, ಏಕೆಂದರೆ ಅದು ವಿಧಿಯ ಕೈಯಲ್ಲಿದೆ. ಸ್ವಾರ್ಥದ ಉದ್ದೇಶದಿಂದ ತನ್ನ ಕರ್ತವ್ಯಗಳನ್ನು ನಿರ್ವಹಿಸುವವನು ತನ್ನ ಕರ್ತವ್ಯಗಳ ಮೇಲೆ ಕೇಂದ್ರೀಕರಿಸುವುದಿಲ್ಲ. ಮತ್ತು ಆದ್ದರಿಂದ ಅವನು ಬಯಸಿದ ಪ್ರಯೋಜನಗಳನ್ನು ಪಡೆಯುವುದಿಲ್ಲ. ಪಾರ್ಥ ಕೇವಲ ತನ್ನ ಕರ್ತವ್ಯಗಳನ್ನು ನಿರ್ವಹಿಸಬಹುದು ಆದರೆ ಅದರ ಪ್ರಯೋಜನಗಳು ಖಂಡಿತವಾಗಿಯೂ ಅವನ ನಿಯಂತ್ರಣದಲ್ಲಿಲ್ಲ.

ಅರ್ಜುನ:- ಕೇಶವ, ಮನುಷ್ಯ ತನ್ನ ಸಾಧನೆಯ ಫಲ ಅವನ ಕೈಯಲ್ಲಿರದಿದ್ದಾಗ ಅವನು ಕರ್ತವ್ಯಗಳನ್ನು ಏಕೆ ಮಾಡಬೇಕು?

ಶ್ರೀಕೃಷ್ಣ:- ಮನುಷ್ಯನ ಕರ್ತವ್ಯ ಜವಾಬ್ದಾರಿಗಳನ್ನು ಪೂರೈಸುವುದು.ಮತ್ತು ತನ್ಮೂಲಕ ವಿವಿಧ ಕಾರ್ಯಗಳಲ್ಲಿ ಪಾಲ್ಗೊಳ್ಳುತ್ತಾರೆ.

ಅರ್ಜುನ:- ಆದರೆ ಕರ್ತವ್ಯ ಪ್ರಜ್ಞೆಯು ಹೇಗೆ ವಿಕಸನಗೊಳ್ಳುತ್ತದೆ. ಮನುಷ್ಯ ಅದು ಫಲ ನೀಡುವುದಿಲ್ಲ ಎಂದು ಅವನಿಗೆ ತಿಳಿದಾಗ? ಏಕೆ ಮನುಷ್ಯನು ತನ್ನ ಕರ್ತವ್ಯಗಳನ್ನು ಯಾವುದೇ ಉದ್ದೇಶವಿಲ್ಲದೆ ನಿರ್ವಹಿಸುತ್ತಾನೆಯೇ?

ಶ್ರೀ ಕೃಷ್ಣ- ಹೇ ಅರ್ಜುನ, ಈ ಸತ್ಯದಿಂದ ಕುರುಡರಾದ ಸಾಮಾನ್ಯ ಮನುಷ್ಯರು ಪ್ರಾಪಂಚಿಕ ಆಸೆಗಳಿಗೆ ಬಲಿಯಾಗುತ್ತಾರೆ. ಅವರ ಮನಃಶಾಂತಿ ಇಲ್ಲವಾಗುತ್ತದೆ. ಅವರ ಪ್ರತಿಫಲದ ದುರಾಸೆಯು ಅವರನ್ನು ಚಂಚಲಗೊಳಿಸುತ್ತದೆ, ಹೇ ಪಾರ್ಥ, ದುಯೋಧನ ಮತ್ತು ಅವನ ಸಹೋದರನನ್ನು ಉದಾಹರಣೆಗೆ ತೆಗೆದುಕೊಳ್ಳಿ, ದುಯೋಧನ, ದುಶ್ಯಾಸನ ಮತ್ತು ಶಕುನಿ ತಪ್ಪು ಕಾರ್ಯಗಳಲ್ಲಿ ತೊಡಗಿದ್ದಾರೆ. ಹಸ್ತಿನಾಪುರದ ಸಿಂಹಾಸನವನ್ನು ಸಂಪಾದಿಸುವ ಸಲುವಾಗಿ ಅವರು ಭೀಮನನ್ನು ಸಮುದ್ರಕ್ಕೆ ತಳ್ಳಿದ ಘಟನೆ ನಿಮಗೆ ನೆನಪಿದೆ, ಅಲ್ಲವೇ? ನಿಮ್ಮೆಲ್ಲರನ್ನು ಕೊಲ್ಲಲು ಕೌರವರು ಹೂಡಿದ ಸಂಚು ನಿಮಗೆ ನೆನಪಿದೆ ಅಲ್ಲವೇ? ಇದು ನಿಜಕ್ಕೂ ಅತ್ಯುತ್ತಮ ಉಪಾಯವಾಗಿತ್ತು. ಆ ದೊಡ್ಡ ಬೆಂಕಿಯಿಂದ ಬದುಕುಳಿಯುವುದು ನಿಮ್ಮೆಲ್ಲರಿಗೂ ಅಸಾಧ್ಯವಾಗಿತ್ತು. ಅದೊಂದು ಕ್ರೂರ ಕೃತ್ಯವಾಗಿತ್ತು. ಆದರೆ ಅವರ ಕಾರ್ಯವು ಫಲ ನೀಡಿದೆಯೇ? ಇಲ್ಲ. ವಿಧಿ ಇನ್ನೇನೋ ಕಾದಿರುತ್ತಿತ್ತು. ಅವರ ಯೋಜನೆಗಳು ವಿಫಲವಾದಾಗ, ಅವರು ವಿಶ್ವಾಸಘಾತುಕತನಕ್ಕೆ ಮರಳಿದರು, ಅದರ ಸಹಾಯದಿಂದ ಅವರು ನಿಮ್ಮನ್ನು 12 ವರ್ಷಗಳ ಕಾಲ ದೇಶಭ್ರಷ್ಟರಾಗಿ ವನವಾಸಕ್ಕೆ ಕಳುಹಿಸಿದರು ಮತ್ತು 1 ವರ್ಷದ ಅವಧಿಗೆ ಅಜ್ಞಾತವಾಸಕ್ಕೆ ಕಳುಹಿಸಿದರು. ಆದರೆ ಕೌರವರು ಕಠಿಣ ಪ್ರಯತ್ನದ ಹೊರತಾಗಿಯೂ ತಮ್ಮ ಗುರಿಗಳನ್ನು ಸಾಧಿಸಲು ವಿಫಲರಾದರು. ಪ್ರತಿಫಲವು ವಿಧಿಯ ಕೈಯಲ್ಲಿದೆ ಎಂಬುದನ್ನು ಅವರು ಮರೆತಿದ್ದಾರೆ. ದುಷ್ಕೃತ್ಯಗಳ ಈ ವಿಷವರ್ತುಲದಲ್ಲಿ ಅವರು ಸಿಕ್ಕಿಬಿದ್ದಿದ್ದಾರೆ. ಪಾರ್ಥ, ಅವರ ಆಸೆ ಎಂದಿಗೂ ಈಡೇರುವುದಿಲ್ಲ. ವಾಸ್ತವವಾಗಿ, ಅವರು ತಮ್ಮ ದುಷ್ಕೃತ್ಯಗಳಿಗೆ ಮಾತ್ರ ಶಿಕ್ಷೆಗೆ ಒಳಗಾಗುತ್ತಾರೆ. ಈ ಅಂಶವನ್ನು ಯಾವಾಗಲೂ ನೆನಪಿಡು.

ಶಿವ:- ಒಂದು ಕಡೆ ದುಯೋಧನ, ಇನ್ನೊಂದು ಕಡೆ ಭರತನ ಪ್ರಕರಣ. ಒಂದು ಕಡೆ ಶಕ್ತಿ ಅಡಗಿದೆ. ಮತ್ತು ಮತ್ತೊಂದೆಡೆ ದೌರ್ಬಲ್ಯ ಅಡಗಿದೆ. ಭರತನು

ಸಿಂಹಾಸನವನ್ನು ಸ್ವೀಕರಿಸಲು ನಿರಾಕರಿಸಿದನು, ಭಗವಾನ್ ರಾಮನು ಅದನ್ನು ಅವನಿಗೆ ದಯಪಾಲಿಸಿದನು. ಮತ್ತೊಂದೆಡೆ, ದುರ್ಯೋಧನನು ತನ್ನ ಸಹೋದರರ ರಾಜ್ಯವನ್ನು ವಿಶ್ವಾಸಘಾತುಕವಾಗಿ ವಶಪಡಿಸಿಕೊಂಡನು, ಭರತನು ರಾಮನ ಪ್ರತಿನಿಧಿಯಾಗಿ ಮಾತ್ರ ಸಿಂಹಾಸನವನ್ನು ವಹಿಸಿಕೊಂಡನು. ದುರಾಸೆ ಮತ್ತು ಸ್ವಾರ್ಥಕ್ಕೆ ಬಲಿಯಾದ ದುರ್ಯೋಧನನನ್ನು ನೋಡು. ಪ್ರಭು ಕೃಷ್ಣ ಹೇಳಿದ್ದು ಸಂಪೂರ್ಣವಾಗಿ ಸರಿ ದೇವಿ. ದುರ್ಯೋಧನನು ತನ್ನ ಕೃತ್ಯಗಳಿಗೆ ಖಂಡಿತವಾಗಿಯೂ ಶಿಕ್ಷೆಗೆ ಗುರಿಯಾಗುತ್ತಾನೆ.

ಶ್ರೀ ಕೃಷ್ಣ:-ಹೇ ಪಾರ್ಥ, ನಿಸ್ವಾರ್ಥ ಪುರುಷರು ತಮ್ಮ ಆಸೆಗಳನ್ನು ತ್ಯಜಿಸುತ್ತಾರೆ ಮತ್ತು ದೇವರಲ್ಲಿ ದೃಢವಾದ ನಂಬಿಕೆಯೊಂದಿಗೆ ಧ್ಯಾನದ ಮೂಲಕ ತಮ್ಮ ಕರ್ತವ್ಯಗಳ ಮೇಲೆ ಮಾತ್ರ ಗಮನಹರಿಸುತ್ತಾರೆ. ಈ ಏಕಾಗ್ರತೆಯನ್ನು ಯೋಗ ಎಂದು ಕರೆಯಲಾಗುತ್ತದೆ. ತಮ್ಮ ಕರ್ತವ್ಯವನ್ನು ಸಮರ್ಪಣಾ ಭಾವದಿಂದ ಮತ್ತು ದೇವರಿಗೆ ಭಕ್ತಿಯಿಂದ ನಿರ್ವಹಿಸುವುದು ಸ್ವಾರ್ಥದ ಉದ್ದೇಶದಿಂದ ಕಾರ್ಯಗಳಲ್ಲಿ ತೊಡಗುವುದಕ್ಕಿಂತ ಶ್ರೇಷ್ಠವಾಗಿದೆ. ಬುದ್ಧಿವಂತರು ತಪಸ್ಸಿನ ಮೂಲಕ ನಿಸ್ವಾರ್ಥ ಕಾರ್ಯಗಳನ್ನು ಮಾಡುತ್ತಾರೆ. ಮತ್ತು ತನ್ಮೂಲಕ ಮೋಕ್ಷವನ್ನು ಪಡೆಯುತ್ತಾರೆ. ಪಾರ್ಥನೇ, ನೀನು ತಪಸ್ಸಿನಲ್ಲಿ ತೊಡಗಿದಾಗ ನೀನು ಕೂಡ ಈ ಲೌಕಿಕ ಬಯಕೆಗಳಿಂದ ಮುಕ್ತಿ ಹೊಂದುವೆ. ಒಂದು ವಿಷಯ ನೆನಪಿರಲಿ ಪಾರ್ಥ, ಸ್ವಾರ್ಥದಿಂದ ತಪಸ್ಸು ಮಾಡುವವನು ತಪಸ್ವಿಯಾಗಲಾರ. ನಂತರ ಒಳ್ಳೆಯ ಕಾರ್ಯದಲ್ಲಿ ಪಾಲ್ಗೊಳ್ಳುವ ಉದ್ದೇಶ ಹೊಂದಿದ್ದರೂ ಸಹ. ಅಂತಹ ವ್ಯಕ್ತಿಯ ಕಾರ್ಯಗಳು ಅವನ ಉದ್ದೇಶಗಳನ್ನು ಲೆಕ್ಕಿಸದೆ ಫಲ ನೀಡಬಹುದು. ಆದರೆ ಅವನು ಖಂಡಿತವಾಗಿಯೂ ದೇವರೊಂದಿಗೆ ಒಂದಾಗಲು ಅಥವಾ ಶಾಂತಿಯನ್ನು ಪಡೆಯಲು ಸಾಧ್ಯವಿಲ್ಲ.

ಅರ್ಜುನ: ಹೇ ಕೇಶವ, ಮನುಷ್ಯ ಒಳ್ಳೆಯ ಮತ್ತು ಕೆಟ್ಟ ಕೆಲಸಗಳೆರಡಕ್ಕೂ ಬದ್ಧನಾಗಿರುತ್ತಾನೆ. ಅವನಿಗೆ ತಕ್ಕ ಪ್ರತಿಫಲ ಅಥವಾ ಶಿಕ್ಷೆಯನ್ನು ನೀಡಲಾಗುತ್ತದೆ. ಮನುಷ್ಯ ತನ್ನ ಪಾಪಗಳಿಗೆ ಪ್ರಾಯಶ್ಚಿತ್ತ ಮಾಡಿಕೊಂಡರೆ ಅದರಿಂದ ಹೊರಬರಬಹುದು. ಆದರೆ ಅವನು ತನ್ನ ಒಳ್ಳೆಯ ಕಾರ್ಯಗಳನ್ನು ಹೇಗೆ ತೊಡೆದುಹಾಕುತ್ತಾನೆ?

ಶ್ರೀ ಕೃಷ್ಣ:- ಹೇ ಪಾರ್ಥ, ಒಳ್ಳೆಯ ಮತ್ತು ಕೆಟ್ಟ ಕಾರ್ಯಗಳು, ನಷ್ಟ ಮತ್ತು ಲಾಭ, ಯಶಸ್ಸು ಮತ್ತು ವೈಫಲ್ಯವು ಸಾಮಾನ್ಯ ಪುರುಷರಿಗೆ ಸಂಬಂಧಿಸಿದೆ. ಆದರೆ

ಬುದ್ಧಿವಂತರು ಈ ಭಾವನೆಗಳಿಂದ ಮುಕ್ತರಾಗುತ್ತಾರೆ. ಅವರು ಅದರಿಂದ ಮುಕ್ತರಾಗಿದ್ದಾರೆ. ಬುದ್ಧಿವಂತರು ತಮ್ಮ ಆತ್ಮಸಾಕ್ಷಿಯನ್ನು ದೇವರ ಆದೇಶದಂತೆ ಪಾಲಿಸುತ್ತಾರೆ. ಹಾಗಾದರೆ ಒಳ್ಳೆಯ ಮತ್ತು ಕೆಟ್ಟ ಕಾರ್ಯಗಳ ಪ್ರಶ್ನೆ ಎಲ್ಲಿ ಉದ್ಭವಿಸುತ್ತದೆ? ಹೇ ಪಾರ್ಥ, ನೀವು ಬುದ್ಧಿವಂತಿಕೆಯ ಮಾರ್ಗವನ್ನು ಹೇಗೆ ನಡೆಸುತ್ತೀರಿ? ನೀವು ಪ್ರಾಪಂಚಿಕ ಆಸೆಗಳಿಗೆ ಬಲಿಯಾಗಿದ್ದರೆ ಬುದ್ಧಿವಂತಿಕೆಯ ಸಹಾಯದಿಂದ ಪ್ರಾಪಂಚಿಕ ಸುಖಗಳನ್ನು ಸಂಪಾದಿಸುವ ನಿಮ್ಮ ದುರಾಸೆಯನ್ನು ತೊಡೆದುಹಾಕಿ. ಮತ್ತು ಲೌಕಿಕ ಬಯಕೆಯ ದುರಾಶೆಯಿಂದ ನಿಮ್ಮ ಮನಸ್ಸನ್ನು ನಿವಾರಿಸಿ. ಹೇ ಪಾರ್ಥ, ಆಸೆಗಳು ಮನಸ್ಸಿನ ಅಜ್ಞಾನವಲ್ಲದೆ ಬೇರೇನೂ ಅಲ್ಲ. ಮತ್ತು ಈ ಅಜ್ಞಾನವೇ ಲೌಕಿಕ ಬಯಕೆಗಳ ಹಂಬಲಕ್ಕೆ ಕಾರಣವಾಗುತ್ತದೆ. ದೇಹ ಮತ್ತು ಭೌತಿಕ ವಸ್ತುಗಳು ತಾತ್ಕಾಲಿಕವೆಂದು ಅವನು ಅರಿತುಕೊಳ್ಳುವುದಿಲ್ಲ. ಅವು ಹೆಚ್ಚು ಕಾಲ ಉಳಿಯುವುದಿಲ್ಲ. ಮನುಷ್ಯ ಸತ್ಯ ಮತ್ತು ಸುಳ್ಳು ಮತ್ತು ಶಾಶ್ವತ ಮತ್ತು ತಾತ್ಕಾಲಿಕ ನಡುವೆ ವ್ಯತ್ಯಾಸವನ್ನು ಕಲಿತಾಗ ಅವನು ಬುದ್ಧಿವಂತ ವ್ಯಕ್ತಿ. ಅವನು ಭೌತಿಕ ವಸ್ತುಗಳ ಕಡೆಗೆ ಆಕರ್ಷಿತನಾಗುವುದಿಲ್ಲ. ಬೇರೆ ರೀತಿಯಲ್ಲಿ ಹೇಳುವುದಾದರೆ, ಆಸೆಗಳನ್ನು ತ್ಯಾಗ ಮಾಡುವುದು ಎಂದರ್ಥ. ಇದರರ್ಥ, ಮನುಷ್ಯನು ಯಾವುದೇ ಭೌತಿಕ ವಸ್ತುಗಳಿಗೆ ಹಂಬಲಿಸಿದರೂ ಅದರ ಕಡೆಗೆ ಆಕರ್ಷಿತನಾಗುವುದಿಲ್ಲ. ಒಬ್ಬ ವ್ಯಕ್ತಿಯು ಬುದ್ಧಿವಂತಿಕೆಯನ್ನು ಪಡೆದಾಗ ಮಾತ್ರ ತನ್ನ ಆಸೆಯನ್ನು ತ್ಯಾಗ ಮಾಡುವಲ್ಲಿ ಯಶಸ್ವಿಯಾಗಬಹುದು. ಆತ್ಮಸಾಕ್ಷಿಯು ಬಲಗೊಳ್ಳುತ್ತದೆ ಮತ್ತು ಇದರ ಪರಿಣಾಮವಾಗಿ ಮನಸ್ಸು ದೃಢವಾಗುತ್ತದೆ. ಮತ್ತು ಈ ದೃಢತೆಯು ದೇವರೊಂದಿಗೆ ಒಂದಾಗಲು ಸಹಾಯ ಮಾಡುತ್ತದೆ. ನೀವೂ ನಿಮ್ಮ ಮನಸ್ಸನ್ನು ದೃಢಪಡಿಸಿಕೊಳ್ಳುವ ಮೂಲಕ ದೇವರೊಂದಿಗೆ ಒಂದಾಗಲು ಪ್ರಯತ್ನಿಸಬೇಕು. ಬುದ್ಧಿವಂತಿಕೆಯನ್ನು ಪಡೆಯಲು ತಪಸ್ಸಿನಲ್ಲಿ ಪಾಲ್ಗೊಳ್ಳಿ. ಮತ್ತು ಬಲವಾದ ಇಚ್ಛಾಶಕ್ತಿಯ ವ್ಯಕ್ತಿಯಾಗಿ.

ಅರ್ಜುನ: ಹೇ ಮಧುಸೂದನ, ಈ ಬಲವಾದ ಇಚ್ಛಾಶಕ್ತಿಯುಳ್ಳವನು ದೃಢಮನಸ್ಸು ಇರುವ ಮನುಷ್ಯ ಏನು ಮಾಡುತ್ತಾನೆ? ದಯವಿಟ್ಟು ಇದನ್ನು ನನಗೆ ವಿವರಿಸಿ.

ಶ್ರೀಕೃಷ್ಣ:- ಪಾರ್ಥ, ನೋವಿನಲ್ಲಿದ್ದಾಗಲೂ ಅಸಮಾಧಾನವನ್ನು ವ್ಯಕ್ತಪಡಿಸದ ಮತ್ತು ಸಂತೋಷಕ್ಕಾಗಿ ದುರಾಸೆಯಿಲ್ಲದವನು ಮತ್ತು ಕೋಪ, ಆಸೆ, ಭಯ ಇತ್ಯಾದಿಗಳಿಗೆ ಅವಕಾಶ ನೀಡದವನು ಬಲವಾದ ಇಚ್ಛಾಶಕ್ತಿಯುಳ್ಳವನು ಎಂದು ಹೇಳಲಾಗುತ್ತದೆ. ಬಲವಾದ ಇಚ್ಛಾಶಕ್ತಿಯುಳ್ಳ ಮತ್ತು ಬುದ್ಧಿವಂತ ವ್ಯಕ್ತಿಯು ಯಾವುದೇ ಪರಿಸ್ಥಿತಿಯಲ್ಲಿ ಮನಸ್ಸಿನ ಶಾಂತಿಯನ್ನು ಸಂಗ್ರಹಿಸುತ್ತಾನೆ. ಅದು

ಸಂತೋಷವಾಗಲಿ ದುಃಖಿವಾಗಲಿ. ಶಾಶ್ವತ ಆನಂದವನ್ನು ಅನುಭವಿಸುವವನು ಎಂದಿಗೂ ಸಂತೋಷ ಮತ್ತು ದುಃಖಿದಿಂದ ದೂರವಿರುವುದಿಲ್ಲ. ಅಂತಹ ದೃಢವಾದ ಇಚ್ಛಾಶಕ್ತಿಯುಳ್ಳ ವ್ಯಕ್ತಿಯ ಮನಸ್ಸು ಸ್ಥಿರವಾಗಿ ಉರಿಯುವ ಬೆಂಕಿಯ ಜ್ವಾಲೆಯಂತೆ. ಅದು ಎಂದಿಗೂ ಗಾಳಿಗೆ ಬೀಸುವುದಿಲ್ಲ.

ಪಾರ್ವತಿ ದೇವಿ: - ಭಗವಂತ, ದೀಪದ ಬತ್ತಿ ದೀರ್ಘಕಾಲದವರೆಗೆ ಸ್ಥಿರವಾಗಿ ಸುಡುವುದಿಲ್ಲ. ಇದು ಗಾಳಿಯ ಸೌಮ್ಯವಾದ ಹೊಡೆತಕ್ಕೆ ಚಂಚಲವಾಗುತ್ತದೆ.

ಶಿವ:- ಅದು ನಿಜ ದೇವಿ. ಶ್ರೀಕೃಷ್ಣನು ನಿಖರವಾಗಿ ವಿವರಿಸಲು ಪ್ರಯತ್ನಿಸುತ್ತಿದ್ದಾನೆ. ಮಾನವನ ಮನಸ್ಸು ಆಸೆಗಳ ಬಿರುಗಾಳಿಯ ನಡುವೆ ಇಟ್ಟ ದೀಪವನ್ನು ಹೋಲುತ್ತದೆ. ಬಲವಾದ ಆಸೆಗಳು ಮನುಷ್ಯನ ಮನಸ್ಸು ದೃಢವಾಗಿರಲು ಬಿಡುವುದಿಲ್ಲ. ಒಬ್ಬನ ಮನಸ್ಸನ್ನು ಗೆಲ್ಲಲು ಅವನ ಆಸೆಗಳನ್ನು ನಿಗ್ರಹಿಸಲು ಭಗವಂತನು ಮನುಷ್ಯನಿಗೆ ಸಲಹೆ ನೀಡುತ್ತಿದ್ದಾನೆ. ಒಬ್ಬನು ತನ್ನ ಆಸೆಗಳನ್ನು ನಿಗ್ರಹಿಸದಿದ್ದರೆ, ಒಂದು ಆಸೆ ಇನ್ನೊಂದನ್ನು ಹುಟ್ಟುಹಾಕುತ್ತದೆ ಮತ್ತು ಇತ್ಯಾದಿ. ಮತ್ತು ಈ ಸರಪಳಿಗೆ ಅಂತ್ಯವಿಲ್ಲ. ಒಬ್ಬ ವ್ಯಕ್ತಿಯು ನಿರಾಶ್ರಿತನಾಗಿದ್ದಾಗ ಅವನು ಸ್ವಂತ ಗುಡಿಸಲು ಹೊಂದಲು ಬಯಸುತ್ತಾನೆ. ಗುಡಿಸಲು ಸಿಕ್ಕರೆ ದೊಡ್ಡ ಮನೆಯ ಆಸೆ. ತದನಂತರ ದೊಡ್ಡದಕ್ಕಾಗಿ ಬಯಸುತ್ತಾನೆ. ಮತ್ತು ಅಂತಿಮವಾಗಿ ಅವನು ಮಹಲು ಹೊಂದಲು ಬಯಸುತ್ತಾನೆ. ಒಂದೇ ಆಸೆಯು ದೊಡ್ಡದಾಗಿದೆ.

ಪಾರ್ವತಿ ದೇವಿ:- ಮನುಷ್ಯನು ತನ್ನ ಆಸೆಯನ್ನು ಹೇಗೆ ನಿಗ್ರಹಿಸಬಹುದು?

ಶಿವ:- ಅತ್ಯಂತ ಸರಳ ಮತ್ತು ಸರಿಯಾದ ಮಾರ್ಗ, ಅವನ ಆಸೆಗೆ ಕಡಿವಾಣ ಹಾಕುವುದು ಸಾಧ್ಯವಾದಾಗ ಮನುಷ್ಯನು ಮನಸ್ಸಿನ ಶಾಂತಿ ಮತ್ತು ಸಂತೋಷವನ್ನು ಪಡೆಯಬಹುದು ತೃಪ್ತಿಯನ್ನು ಪಡೆಯಬಹುದು.

ಅರ್ಜುನ: ಕರ್ತನೇ, ಬಲವಾದ ಇಚ್ಛಾಶಕ್ತಿಯುಳ್ಳ ವ್ಯಕ್ತಿಯಾಗಲು ಒಬ್ಬನು ದೃಢವಾಗಿರಬೇಕು ಎಂದು ನೀವು ಹೇಳಿದ್ದೀರಿ. ಬೇರೆ ರೀತಿಯಲ್ಲಿ ಹೇಳುವುದಾದರೆ, ಒಬ್ಬನು ಚಂಚಲ ಮನಸ್ಸನ್ನು ಹೊಂದಿರಬಾರದು. ಇದರರ್ಥ ಒಬ್ಬನು ತನ್ನ ಮನಸ್ಸಿಗೆ ಒಪ್ಪಿಕೊಳ್ಳುವ ಬದಲು ಬುದ್ಧಿವಂತಿಕೆಗೆ ಗಮನ ಕೊಡಬೇಕು. ಬುದ್ಧಿವಂತಿಕೆಯ ಮೇಲುಗೈ ಸಾಧಿಸಬೇಕೇ ಹೊರತು ಮನಸ್ಸಲ್ಲ. ಇದನ್ನೇ ನೀವು ಹೇಳುತ್ತಿರುವುದು ಅಲ್ಲವೇ?

ಶ್ರೀಕೃಷ್ಣ: - ಇಲ್ಲ ಅರ್ಜುನ. ಕೇವಲ ನಂಬಿಕೆ ಮತ್ತು ಬುದ್ಧಿವಂತಿಕೆಯು ಸಹ ಅಪಾಯಕಾರಿ ಎಂದು ಸಾಬೀತುಪಡಿಸಬಹುದು.

ಮನುಷ್ಯನ ಅಂತ್ಯ ಹತ್ತಿರವಾದಾಗ ಮನುಷ್ಯನ ಬುದ್ಧಿವಂತಿಕೆಯು ದ್ರೋಹ ಮಾಡಿ ಅವನನ್ನು ದಾರಿ ತಪ್ಪಿಸುತ್ತದೆ.

ಅರ್ಜುನ:-ಮನುಷ್ಯನು ತನ್ನ ಮನಸ್ಸಿಗೆ ತಕ್ಕಂತೆ ವರ್ತಿಸಬಾರದು ಅಥವಾ ಬುದ್ಧಿವಂತಿಕೆಗೆ ಗಮನ ಕೊಡಬಾರದು. ಹಾಗಾದರೆ ಮನುಷ್ಯನಿಂದ ಏನನ್ನು ನಿರೀಕ್ಷಿಸಲಾಗಿದೆ? ಒಬ್ಬನು ತನ್ನ ಆಚೆಗಿನ ಜೀವನದ ಹಾದಿಯನ್ನು ಹೇಗೆ ತುಳಿಯುತ್ತಾನೆ? ಪ್ರವೃತ್ತಿಗಳು ಮೋಕ್ಷವನ್ನು ಪಡೆಯಲು ಮನುಷ್ಯನು ತನ್ನ ಸ್ವಭಾವವನ್ನು ಹೇಗೆ ಬದಲಾಯಿಸಬಹುದು? ದಯವಿಟ್ಟು ಈ ವಿಷಯದಲ್ಲಿ ನನಗೆ ಸಲಹೆ ನೀಡಿ.

ಶ್ರೀಕೃಷ್ಣ:- ಈ ಸ್ವಭಾವವನ್ನು ಬದಲಾಯಿಸುವ ಮೊದಲು ಅದು ಹೇಗೆ ಬಂದಿದೆ ಎಂಬುದನ್ನು ತಿಳಿದುಕೊಳ್ಳುವುದು ಬಹಳ ಮುಖ್ಯ. ಮನುಷ್ಯ ಹುಟ್ಟಿದ್ದು ಮೂರು ಗುಣಗಳೊಂದಿಗೆ. ಸತ್ವ (ಒಳ್ಳೆಯ ವಿಧಾನ) ರಾಜಸ (ಭಾವೋದ್ರೇಕದ ವಿಧಾನ) ಥಾಮಸ (ಅಜ್ಞಾನದ ವಿಧಾನ)

ಈ ಮೂರು ಗುಣಗಳ ಆಧಾರದ ಮೇಲೆ ಪ್ರಕೃತಿಯನ್ನು ರಚಿಸಲಾಗಿದೆ. ಈ ಪ್ರಯತ್ನಶೀಲ ಸ್ವಭಾವವು ಎಲ್ಲಾ ಜೀವಿಗಳಲ್ಲಿ ಸಮಾನ ಪ್ರಮಾಣದಲ್ಲಿ ತುಂಬಿದೆ. ಆದರೆ ಈ ಮೂರರಲ್ಲಿ ಯಾವುದಾದರೂ ಒಂದು ಗುಣವು ಪ್ರತಿಯೊಬ್ಬ ವ್ಯಕ್ತಿಯಲ್ಲಿ ಮೇಲುಗೈ ಸಾಧಿಸುತ್ತದೆ. ಮತ್ತು ಮನುಷ್ಯನ ಪಾತ್ರವು ಅವನಲ್ಲಿರುವ ಗುಣಮಟ್ಟವನ್ನು ಅವಲಂಬಿಸಿರುತ್ತದೆ. "ರಾಜಸ" (ಅಪ್ರಾಮಾಣಿಕತೆ) ಗುಣದಿಂದ ಆಶೀರ್ವದಿಸಲ್ಪಟ್ಟವನು ಅಧಿಕಾರ ಮತ್ತು ಸಂಪತ್ತಿನ ದುರಾಸೆಯುಳ್ಳವನಾಗಿರುತ್ತಾನೆ. "ಥಾಮಸ" (ಉದಾಸೀನತೆ) ಗುಣವನ್ನು ಹೊಂದಿರುವವನು ಸೋಮಾರಿ ಮತ್ತು ಜಡ. ದ್ವೇಷ, ದುರಾಸೆಯಂತಹ ಋಣಾತ್ಮಕ ಗುಣಗಳು ಅವನಲ್ಲಿ ಪ್ರಚಲಿತದಲ್ಲಿವೆ.

ಮೂರು ಗುಣಗಳು . ಸತ್ವ (ಒಳ್ಳೆಯ) ರಾಜಸ (ಭಾವೋದ್ರೇಕ) ಧಾಮಸ
(ಅಜ್ಞಾನ)

ಅರ್ಜುನ: - ಸತ್ವ (ಪ್ರಾಮಾಣಿಕತೆ) ಗುಣವನ್ನು ಹೊಂದಿರುವವರ ಬಗ್ಗೆ
ಏನು?

ಶ್ರೀ ಕೃಷ್ಣ:- "ಸತ್ವ" (ಪ್ರಾಮಾಣಿಕತೆ) ಗುಣವು ಎಲ್ಲಕ್ಕಿಂತ ಉತ್ತಮವಾಗಿದೆ. ಸಾತ್ವಿಕ ವ್ಯಕ್ತಿ ಮುಗ್ಧ ಮತ್ತು ಪ್ರಾಮಾಣಿಕ. ಎಲ್ಲಾ ಮೂರು ಗುಣಗಳು ಕೆಲವು ಪ್ರಮಾಣದಲ್ಲಿ ಪುರುಷರಲ್ಲಿ ಮೇಲುಗೈ ಸಾಧಿಸುತ್ತವೆ. ಆದರೆ ಪ್ರಕೃತಿಯು ಹೆಚ್ಚು ಪ್ರಚಲಿತದಲ್ಲಿರುವ ಗುಣಮಟ್ಟವನ್ನು ಆಧರಿಸಿದೆ. ಅವನು ತನ್ನ ಸ್ವಭಾವದ ಆಧಾರದ ಮೇಲೆ ಆಕಾರವನ್ನು ನೀಡುತ್ತಾನೆ. ಮಾನದಂಡಗಳ ಪ್ರಕಾರ ಪ್ರತಿಯೊಬ್ಬ ವ್ಯಕ್ತಿಯು ಬಯಸುತ್ತಾನೆ.

ಅರ್ಜುನ: - ಪ್ರತಿಯೊಬ್ಬ ವ್ಯಕ್ತಿಯು ಅವನ ಸ್ವಭಾವಕ್ಕೆ ಅನುಗುಣವಾಗಿ ಆಸೆಗಳನ್ನುಹೊಂದಿರುತ್ತಾನೆ ಎಂದು ನೀವು ಹೇಳಿದ್ದೀರಿ. ಆದರೆ ನನ್ನ ಅಭಿಪ್ರಾಯದಲ್ಲಿ, ಮನುಷ್ಯನು ತನ್ನ ಸ್ವಭಾವ ಅಥವಾ ಪ್ರಕ್ರಿಯೆಗಳ ಗುಣಮಟ್ಟವನ್ನು ಲೆಕ್ಕಿಸದೆ ಒಂದೇ ಒಂದು ವಿಷಯವನ್ನು ಬಯಸುತ್ತಾನೆ. ಬೇರೆ ರೀತಿಯಲ್ಲಿ ಹೇಳುವುದಾದರೆ, ಮನುಷ್ಯನು ಸಂತೋಷವನ್ನು ಮಾತ್ರ ಬಯಸುತ್ತಾನೆ. ಮನುಷ್ಯ ಎಂದಿಗೂ ದುಃಖವನ್ನು ಬಯಸುವುದಿಲ್ಲ. ಮನುಷ್ಯ ಎಂದಿಗೂ ದುಃಖಿತನಾಗಲು ಬಯಸುವುದಿಲ್ಲ. ಆದ್ದರಿಂದ ಅವನು ಸಂತೋಷದ ಕಡೆಗೆ ಶ್ರಮಿಸುತ್ತಾನೆ. ಅದು ರಾಜನಾಗಿರಲಿ ಅಥವಾ ಬಡವನಾಗಿರಲಿ. ಪುರುಷನಾಗಿರಲಿ ಅಥವಾ ಮಹಿಳೆಯಾಗಿರಲಿ.

ಶ್ರೀಕೃಷ್ಣ:- ನೀನು ಹೇಳಿದ್ದು ಸಂಪೂರ್ಣವಾಗಿ ಸರಿ ಅರ್ಜುನ. ಪ್ರತಿಯೊಬ್ಬ ವ್ಯಕ್ತಿಯು ಸಂತೋಷವನ್ನು ಬಯಸುತ್ತಾನೆ. ಆದರೆ ಸಂತೋಷದ ವ್ಯಾಖ್ಯಾನವು ವ್ಯಕ್ತಿಯಿಂದ ವ್ಯಕ್ತಿಗೆ ವಿಭಿನ್ನವಾಗಿರುತ್ತದೆ. ಅವನ ಸ್ವಭಾವ ಮತ್ತು ಅವನ ಗುಣದ ಪ್ರಕಾರ. ಒಬ್ಬ ತಪಸ್ವಿ ಇತರರನ್ನು ಸಂತೋಷಪಡಿಸುವ ಮೂಲಕ ಸಂತೋಷವನ್ನು ಪಡೆಯುತ್ತಾನೆ. ಇತರರಿಗೆ ಸಹಾಯ ಮಾಡುವುದರಲ್ಲಿ ಅವನು ಸಂತೋಷವನ್ನು ಪಡೆಯುತ್ತಾನೆ. ಕ್ರೂರ ಮನುಷ್ಯನು ಇತರರಿಗೆ ನೋವುಂಟುಮಾಡುವಾಗ ಆನಂದವನ್ನು ಪಡೆಯುತ್ತಾನೆ. ಇತರರು ಸಂತೋಷವಾಗಿದ್ದಾಗ ಅವನು ದುಃಖಿತನಾಗುತ್ತಾನೆ. ಆದ್ದರಿಂದ, ಸಂತೋಷ ಮತ್ತು ದುಃಖದ ವ್ಯಾಖ್ಯಾನವು ವ್ಯಕ್ತಿಯಿಂದ ವ್ಯಕ್ತಿಗೆ ಅವರ ಸ್ವಭಾವ ಮತ್ತು ಸ್ವಭಾವಕ್ಕೆ ಅನುಗುಣವಾಗಿ ವಿಭಿನ್ನವಾಗಿರುತ್ತದೆ. ಅಂದಹಾಗೆ, ಸಂತೋಷ ಶಾಶ್ವತವೇ? ಇಲ್ಲ, ಸುಖವೂ ಶಾಶ್ವತವಲ್ಲ, ದುಃಖವೂ ಅಲ್ಲ.

ಅರ್ಜುನ:- ಅಂದರೆಸಂತೋಷ ಶಾಶ್ವತವಲ್ಲವೇ?

ಶ್ರೀಕೃಷ್ಣ:- ಸುಖವು ಶಾಶ್ವತವಾಗಿರುವುದು ಹೇಗೆ? ಜಗತ್ತು ಬದಲಾವಣೆಗೆ ಒಳಪಟ್ಟಿದೆ. ಪ್ರತಿ ಕ್ಷಣವೂ ಬದಲಾವಣೆ ಸಂಭವಿಸುತ್ತದೆ. ಬದಲಾವಣೆ ಪ್ರಕೃತಿಯ ನಿಯಮಗಳು. ಈ ಜಗತ್ತಿನಲ್ಲಿ ಯಾವುದೂ ಶಾಶ್ವತವಲ್ಲ. ನಮ್ಮ ದೇಹವು ಬದಲಾವಣೆಗಳಿಗೆ ಒಳಪಟ್ಟಿರುತ್ತದೆ ಎಂದು ನಾನು ನಿಮಗೆ ಮೊದಲೇ ಹೇಳುತ್ತೇನೆ. ಹೀಗಿರುವಾಗ ಸುಖ ದುಃಖ ಶಾಶ್ವತವಾಗುವುದು ಹೇಗೆ?

ಅರ್ಜುನ: ಅಂದರೆ ಮನುಷ್ಯ ಸಂತೋಷ ಮತ್ತು ದುಃಖವು ಎರಡನ್ನೂ ಅನುಭವಿಸುತ್ತಾನೆಯೇ?

ಶ್ರೀಕೃಷ್ಣ:- ಸುಖ ಮತ್ತು ದುಃಖವು ಚಕ್ರದ ಅರ್ಧ ಅರ್ಧದಷ್ಟು. ಚಕ್ರವು ಚಲಿಸುತ್ತಲೇ ಇರುತ್ತದೆ. ಕೆಲವೊಮ್ಮೆ, ಮನುಷ್ಯ ಸಂತೋಷದಿಂದ ನಗುತ್ತಾನೆ. ಅದೇ ವ್ಯಕ್ತಿ ನೋವಿನಿಂದ ಅಳುತ್ತಾನೆ ಮತ್ತು ದುಃಖಿಸುತ್ತಾನೆ. ಆದರೆ ಕಾಲಚಕ್ರ ನಿಲ್ಲುವುದಿಲ್ಲ. ಸುಖ ದುಃಖಗಳ ಚಕ್ರ ಸಾಗುತ್ತಲೇ ಇರುತ್ತದೆ. ಮತ್ತು ಮನುಷ್ಯನ ಜೀವನದಲ್ಲಿ ಸಂತೋಷ ಮತ್ತು ದುಃಖವು ಅಸ್ತಿತ್ವದಲ್ಲಿದೆ. ಚಕ್ರವು ನಿಲ್ಲುವುದಿಲ್ಲ ಅಥವಾ ಸುಖ ಮತ್ತು ದುಃಖಗಳು ಅರ್ಧಕ್ಕೆ ಬರುವುದಿಲ್ಲ. ಸಂತೋಷವು ಹೊರಹೊಮ್ಮಿದರೆ, ಅದು ಹೆಚ್ಚು ಕಾಲ ಉಳಿಯುವುದಿಲ್ಲ, ದುಃಖವು ದೀರ್ಘಕಾಲ ಉಳಿಯುವುದಿಲ್ಲ.

ಶಿವ: - ದೇವಿ, ಭಗವಂತನ ಭಾಷಣವು ಮಾನವಕುಲದ ಜೀವನದಲ್ಲಿ ಹೊಸ ಅಧ್ಯಾಯವನ್ನು ಸೃಷ್ಟಿಸುವ ಗುರಿಯನ್ನು ಹೊಂದಿದೆ. ಭಗವಂತ ಮನುಷ್ಯನಿಗೆ ದಯ ಮತ್ತು ಸರಳ ಪದಗಳಲ್ಲಿ ವಿವರಿಸುತ್ತಿದ್ದಾನೆ. ಜೀವನದ ನಿಜವಾದ ಅರ್ಥ. ಅವನು ಜ್ಞಾನದ ದ್ವಾರಗಳನ್ನು ತೆರೆಯುತ್ತಿದ್ದಾನೆ. ಮನುಷ್ಯನು ಈ ಜ್ಞಾನವನ್ನು ಗ್ರಹಿಸಿದರೆ ಮತ್ತು ಅದನ್ನು ತನ್ನ ದೈನಂದಿನ ಜೀವನದಲ್ಲಿ ಆಚರಣೆಗೆ ಬಂದರೆ, ನೈತಿಕ ಮೌಲ್ಯಗಳ ಹಾದಿಯಲ್ಲಿ ನಡೆಯುವುದನ್ನು ಯಾರೂ ತಡೆಯಲಾರರು.

ಶ್ರೀಕೃಷ್ಣ: - ಹೇ ಅರ್ಜುನ, ಆದ್ದರಿಂದ ಮನುಷ್ಯನು ತನ್ನ ಆಸೆಗಳನ್ನು ಜಯಿಸುವುದು ಬಹಳ ಮುಖ್ಯ. ಮನುಷ್ಯನು ತನ್ನ ಆಸೆಗಳನ್ನು ಪೂರೈಸಿದರೂ ಎಂದಿಗೂ ತೃಪ್ತನಾಗುವುದಿಲ್ಲ. ಮನುಷ್ಯನು ವಯಸ್ಸಾದರೂ ಅವನ ಆಸೆಗಳು ಎಂದಿಗೂ ಬಿಡುವುದಿಲ್ಲ, ಸರಳವಾದ ಬಯಕೆಯ ಅನೇಕ ಆಸೆಗಳನ್ನು ಹುಟ್ಟುಹಾಕುತ್ತದೆ. ಮತ್ತು ಪ್ರತಿ ಆಸೆಯೊಂದಿಗೆ, ಮನುಷ್ಯನ ನಿರೀಕ್ಷೆಯೂ ಹೆಚ್ಚಾಗುತ್ತದೆ. ಮತ್ತು ಹೆಚ್ಚುತ್ತಿರುವ ನಿರೀಕ್ಷೆಯೊಂದಿಗೆ ಅಸಮಾಧಾನವೂ

ಹೆಚ್ಚಾಗುತ್ತದೆ. ಮತ್ತು ಆಸೆಗಳಿಂದ ಬಂಧಿತನಾದ ಅತೃಪ್ತ ವ್ಯಕ್ತಿಯು ಒಳ್ಳೆಯದು ಮತ್ತು ಕೆಟ್ಟದ್ದನ್ನು ಪ್ರತ್ಯೇಕಿಸುವಷ್ಟು ಬುದ್ಧಿವಂತನಾಗಿರುವುದಿಲ್ಲ. ಆದ್ದರಿಂದ, ನಿಮ್ಮ ಆಸೆಗಳನ್ನು ತ್ಯಾಗ ಮಾಡಲು ಮತ್ತು ಬಲವಾದ ಇಚ್ಛಾಶಕ್ತಿಯ ವ್ಯಕ್ತಿಯಾಗಲು ನಾನು ನಿಮಗೆ ಸಲಹೆ ನೀಡುತ್ತೇನೆ. ಬುದ್ಧಿವಂತಿಕೆಯ ಶಿಖಿರವಾದ ಬಲವಾದಇಚ್ಛಾಶಕ್ತಿಯುಳ್ಳ ಮನುಷ್ಯನಾಗು.

ಅರ್ಜುನ: ಹೇ ಮಧುಸೂದನ, ನನ್ನ ಆಸೆಗಳನ್ನು ತ್ಯಾಗ ಮಾಡಿ ಮತ್ತು ಬಲವಾದ ಇಚ್ಛಾಶಕ್ತಿಯುಳ್ಳ ಮನುಷ್ಯನಾಗಲು ನೀವು ನನಗೆ ಸಲಹೆ ನೀಡುತ್ತೀರಿ. ಆದರೆ ಬಲವಾದ ಇಚ್ಛಾಶಕ್ತಿಯುಳ್ಳ ವ್ಯಕ್ತಿಯಾಗಲು ಎಲ್ಲಕ್ಕಿಂತ ಮುಖ್ಯವಾದುದು ಯಾವುದು?

ಶ್ರೀಕೃಷ್ಣ:-ದೃಢ ಮನಸ್ಸು.

ಅರ್ಜುನ:- ದೃಢ ಮನಸ್ಸು? ಆದರೆ ಪುರುಷರು ದೃಢವಾದ ಮನಸ್ಸನ್ನು ಹೊಂದುವುದು ಹೇಗೆ?

ಶ್ರೀ ಕೃಷ್ಣ: - ಭರವಸೆ ಮತ್ತು ನಿರಾಶೆಯನ್ನು ತೊಡೆದುಹಾಕುವ ಮೂಲಕ ಒಬ್ಬರ ಮನಸ್ಸನ್ನು ಗೆಲ್ಲಬಹುದು. ಒಬ್ಬರ ಮನಸ್ಸನ್ನು ಗೆದ್ದರೆ, ಆಸೆಯನ್ನು ಸಹ ಜಯಿಸಬಹುದು.

ಅರ್ಜುನ: - ಒಬ್ಬನು ತನ್ನ ದೇಹದ ಒಂದು ಭಾಗವನ್ನು ತ್ಯಜಿಸುವ ಮೂಲಕ ತನ್ನ ಆಸೆಯನ್ನು ಜಯಿಸಬಹುದೇ?

ಶ್ರೀಕೃಷ್ಣ:- ಇಲ್ಲ ಅರ್ಜುನ, ಒಬ್ಬ ವ್ಯಕ್ತಿಯು ಅಪಘಾತದಲ್ಲಿ ತನ್ನ ದೃಷ್ಟಿಯನ್ನು ಕಳೆದುಕೊಂಡರೆ ಅವನು ಸೌಂದರ್ಯವನ್ನು ಮೆಚ್ಚುವುದನ್ನು ನಿಲ್ಲಿಸುತ್ತಾನೆ ಎಂದರ್ಥವಲ್ಲ. ಅವನ ಮನಸ್ಸು ಅನೇಕ ದೃಶ್ಯಗಳನ್ನು ಕಲ್ಪಿಸಿಕೊಳ್ಳಬಲ್ಲದು, ಅವನು ಕುರುಡನಾಗಿದ್ದರೂ ಅವನನ್ನು ಲೌಕಿಕ ಆನಂದಕ್ಕೆ ಸಿಲುಕಿಸಬಹುದು. ಒಬ್ಬ ಕುರುಡನು ದೇವರ ಕಲ್ಪನೆಯ ಚಿತ್ರವನ್ನು ಸಹ ರಚಿಸಬಹುದು. ಮತ್ತು ಮಹಿಳೆಯದ್ದು ಕೂಡ. ವ್ಯಕ್ತಿಯ ಅಂಗವೈಕಲ್ಯವು ಮನುಷ್ಯನ ಭಾವೋದ್ರಿಕ್ತ ಭಾವನೆಗಳಿಗೆ ಯಾವುದೇ ವ್ಯತ್ಯಾಸವನ್ನುಂಟು ಮಾಡುವುದಿಲ್ಲ. ಒಬ್ಬ ಮನುಷ್ಯನು ತನ್ನ ಕಣ್ಣುಗಳನ್ನು ಮುಚ್ಚಿ ದೇವರನ್ನು ಆಹ್ವಾನಿಸಲು ಪ್ರಯತ್ನಿಸುತ್ತಿದ್ದಾನೆ ಎಂದು ಊಹಿಸಿ. ಆದರೆ ವಾಸ್ತವದಲ್ಲಿ ಅವನು ದೇವರ ಮೇಲೆ ಕೇಂದ್ರೀಕರಿಸುತ್ತಿಲ್ಲ. ಅವನು ನಿಜವಾಗಿಯೂ ತನ್ನ ಪ್ರಿಯತಮೆಯ ಬಗ್ಗೆ

ಯೋಚಿಸುತ್ತಿದ್ದಾನೆ. ಇದರರ್ಥ ಅವನ ಕಣ್ಣುಗಳು ಮುಚ್ಚಲ್ಪಟ್ಟಿವೆ ಆದರೆ ಅವನು ದೃಷ್ಟಿಯಿಂದ ಪ್ರಲೋಭನೆಗೆ ಒಳಗಾಗುತ್ತಾನೆ. ಅನೇಕ ಜನರು ತಮ್ಮ ಮನಸ್ಸನ್ನು ನಿಯಂತ್ರಿಸಲು ಕಠಿಣವಾದ ಉಪವಾಸಗಳನ್ನು ಕೈಗೊಳ್ಳುತ್ತಾರೆ. ದಿನಗಟ್ಟಲೆ ಊಟವಿಲ್ಲದೆ ಪರದಾಡುತ್ತಾರೆ. ಆದರೆ ಅವರ ಮನಸ್ಸು ಇನ್ನೂ ಸುತ್ತಲೂ ಸಿಗುವ ರುಚಿಕರವಾದ ಆಹಾರದಲ್ಲಿಯೇ ಸಿಕ್ಕಿಹಾಕಿಕೊಂಡರೆ ಅವರ ಉಪವಾಸದಿಂದ ಏನು ಪ್ರಯೋಜನ. ಅಂತಹ ಜನರು ತಪಸ್ಸು ಮತ್ತು ಉಪವಾಸದಿಂದ ತಮ್ಮನ್ನು ತಾವು ದುರ್ಬಲಗೊಳಿಸಿಕೊಳ್ಳುತ್ತಾರೆ. ಆದರೆ ಇದರೊಂದಿಗೆ ಲೌಕಿಕ ಬಾಂಧವ್ಯವನ್ನು ತ್ಯಾಗ ಮಾಡಿ ಬಿಡಲಾಗುವುದಿಲ್ಲ. ನೆನಪಿಡಿ, ಲೌಕಿಕ ವಸ್ತುಗಳಿಗೆ ಲಗತ್ತುಗಳು ಅಪಾಯಕಾರಿ. ಈ ಲೌಕಿಕ ಬಾಂಧವ್ಯಗಳನ್ನು ತ್ಯಜಿಸುವುದು ಎಂದರೆ ನಿಮ್ಮ ದೇಹದ ಈ ಇಂದ್ರಿಯಗಳಿಂದ ನೀವು ಮುಕ್ತವಾಗಿರಬೇಕು ಎಂದಲ್ಲ. ಆದರೆ ನಿರ್ಲಿಪ್ತತೆಯನ್ನು ಮುಕ್ತಗೊಳಿಸಲು, ಮನಸ್ಸಿನಿಂದ ಮಾಡಬಹುದು. ಒಮ್ಮೆ ಮನಸ್ಸು ನಿರ್ಲಿಪ್ತವಾದರೆ ಪಂಚೇಂದ್ರಿಯಗಳು ತಮ್ಮ ಕರ್ಮಗಳನ್ನು ಮಾಡುವಾಗಲೂ ತಮ್ಮ ಗುಣಲಕ್ಷಣಗಳಿಂದ ಬೇರ್ಪಟ್ಟಿರುತ್ತವೆ. ಕಮಲದ ಹೂವು ನೀರಿನಲ್ಲಿದ್ದಾಗಲೂ ಒಣಗಿರುತ್ತದೆ ಮತ್ತು ಅದರ ಎಲೆಯ ಮೇಲೆ ಒಂದು ಹನಿಯೂ ಉಳಿಯುವುದಿಲ್ಲ. ಆದ್ದರಿಂದ ಮೊದಲನೆಯದಾಗಿ ತ್ಯಾಗದಿಂದ ಮತ್ತು ಬುದ್ಧಿಯನ್ನು ಸ್ಥಿರಗೊಳಿಸಿ. ಆಗ ಬುದ್ಧಿಯು ನಿಮ್ಮ ಮನಸ್ಸನ್ನು ಸ್ಥಿರಗೊಳಿಸುತ್ತದೆ. ಆಗ ನಿಮ್ಮ ಮನಸ್ಸು ನಿಮ್ಮ ಪಂಚೇಂದ್ರಿಯಗಳ ಲಕ್ಷಣವನ್ನು ಕಸಿದುಕೊಳ್ಳುತ್ತದೆ. ಆಮೆಯು ತನ್ನ ಸುತ್ತಲೂ ಅಪಾಯವಿದೆ ಎಂದು ಆಮೆಯು ತನ್ನ ಕೈಕಾಲುಗಳನ್ನು ತ್ವರಿತವಾಗಿ ಮಡಚಿಕೊಳ್ಳುವಂತೆ, ಮನುಷ್ಯನು ಐಷಾರಾಮಿ ಮತ್ತು ಸೌಕರ್ಯಗಳ ಭಕ್ತನಾಗಿದ್ದರೆ, ಅವನು ಭಗವಂತನ ಭಕ್ತನಾಗುವುದು ಹೇಗೆ? ತಮ್ಮೊಳಗೆ ಇನ್ನೂ ಭಕ್ತರಂತೆ ನಟಿಸುವ ಜನರು ಪ್ರಪಂಚದ ಚಿಂತೆ ಮತ್ತು ಕಾರ್ಯಗಳಲ್ಲಿ ಸಿಕ್ಕಿಹಾಕಿಕೊಳ್ಳುತ್ತಾರೆ ಆದರೆ ಭಕ್ತಿ ಮತ್ತು ಪೂಜೆ ಮಾಡುವ ಕ್ರಿಯೆಯನ್ನು ಮಾಡುತ್ತಾರೆ. ಅವರು ವಂಚಕರು ಮತ್ತು ನಾವು ಅವರನ್ನು ಪಾತ್ರರಹಿತರು ಎಂದು ಕರೆಯುತ್ತೇವೆ. ಅರ್ಜುನ, ಸ್ಥಿರವಾದ ಮನಸ್ಸನ್ನು ಹೊಂದಿರುವ ವ್ಯಕ್ತಿ, ಮತ್ತು ಅವನ ಬುದ್ಧಿಯು ಸ್ಥಿರವಾಗಿರುತ್ತದೆ, ಅವನು ತನ್ನ ಮನಸ್ಸಿನ ಮೇಲೆ ನಿಯಂತ್ರಣವನ್ನು ಹೊಂದಿದ್ದಾನೆ ಮತ್ತು ಅವನಿಗೆ ಲೌಕಿಕ ಬಾಂಧವ್ಯಗಳುಮತ್ತು ಸೌಕರ್ಯಗಳಿಲ್ಲ. ಯಾವುದೇ ಸಂದರ್ಭಗಳಲ್ಲಿ ಅವನು ಸಂತೋಷ ಅಥವಾ ದುಃಖವನ್ನು ತೋರಿಸುವುದಿಲ್ಲ, ಅಂತಹ ಜನರು ಯಾವಾಗಲೂ ಭಗವಂತ ತನ್ನೊಂದಿಗೆ ಇರುತ್ತಾನೆ ಎಂಬ ನಂಬಿಕೆಯನ್ನು ಹೊಂದಿರುತ್ತಾರೆ. ಅವರು ಯಾವುದೇ ಸಂದರ್ಭದಲ್ಲೂ ವಿಚಲಿತರಾಗುವುದಿಲ್ಲ.

ಅರ್ಜುನ:-ಇದೆಲ್ಲ ಹೇಳೋದು ಸುಲಭ. ಆದರೆ ಸಾಮಾನ್ಯ ಮನುಷ್ಯನಿಗೆ ಇದನ್ನ ಸಾಧಿಸುವುದು ತುಂಬಾ ಕಷ್ಟ. ಇದಕ್ಕಾಗಿ ಮಾನವನಿಗೆ ಕೆಲವು ದೈವಿಕ ಸಹಾಯದ ಅಗತ್ಯವಿದೆ.

ಶ್ರೀಕೃಷ್ಣ:- ಹೌದು ನೀನು ಹೇಳಿದ್ದು ಸರಿ ಅರ್ಜುನ. ಭಗವಂತನ ಆಶೀರ್ವಾದವಿಲ್ಲದೆ ಏನೂ ಮಾಡಲು ಸಾಧ್ಯವಿಲ್ಲ. ಆದ್ದರಿಂದ ಒಬ್ಬ ವ್ಯಕ್ತಿಯು ತನ್ನ ಅತ್ಯುತ್ತಮ ಸಾಮರ್ಥ್ಯಗಳೊಂದಿಗೆ ಭಗವಂತನ ಆಶೀರ್ವಾದವನ್ನು ಪಡೆಯಬೇಕು. ಅರ್ಜುನ, ನೀವು ಭಗವಂತನನ್ನು ಪ್ರಾರ್ಥಿಸಿದರೆ, ಒಬ್ಬರ ಮನಸ್ಸು ಶುದ್ಧ ಮತ್ತು ಉದಾತ್ತವಾಗುತ್ತದೆ. ಅಸಮಾಧಾನ ಶಾಶ್ವತವಾಗಿ ಕೊನೆಗೊಳ್ಳುತ್ತದೆ.

ಅರ್ಜುನ: ಲೌಕಿಕ ಬಾಂಧವ್ಯಗಳು ನಾಶವಾಗದಿದ್ದರೆ?

ಶ್ರೀಕೃಷ್ಣ:- ಲೌಕಿಕ ಬಾಂಧವ್ಯಗಳು ನಾಶವಾಗದಿದ್ದರೆ ಮನುಷ್ಯ ತಾನೇ ನಾಶವಾಗುತ್ತಾನೆ. ಅರ್ಜುನ ಯಾವುದೇ ರೀತಿಯ ಲೌಕಿಕ ಬಾಂಧವ್ಯಗಳಿಂದಾಗಿ, ಒಬ್ಬ ವ್ಯಕ್ತಿಯು ಆ ಬಾಂಧವ್ಯಗಳ ಬಗ್ಗೆ ಯೋಚಿಸುತ್ತಲೇ ಇರುತ್ತಾನೆ. ಒಬ್ಬ ವ್ಯಕ್ತಿಯು ಒಬ್ಬ ಸುಂದರ ಮಹಿಳೆಗೆ. ಆಕರ್ಷಿತನಾದರೆ ತನ್ನ ಎಲ್ಲಾ ಎಚ್ಚರ ಮತ್ತು ಮಲಗುವ ಸಮಯ, ಅವನು ಅವಳ ಬಗ್ಗೆ ಕನಸು ಕಾಣುತ್ತಾನೆ. ಈ ರೀತಿಯಲ್ಲಿ ನಿಧಾನವಾಗಿ ಬಾಂಧವ್ಯ ಮತ್ತು ಪ್ರೀತಿ ಮತ್ತು ಕಾಮದ ಭಾವನೆಗಳು ಅವನ ಮನಸ್ಸಿನಲ್ಲಿ ಬೆಳೆಯುತ್ತವೆ. ಅವರ ಪ್ರೇಮ ಜೀವನದಲ್ಲಿ ಯಾವುದೇ ರೀತಿಯ ಅಡಚಣೆ ಉಂಟಾದರೆ ತೀವ್ರವಾದ ಕೋಪವು ಬೆಳೆಯುತ್ತದೆ. ಕೋಪವು ಅಸೂಯೆ ಮತ್ತು ಅಸಮಾಧಾನ ಮತ್ತು ಅಜ್ಞಾನದ ಪ್ರತಿಕೂಲ ಭಾವನೆಗಳನ್ನು ತರುತ್ತದೆ. ಬಲವಾದ ಗಾಳಿಯು ಜ್ವಾಲೆಯನ್ನು ಉಂಟುಮಾಡುವಂತೆಯೇ, ವ್ಯಕ್ತಿಯ ಜೀವನದಲ್ಲಿ ಪ್ರೀತಿ ಮತ್ತು ಕಾಮದ ಬಿರುಗಾಳಿಯು ಅವನ ಆಲೋಚನಾ ಶಕ್ತಿಯನ್ನು ನಾಶಪಡಿಸುತ್ತದೆ. ಒಮ್ಮೆ ಮನಸ್ಸಿನ ಆಲೋಚನಾ ಶಕ್ತಿಯು ನಾಶವಾದರೆ, ಅವನ ಬುದ್ಧಿವಂತಿಕೆಯು ಹಾಳಾಗುತ್ತದೆ. ಬುದ್ಧಿಯು ನಾಶವಾದಾಗ ಮನಸ್ಸಿನ ಸ್ಥಾನವು ಅನಾರೋಗ್ಯದ ನಂತರ ದೇಹವು ದೇಹವು ನಾಶವಾದಾಗ ಒಂದೇ ಆಗಿರುತ್ತದೆ . ಒಮ್ಮೆ ಮನುಷ್ಯನ ಬುದ್ಧಿವಂತಿಕೆಯು ನಾಶವಾದರೆ ಮನುಷ್ಯರೂ ನಾಶವಾಗುತ್ತಾರೆ.

ಲೌಕಿಕ ಬಾಂಧವ್ಯಗಳು

ಶಿವ: - ಪ್ರೀತಿ ಮತ್ತು ಕಾಮವು ಮನುಷ್ಯನನ್ನು ನಾಶಪಡಿಸುತ್ತದೆ ಎಂದು ಶ್ರೀಕೃಷ್ಣ ಎಷ್ಟು ಮುಖ್ಯವಾದ ವಿಷಯವನ್ನು ಹೇಳಿದ್ದಾನೆ.

ಪಾರ್ವತಿ ದೇವಿ:- ಆದರೆ ಪ್ರಭು, ಪ್ರೀತಿಯು ಶಕ್ತಿಯ ಮೂಲವಾಗಿದೆ. ವಿನಾಶಕ್ಕೆ ಅದು ಹೇಗೆ ಕಾರಣ?

ಶಿವ:- ನೀವು ಹೇಳಿದ್ದು ಸರಿ. ಪ್ರೀತಿಯು ಶಕ್ತಿಯ ಮೂಲವಾಗಿದೆ ಮತ್ತು ಅದರ ಮೂಲಕ ಮನುಷ್ಯನು ಹೆಚ್ಚಿನ ಸಂತೋಷವನ್ನು ಪಡೆಯಬಹುದು. ಆದರೆ ಮನುಷ್ಯನು ಈ ಶಕ್ತಿಯನ್ನು ನಿಯಂತ್ರಿಸಲು ಸಾಧ್ಯವಾಗದಿದ್ದರೆ ಅದೇ ಶಕ್ತಿಯು ಮನುಷ್ಯನನ್ನು ನಾಶಪಡಿಸುತ್ತದೆ.

ಪಾರ್ವತಿ ದೇವಿ: - ಪ್ರಭು, ನೀವು ವಿರೋಧಾತ್ಮಕವಾಗಿ ಮಾತನಾಡುತ್ತಿದ್ದೀರಿ.

ಶಿವ:- ನಾನು ಸತ್ಯವನ್ನು ಹೇಳುತ್ತಿದ್ದೇನೆ ದೇವಿ, ಪ್ರೀತಿಯ ಬಲವನ್ನು ದುರುಪಯೋಗಪಡಿಸಿಕೊಂಡರೆ ಅದು ವಿನಾಶಕ್ಕೆ ಕಾರಣವಾಗಬಹುದು. ಆದರೆ ಅದನ್ನು ಸರಿಯಾಗಿ ಬಳಸಿದರೆ ಅದು ವರದಾನವಾಗಬಹುದು. ಹಾಗೆಯೇ ಪ್ರೀತಿಯ ಬಲವು ವರವಾಗಬಹುದು ಮತ್ತು ಶಾಪವೂ ಆಗಿರಬಹುದು

ಪಾರ್ವತಿ ದೇವಿ: - ನನಗೆ ಅರ್ಥವಾಗುತ್ತಿಲ್ಲ ಪ್ರಭು.

ಶಿವ:- ದೇವಿ, ಪ್ರೀತಿಗೆ ಬಲಿಯಾಗುವ ಬದಲು ಒಬ್ಬನು ಪ್ರೀತಿಯ ಮಿತಿಯನ್ನು ನಿಯಂತ್ರಿಸುತ್ತಾನೆ, ಆಗ ಮನುಷ್ಯನ ಜೀವನವು ಸಂತೋಷದಿಂದ ತುಂಬಿರುತ್ತದೆ. ದೇವಿ ಆಕರ್ಷಣೆ, ಪ್ರೀತಿ ಮತ್ತು ಕಾಮವು ಪ್ರೀತಿಯ ರೂಪಗಳು. ಒಬ್ಬರ ಬುದ್ಧಿಯು ಸರಿಯಾದ ದಾರಿಯಲ್ಲಿ ಸಾಗಿದಾಗ, ಕಾಮವು ಪ್ರೀತಿಯ ರೂಪವನ್ನು ಪಡೆಯುತ್ತದೆ. ಮತ್ತು ಪ್ರೀತಿ ಭಕ್ತಿ ಮತ್ತು ಆರಾಧನೆಯ ರೂಪವನ್ನು ತೆಗೆದುಕೊಳ್ಳುತ್ತದೆ. ಆದರೆ ಮನುಷ್ಯನಿಗೆ ಪ್ರೀತಿಯ ಗೀಳು ಬಂದರೆ, ಈ ಪ್ರೀತಿ ಕಾಮವಾಗಿ ಬದಲಾಗುವುದಕ್ಕಿಂತ.. ಮನುಷ್ಯ ಪ್ರಾಣಿಗಿಂತ ಕಡೆಯಾಗುತ್ತಾನೆ. ಮನುಷ್ಯನು ಪ್ರಾಣಿಯಾದಾಗ, ಅವನು ಅನ್ಯಾಯ ಮತ್ತು ಕತ್ತಲೆಗೆ ಜನ್ಮ ನೀಡುತ್ತಾನೆ. ನಂತರ ಪ್ರೀತಿ ಹೊಂದಿರುವ ಈ ಶಕ್ತಿ ಶಾಪವಾಗುತ್ತದೆ. ಅದಕ್ಕಾಗಿಯೇ ಶ್ರೀಕೃಷ್ಣನು ಕರ್ಮಯೋಗದ ಪರಿಕಲ್ಪನೆಯ ಮೂಲಕ ಅರ್ಜುನನಿಗೆ ಕಲಿಸುತ್ತಿದ್ದಾನೆ. ಎಲ್ಲಾ ಲೌಕಿಕ ಬಾಂಧವ್ಯಗಳನ್ನು ತ್ಯಾಗ ಮಾಡುವ ಮಹತ್ತ್ವ. ಲೌಕಿಕ ಬಾಂಧವ್ಯವನ್ನು ಬಿಡದಿದ್ದರೆ ಮಾನವನ ನಾಶ ಖಂಡಿತ. ಲೌಕಿಕ ಬಾಂಧವ್ಯಗಳು ಪ್ರೀತಿ ಮತ್ತು ಕಾಮಕ್ಕೆ ದಾರಿ ಮಾಡಿಕೊಡುವುದರಿಂದ. ಇದು ಮಾನವನನ್ನು ವಿನಾಶದ ಕಡೆಗೆ ಕೊಂಡೊಯ್ಯುತ್ತದೆ.

ಅರ್ಜುನ: ಲೌಕಿಕ ಬಾಂಧವ್ಯಗಳು ನಾಶಕ್ಕೆ ಕಾರಣವೇ?

ಶ್ರೀಕೃಷ್ಣ: - ಹೌದು ಅರ್ಜುನ ಅದಕ್ಕಾಗಿಯೇ ನಾನು ನಿಮಗೆ ಹೇಳುತ್ತಿದ್ದೇನೆ, ನಿರ್ಲಿಪ್ತರಾಗಿರಿ ಮತ್ತು ಸ್ಥಿರ ಮನಸ್ಸಿನಿಂದಿರಿ. ಸ್ಥಿರ ಮತ್ತು ದೃಢವಾದ ಮನಸ್ಸನ್ನು ಹೊಂದಿರುವುದರಿಂದ ನಿಸ್ವಾರ್ಥ ಕಾರ್ಯದ ಮೂಲವಾಗಿದೆ.

ಅರ್ಜುನ:- ಕೇಶವ, ದಯವಿಟ್ಟು ಈ ಮನಸ್ಸಿನ ಸ್ಥಿರತೆಗೆ ಒಂದು ಉದಾಹರಣೆ ಕೊಡಿ.

ಶ್ರೀಕೃಷ್ಣ:- ಸ್ಥಿರ ಮತ್ತು ದೃಢ ಮನಸ್ಸಿನ ಮಾನವನ ಮನಸ್ಸು ಬೃಹತ್ ಸಾಗರದ ಹಾಗೆ. ಒಂದು ವೇಳೆ ನದಿ ಉಕ್ಕಿ ಹರಿಯುತ್ತದೆ, ಪ್ರವಾಹ ಉಂಟಾಗುತ್ತದೆ. ಬಿರುಗಾಳಿಅಲೆಗಳು ತೀರವನ್ನು ಒಡೆಯುತ್ತವೆ ಮತ್ತು ಎಲ್ಲವನ್ನೂ ನಾಶಮಾಡುತ್ತವೆ ಇದು ಚಂಚಲ ಮನಸ್ಸಿನ ವ್ಯಕ್ತಿಗೆ ಅನಿಸುತ್ತದೆ. ಸ್ವಲ್ಪ ನಷ್ಟ ಅಥವಾ ಸ್ವಲ್ಪ ಯಶಸ್ಸು ಅವನು ತೆಗೆದುಕೊಳ್ಳಲು ಸಾಧ್ಯವಿಲ್ಲ. ಆದರೆ ಅವನು ಶ್ರೀಮಂತ ಮತ್ತು ಯಶಸ್ವಿಯಾದಾಗ ಅವನು ಅಸಭ್ಯ ಮತ್ತು ಸೊಕ್ಕಿನ ವ್ಯಕ್ತಿಯಂತೆ ವರ್ತಿಸಲು ಪ್ರಾರಂಭಿಸುತ್ತಾನೆ. ಆದರೆ ಸ್ಥಿರ ವ್ಯಕ್ತಿ ಸಾಗರದಂತೆ. ಇದರಲ್ಲಿ ನದಿಯ ನೀರು ಎಲ್ಲಾ ಕಡೆಯಿಂದ ಶೇಖಿರಣೆಯಾಗುತ್ತಲೇ ಇರುತ್ತದೆ. ಆದರೂ ಸಾಗರ ಎಂದಿನಂತೆ ಶಾಂತಿಯುತವಾಗಿಯೇ ಇದೆ. ನದಿಗಳ ನೀರು ಅದರ ಆಳದಲ್ಲಿ ಕಳೆದುಹೋಗುತ್ತದೆ. ಆದರೆ ಸಾಗರವು ಅದರ ತೀರವನ್ನು ಎಂದಿಗೂ ಮುರಿಯುವುದಿಲ್ಲ. ಸಾಗರದಲ್ಲಿ ನೀರಿನ ಮಟ್ಟ ಹಾಗೆಯೇ ಇರುತ್ತದೆ. ಇದು ಸ್ಥಿರ ಮನಸ್ಸಿನ ವ್ಯಕ್ತಿಯ ಸ್ಥಿತಿಯಾಗಿದೆ. ಆದ್ದರಿಂದಲೇ ಲೌಕಿಕ ಭಾವನೆಗಳು ಸ್ಥಿರವಾದ ವ್ಯಕ್ತಿಯಲ್ಲಿ ನೆಲೆಗೊಳ್ಳುತ್ತವೆ. ಆ ವ್ಯಕ್ತಿಯ ಮನಸ್ಥಿತಿಯ ಮೇಲೆ ಯಾವುದೇ ಪರಿಣಾಮ ಬೀರದೆ. ಆದ್ದರಿಂದ ಸ್ಥಿರ ಮನಸ್ಸಿನ ವ್ಯಕ್ತಿಯ ಲೌಕಿಕ ಜೀವನವನ್ನು ನಡೆಸುತ್ತಿದ್ದರೂ, ಯಾವುದೇ ಬಾಂಧವ್ಯದಿಂದ ದೂರವಿರುತ್ತಾರೆ. ಅರ್ಜುನ, ಅಂತಹ ಸ್ಥಿರ ಮನಸ್ಸಿನ ವ್ಯಕ್ತಿಯು ಪರಮ ಶಾಂತಿಯನ್ನು ಸಾಧಿಸುತ್ತಾನೆ. ಅಂತಹ ಸ್ಥಿರ ಮನಸ್ಸಿನ ಜನರು ಜಗತ್ತಿಗೆ ಒಳ್ಳೆಯದನ್ನು ತರುತ್ತಾರೆ. ಒಬ್ಬ ಸಾಮಾನ್ಯ ವ್ಯಕ್ತಿಯು ಲೌಕಿಕ ಬಾಂಧವ್ಯಗಳನ್ನು ಬೆನ್ನಟ್ಟುವ ಒತ್ತಡದ ಜೀವನವನ್ನು ನಡೆಸುತ್ತಾನೆ. ಆದರೆ ಸ್ಥಿರ ಮನಸ್ಸಿನ ವ್ಯಕ್ತಿಯ ಜೀವನದ ಗುರಿ ಜನರಿಗೆ ಒಳ್ಳೆಯದನ್ನು ಮಾಡುವುದಾಗಿದೆ.

ಪಾರ್ವತಿ ದೇವಿ:- ಶ್ರೀ ಕೃಷ್ಣನ ಪ್ರಕಾರ, ಸ್ಥಿರ ಮನಸ್ಸಿನ ಜನರು ಬಾಂಧವ್ಯಗಳಿಂದ

ಮುಕ್ತರಾಗುತ್ತಾರೆ. ಆದರೆ ಈ ಜಗತ್ತಿನಲ್ಲಿ ವಾಸಿಸುವ ಸ್ಥಿರ ಮನಸ್ಸಿನ ವ್ಯಕ್ತಿಯು ಲೌಕಿಕ ಜೀವನವನ್ನು ತೊರೆಯುತ್ತಿದ್ದರೆ, ಜನರು ಅವನನ್ನು ಲೌಕಿಕ ವ್ಯಕ್ತಿಯಂತೆ ನೋಡುತ್ತಾರೆ.

ಶಿವ:- ಸ್ಥಿರ ಮನಸ್ಸಿನ ವ್ಯಕ್ತಿಯು ತನ್ನ ಬಗ್ಗೆ ಜಗತ್ತು ಏನು ಭಾವಿಸುತ್ತದೆ ಎಂಬುದರ ಬಗ್ಗೆ ಚಿಂತಿಸುವುದಿಲ್ಲ. ಅವನು ಜಗತ್ತಿನಲ್ಲಿ ವಾಸಿಸುತ್ತಾನೆ, ತನ್ನ ಕರ್ತವ್ಯಗಳನ್ನು ನಿರ್ವಹಿಸುತ್ತಾನೆ ಆದರೆ ಲೌಕಿಕ ಬಾಂಧವ್ಯಗಳಿಂದ ದೂರ ಉಳಿಯುತ್ತಾನೆ. ಅಂತಹ ವ್ಯಕ್ತಿಯು ಮಹಿಳೆಯ ನೃತ್ಯವನ್ನು ನೋಡುತ್ತಿದ್ದರೂ ಅದನ್ನು ದೇವರ ಕ್ರಿಯೆಯಂತೆ ನೋಡುತ್ತಾನೆ.

ಪಾರ್ವತಿ ದೇವಿ:- ಒಬ್ಬ ವ್ಯಕ್ತಿಯು ಇನ್ನೊಬ್ಬ ವ್ಯಕ್ತಿ ಲೋಕದ ಪುರುಷನೋ ಅಥವಾ ಸಂನ್ಯಾಸಿಯೋ ಎಂದು ಹೇಗೆ ನಿರ್ಣಯಿಸಬಹುದು?

ಶಿವ:- ದೇವಿ, ರಾತ್ರಿಯ ಕತ್ತಲೆಯಲ್ಲಿ ಚಂದ್ರನ ನೈಜ ರೂಪವು ಹೇಗೆ ಗೋಚರಿಸುತ್ತದೆ, ಹಾಗೆಯೇ ಯಾವುದೇ ಲೌಕಿಕ ಮೋಹಗಳಿಲ್ಲದ ಸ್ಥಿರ ಮನಸ್ಸಿನ ವ್ಯಕ್ತಿಯ ನೈಜ ಗುಣವು ರಾತ್ರಿಯ ಕತ್ತಲೆಯಲ್ಲಿ ಕಂಡುಬರುತ್ತದೆ. ಯಾವಾಗ ಇಡೀ ಜಗತ್ತು ನಿದ್ರಿಸುತ್ತದೆಯೋ ಆಗ ಆ ವ್ಯಕ್ತಿ ಅವನ ಹೃದಯದಲ್ಲಿ ಬುದ್ಧಿವಂತಿಕೆಯ ಜ್ವಾಲೆಯನ್ನು ಬೆಳಗಿಸುತ್ತಾನೆ ಮತ್ತು ನಿರ್ಲಿಪ್ತತೆಯ ಕಲೆಯನ್ನು ಅಭ್ಯಾಸ ಮಾಡುತ್ತಾನೆ.

ಶ್ರೀ ಕೃಷ್ಣ:- ಒಬ್ಬ ಸಾಮಾನ್ಯ ಮನುಷ್ಯ ರಾತ್ರಿಯಲ್ಲಿ ಮಲಗುತ್ತಾನೆ ಮತ್ತು ಪ್ರತಿದಿನ ಬೆಳಿಗ್ಗೆ ಎಚ್ಚರಗೊಳ್ಳುತ್ತಾನೆ. ಆದರೆ ಲೌಕಿಕ ಬಾಂಧವ್ಯಗಳಿಲ್ಲದ ವ್ಯಕ್ತಿಗೆ, ನಿದ್ರೆ ಮತ್ತು ಜಾಗೃತಿಯ ಪ್ರಾಮುಖ್ಯತೆಯ ಯಾವುದೇ ಪ್ರಾಮುಖ್ಯತೆಯನ್ನು ಹೊಂದಿಲ್ಲ. ಒಬ್ಬ ಕರ್ಮಯೋಗಿಯು ತನ್ನ ಜ್ಞಾನದ ಜ್ಞಾನವನ್ನು ಹಗಲು ಮತ್ತು ರಾತ್ರಿಯ ಕತ್ತಲೆಯನ್ನು ಅಜ್ಞಾನದಂತೆ ನೋಡುತ್ತಾನೆ. ಅರ್ಜುನ, ಅಜ್ಞಾನವು ರಾತ್ರಿಯ ಕತ್ತಲೆಯಂತೆ. ಮಾನವರು ಐಹಾರಾಮಿ ಮತ್ತು ಐಹಾರಾಮಿಗಳಿಂದ ತುಂಬಿದ ಪ್ರಾಪಂಚಿಕ ಜೀವನದ ಮುನ್ನಡೆಯಲ್ಲಿ ತೊಡಗಿಸಿಕೊಂಡಿದ್ದಾರೆ ಮತ್ತು ಜೀವನವನ್ನು ಕಳೆದುಕೊಳ್ಳುತ್ತಾರೆ. ಆದರೆ ಸಂಬಂಧವಿಲ್ಲದ ವ್ಯಕ್ತಿಯು ದೇವರ ಬಗ್ಗೆ ಯೋಚಿಸುತ್ತಾ ತನ್ನ ರಾತ್ರಿಯನ್ನು ಎಚ್ಚರವಾಗಿ ಕಳೆಯುತ್ತಾನೆ.

ಅರ್ಜುನ:- ಕೇಶವ, ಕರ್ಮಯೋಗಕ್ಕಿಂತ ಜ್ಞಾನಯೋಗ ಶ್ರೇಷ್ಠ ಎಂದು ಈಗಷ್ಟೇ ಹೇಳಿದ್ದೀರಿ. ಹಾಗಾದರೆ ನನ್ನ ಕಾರ್ಯಗಳನ್ನು ಮಾಡಿ ಈ ಯುದ್ಧವನ್ನು

ಮಾಡಬೇಕೆಂದು ನೀವು ಏಕೆ ಕೇಳುತ್ತಿದ್ದೀರಿ. ಹತ್ಯಾಕಾಂಡ ಮಾಡಲು ನೀವು ನನ್ನನ್ನು ಏಕೆ ಪ್ರೇರೇಪಿಸುತ್ತಿದ್ದೀರಿ?

ಶ್ರೀಕೃಷ್ಣ:- ಕರ್ಮಯೋಗಕ್ಕಿಂತ ಜ್ಞಾನಯೋಗ ಶ್ರೇಷ್ಠವೆಂದು ನಾನು ಹೇಳಲಿಲ್ಲ. ನೀವು ತಪ್ಪು ತಿಳಿದಿದ್ದೀರಿ. ಸಾಮಾನ್ಯವಾಗಿ ಎರಡು ರಸ್ತೆಗಳು ನಗರಕ್ಕೆ ಬಂದಾಗ, ಅವು ವಿವಿಧ ದಿಕ್ಕುಗಳಿಂದ ಬರುತ್ತವೆ. ಒಬ್ಬರು ಪೂರ್ವದಿಂದ ಮತ್ತು ಇನ್ನೊಂದು ದಕ್ಷಿಣದಿಂದ ಬರಬಹುದು. ಆದರೂ ಬೇರೆ ಬೇರೆ ಕಡೆಯಿಂದ ಬರುವ ಎರಡೂ ರಸ್ತೆಗಳು ಒಂದೇ ನಗರವನ್ನು ಪ್ರವೇಶಿಸುತ್ತವೆ. ಅದೇ ರೀತಿಯಲ್ಲಿ ಜ್ಞಾನ ಯೋಗ ಮತ್ತು ಕರ್ಮ ಯೋಗ ಎರಡು ವಿಭಿನ್ನವಾಗಿವೆ. ಅಂದರೆ, ಅವರ ಗುರಿ ಒಂದೇ. ಒಬ್ಬ ಭಕ್ತನು ತಾನು ಯಾವ ರಸ್ತೆಯನ್ನು ನೀಡಿದರೂ ದೇವರನ್ನು ತಲುಪುತ್ತಾನೆ. ಆದ್ದರಿಂದಲೇ ಎರಡೂ ಯೋಗಗಳು ಶ್ರೇಷ್ಠವಾಗಿವೆ. ಆದರೆ ಸಾಂಖ್ಯ ಯೋಗದ ಅಭ್ಯಾಸವು (ತಾರ್ಕಿಕವಾದದ ಹಿಂದೂ ತತ್ತ್ವಶಾಸ್ತ್ರದ ಆಧಾರದ ಮೇಲೆ) ಹೆಚ್ಚು ಕಷ್ಟಕರವಾಗಿದೆ. ಕರ್ಮ ಯೋಗದ ಅಭ್ಯಾಸವು ಸುಲಭವಾಗಿದೆ. ಅರ್ಜುನ, ಕಳೆದ ಯುಗದಲ್ಲಿ ನಾನು ಬುದ್ಧಿವಂತ ಮತ್ತು ಸಂನ್ಯಾಸಿಗಳಿಗೆ ಎರಡು ರೀತಿಯ ಬದ್ಧತೆಯ ಬಗ್ಗೆ ಮಾತನಾಡಿದ್ದೇನೆ. ಜ್ಞಾನ ಯೋಗದ ಕಡೆಗೆ ಬದ್ಧತೆ. ಲೌಕಿಕಕ್ಕಾಗಿ ಕರ್ಮ ಯೋಗದ ಕಡೆಗೆ ಬದ್ಧತೆ. ಈ ಎರಡೂ ಮಾರ್ಗಗಳು ಮನುಷ್ಯನನ್ನು ದೇವರ ಬಳಿಗೆ ಕೊಂಡೊಯ್ಯುತ್ತವೆ.

ಪಾರ್ವತಿ ದೇವಿ:- ಗುರುಗಳೇ, ಭಗವಂತ ಹೇಳುತ್ತಿದ್ದಾರೆ ಅದು ಸಾಂಖ್ಯ ಯೋಗವಾಗಲಿ ಅಥವಾ ಕರ್ಮ ಯೋಗವಾಗಲಿ,
ಮನುಷ್ಯನು ತನ್ನ ಕಾರ್ಯಗಳನ್ನು ಮಾಡುವುದನ್ನು ತಪ್ಪಿಸಲು ಸಾಧ್ಯವಿಲ್ಲ. ಹೇಗೆ ಒಬ್ಬ ವ್ಯಕ್ತಿಯು ತನ್ನ ಕಾರ್ಯಗಳನ್ನು ನಿಸ್ವಾರ್ಥವಾಗಿ ಮಾಡಬಹುದೇ?

ಶಿವ:- ಮಾನವನು ತನ್ನ ಎಲ್ಲಾ ಕರ್ಮಗಳನ್ನು ನಿಸ್ವಾರ್ಥ ಭಾವನೆಯಿಂದ ಪರಮಾತ್ಮನಿಗೆ ಅರ್ಪಿಸಿದಾಗ, ಅಂತಹ ಕಾರ್ಯವು ಯಾವುದೇ ಫಲವನ್ನು ಪಡೆಯುವುದಿಲ್ಲ. ಆ ರೀತಿಯಲ್ಲಿ ಆ ವ್ಯಕ್ತಿಯ ತನ್ನ ಎಲ್ಲಾ ಕಾರ್ಯಗಳನ್ನು ಪರಮಾತ್ಮನಿಗೆ ಅರ್ಪಿಸಿ ಭಗವಂತನಲ್ಲಿ ವಿಲೀನಗೊಳ್ಳುತ್ತಾನೆ ಮತ್ತು ನಿಸ್ವಾರ್ಥನಾಗುತ್ತಾನೆ.

ಶ್ರೀ ಕೃಷ್ಣ: - ಒಬ್ಬನು ತನ್ನ ಕಾರ್ಯಗಳನ್ನು ಮಾಡುವುದರಿಂದ ತನ್ನನ್ನು ತಾನು ಮುಕ್ತಗೊಳಿಸಲಾರನು. ಯಾವ ಮಾನವನೂ ಕರ್ಮಗಳನ್ನು ಮಾಡದೆ ನನ್ನ

ಆಶ್ರಯಕ್ಕೆ ಬರಲಾರನು. ಈ ಜಗತ್ತಿನಲ್ಲಿ ಜನ್ಮ ಪಡೆದ ಎಲ್ಲಾ ಜನರು ಕರ್ಮಗಳನ್ನು ಮಾಡಬೇಕು.. ಕರ್ಮಗಳನ್ನು ಮಾಡುವಾಗ ಅವರು ಯಾಗವನ್ನು ಯಜ್ಞ (ಧಾರ್ಮಿಕ ತ್ಯಾಗ) ಮಾಡುತ್ತಿರುವಂತೆ ಮಾಡಬೇಕು.

ಅರ್ಜುನ: ಯಾಗ ಯಜ್ಞ?

ಶ್ರೀಕೃಷ್ಣ:-ಹೌದು. ಇದನ್ನು ಮನುಷ್ಯನ ಒಳಿತಿಗಾಗಿ ಮತ್ತು ದೇವರ ಆರಾಧನೆಗಾಗಿ ನಡೆಸಲಾಗುತ್ತದೆ. ಆದುದರಿಂದ ನಿಮ್ಮ ಕಾರ್ಯಗಳನ್ನು ಜನರ ಒಳಿತಿಗಾಗಿ ಅಥವಾ ನನಗಾಗಿ ಮಾಡಿ. ಆದ್ದರಿಂದ ನಿಮ್ಮ ಎಲ್ಲಾ ಕಾರ್ಯಗಳು ಪರಿಶುದ್ಧ ಮತ್ತು ದೈವಿಕವಾಗಿರುತ್ತವೆ. ಕಾರ್ಯಗಳು ಜನರಿಗೆ ಒಳ್ಳೆಯದನ್ನು ತರುತ್ತವೆ. ಧಾರ್ಮಿಕ ಯಾಗದಂತೆ ನೀವು ಕಾರ್ಯಗಳನ್ನು ಮಾಡಿದರೆ, ನೀವು ಕಾರ್ಯಗಳ ಜಗಳದಿಂದ ಮುಕ್ತರಾಗುತ್ತೀರಿ. ಆದ್ದರಿಂದ ಅರ್ಜುನ, ಯಜ್ಞವಾಗಿ ಮಾಡಿದ ಈ ಕಾರ್ಯವನ್ನು ಹೊರತುಪಡಿಸಿ ಉಳಿದ ಕಾರ್ಯಗಳು ಮಾನವನನ್ನು ಬಂಧಿಸುತ್ತದೆ.

ಶಿವ:- ಅವರು ಮನುಷ್ಯನ ಬಗ್ಗೆ ಎಷ್ಟು ಮುಖ್ಯವಾದ ವಿಷಯವನ್ನು ಹೇಳಿದ್ದಾರೆ. ದೇವಿಯೇ, ಭಗವಂತನೇ ಯಜ್ಞ ಪುರುಷ. ಮನುಷ್ಯನು ತನ್ನ ದೇಹ, ಮನಸ್ಸು ಮತ್ತು ಆತ್ಮವನ್ನು ಭಗವಂತನಿಗೆ ಅರ್ಪಿಸಿದಾಗ ಮತ್ತು ಪ್ರತಿಯೊಬ್ಬ ಮನುಷ್ಯನಲ್ಲೂ ಭಗವಂತನ ಪ್ರತಿಬಿಂಬವನ್ನು ನೋಡಿದಾಗ ಮತ್ತು ಅದೇ ಸಮಯದಲ್ಲಿ ಅವನು ಜನರಿಗೆ ಒಳ್ಳೆಯದನ್ನು ಮಾಡುತ್ತಾನೆ ಎಂದರ್ಥ. ನಂತರ ಅವರು ಯಾಗವನ್ನು ಮಾಡುತ್ತಾನೆ.

ಶ್ರೀಕೃಷ್ಣ:- ಅರ್ಜುನ ಶಾಸ್ತ್ರ ದಲ್ಲಿ ಅನೇಕ ರೀತಿಯ ಯಾಗಗಳ ವಿವರಣೆಯಿದೆ. ಅದರ ಮೂಲಕ ಮಾನವರು ವಿವಿಧ ದೇವರುಗಳನ್ನು ಪ್ರಾರ್ಥಿಸುತ್ತಾರೆ ಮತ್ತು ಅವರನ್ನು ಸಂತೋಷಪಡಿಸುತ್ತಾರೆ. ಅರ್ಜುನ, ಎಲ್ಲಾ ದೇವರುಗಳು ನನ್ನ ರೂಪ. ಅದಕ್ಕಾಗಿಯೇ ಈ ಯಾಗದ ಮೂಲಕ ಮಾನವರು ನನ್ನನ್ನು ಪೂಜಿಸುತ್ತಾರೆ.

ಅರ್ಜುನ:- ಮಧುಸೂದನ, ಯಜ್ಞಗಳು ವಿವಿಧ ರೀತಿಯವು ಎಂದು ನೀವು ಅರ್ಥೈಸುತ್ತೀರಾ? ದಯವಿಟ್ಟು ಎಲ್ಲಾ ವಿಭಿನ್ನ ಪ್ರಕಾರಗಳನ್ನು ವಿವರಿಸಿ.

ಶ್ರೀಕೃಷ್ಣ:- ಅರ್ಜುನನು ಮೊದಲು ಯಜ್ಞವೆಂದರೇನು ಎಂಬುದನ್ನು ಅರ್ಥಮಾಡಿಕೊಳ್ಳಿ, ನಿನಗೆ ಪ್ರಿಯವಾದುದೆಲ್ಲವೂ, ನಿಮ್ಮ ಸಂಪತ್ತು ಅಥವಾ

ನೀವು ವಿಶೇಷವೆಂದು ಭಾವಿಸುವ ಯಾವುದೇ ಭಾವನೆಗಳು ಅಥವಾ ನಿಮ್ಮ ಯಾವುದೇ ಆಸೆಯನ್ನು ನನ್ನ ಪಾದಗಳಿಗೆ ಅರ್ಪಿಸಿದರೆ ಅದನ್ನು ಕರೆಯಲಾಗುತ್ತದೆ ಯಜ್ಞ. ನಿಮಗೆ ಅತ್ಯಂತ ಪ್ರಿಯವಾದುದನ್ನು ತ್ಯಜಿಸುವುದು ಯಜ್ಞದ ಸಾರವಾಗಿದೆ. ಅದಕ್ಕಾಗಿಯೇ ಅಗ್ನಿಯ ಮುಂದೆ ಧಾರ್ಮಿಕ ವಿಧಿವಿಧಾನಗಳನ್ನು ನೆರವೇರಿಸಿದ ನಂತರ ಉಳಿದ ಹಣ್ಣನ್ನು ತಿನ್ನಲಾಗುತ್ತದೆ ಎಂದು ಶಾಸ್ತಾವು ಹೇಳುತ್ತದೆ. ಆಗ ಎಲ್ಲಾ ಮನುಷ್ಯರು ತಮ್ಮ ಎಲ್ಲಾ ಪಾಪಗಳಿಂದ ಮುಕ್ತರಾಗುತ್ತಾರೆ. ಆದರೆ ಯಾಗದ ಫಲವನ್ನು ತಾವಾಗಿಯೇ ತಿನ್ನಲು ಯಾಗವನ್ನು ಮಾಡುವವರು ಪಾಪವನ್ನು ಸೇವಿಸುತ್ತಾರೆ.

ಅರ್ಜುನ: - ಅಗ್ನಿಯಿಂದ ನಡೆಸುವ ಧಾರ್ಮಿಕ ಸಮಾರಂಭದಲ್ಲಿ ಅರ್ಪಣೆ ಮಾಡುವುದನ್ನು ಯಜ್ಞ ಎಂದು ಕರೆಯಲಾಗುತ್ತದೆ. ಇದು ಯಜ್ಞದ ಸಾಮಾನ್ಯ ವಿವರಣೆಯಾಗಿದೆ. ಆದರೆ ನೀವು ಹೇಳುತ್ತೀರಿ ಮಾನವನ ಕಲ್ಯಾಣಕ್ಕಾಗಿ ಮಾಡುವ ಯಾವುದೇ ಕಾರ್ಯಗಳು ಯಜ್ಞ ಎಂದು . ಒಬ್ಬರಿಗೆ ಪ್ರಿಯವಾದ ಯಾವುದನ್ನಾದರೂ ತ್ಯಾಗ ಮಾಡುವುದು ಯಜ್ಞ. ಇದರ ಅರ್ಥ ಏನು?

ಶ್ರೀಕೃಷ್ಣ:- ಅರ್ಜುನ, ಮಾನವನು ತನ್ನ ಸಂಕಲ್ಪ ಮತ್ತು ಬದ್ಧತೆಗೆ ಅನುಗುಣವಾಗಿ ವಿವಿಧ ರೀತಿಯ ಪೂಜೆಯನ್ನು ಮಾಡುತ್ತಾನೆ. ಇದನ್ನು ಯಜ್ಞ ಎನ್ನುತ್ತಾರೆ. ಕೆಲವರು ಶ್ರೀಮಂತರು ಅವರು ತಮ್ಮ ಸಂಪತ್ತನ್ನು ನೀಡುತ್ತಾರೆ. ಅದೂ ಕೂಡ ಒಂದು ಯಜ್ಞವೇ. ಕೆಲವರು ತಮ್ಮ ಬುದ್ಧಿವಂತಿಕೆಯನ್ನು ಕೊಡುತ್ತಾರೆ ಮತ್ತು ಹಂಚಿಕೊಳ್ಳುತ್ತಾರೆ. ಅದನ್ನು ಜ್ಞಾನ ಯಜ್ಞ ಎಂದು ಕರೆಯಲಾಗುತ್ತದೆ. ಇದರ ಜೊತೆಗೆ ಅಸ್ತಾಂಗ ಯೋಗದ ಕೆಲವು ವ್ಯಾಯಾಮಗಳಿವೆ. ಅದರ ಮೂಲಕ ಬುದ್ಧಿವಂತರು ಮತ್ತು ಆಧ್ಯಾತ್ಮಿಕತೆಗಾಗಿ ಕಲಿತವರು ಪ್ರಾಣ ಯಜ್ಞವನ್ನು (ಜೀವ ನೀಡುವ ಯಜ್ಞ ಪ್ರಾಣಾಯಾಮ) ಮಾಡುತ್ತಾರೆ.

ಪಾರ್ವತಿ ದೇವಿ: - ಭಗವಾನ್, ಶ್ರೀ ಕೃಷ್ಣನು ಅಷ್ಟಾಂಗ ಯೋಗದ ಬಗ್ಗೆ ತಂತ್ರ ಮತ್ತು ಆಧ್ಯಾತ್ಮಿಕ ಶಕ್ತಿಗಳನ್ನು ಸಾಧಿಸಲು ಅತೀಂದ್ರಿಯ ಸೂತ್ರಗಳ ಬಗ್ಗೆ ಮಾತನಾಡುತ್ತಿದ್ದಾರೆ. ಅದರ ಅರ್ಥವೇನು?

ಶಿವ:- ದೇವಿ ಅಷ್ಟಾಂಗ ಯೋಗವು ದೈವಿಕ ಯೋಗ ಚಿಕಿತ್ಸೆಯ ರಾಜ. ಇದರಿಂದ ಮನುಷ್ಯರ ಎಲ್ಲಾ ಕಾಯಿಲೆಗಳು ನಾಶವಾಗುತ್ತವೆ. ಅವು ದೈಹಿಕ ಅಥವಾ ಮಾನಸಿಕ ರೋಗವೇ ಆಗಿರಲಿ. ಅಥವಾ ಅದು ತತ್ತ್ವಶಾಸ್ತ್ರ ಮತ್ತು

ಆಧ್ಯಾತ್ಮಿಕತೆಗೆ ಸಂಬಂಧಿಸಿದ್ದರೂ ಸಹ. ಯೋಗದ ಬಗ್ಗೆ ಪುಸ್ತಕಗಳಲ್ಲಿ ಎಲ್ಲಾ ಚಿಕಿತ್ಸೆಗಳನ್ನು ಉಲ್ಲೇಖಿಸಲಾಗಿದೆ. ಈ ರೀತಿಯ ಯೋಗದಲ್ಲಿ ಪ್ರಾಣಾಯಾಮ, ತಂತ್ರ, ಮಂತ್ರ ಮತ್ತು ಯಂತ್ರ ಮುಖ್ಯ ಪದಾರ್ಥಗಳಾಗಿವೆ.

ಅರ್ಜುನ:- ಶ್ರೀ ಕೃಷ್ಣ, ಪ್ರಾಣಾಯಾಮದ ವ್ಯಾಯಾಮದ ಆಧಾರದ ಮೇಲೆ ಯಾಗವನ್ನು ಹೇಗೆ ಮಾಡಲಾಗುತ್ತದೆ?

ಶ್ರೀ ಕೃಷ್ಣ: - ತಂತ್ರ ಮತ್ತು ಮಂತ್ರ ಯೋಗಿಯ ಅಭ್ಯಾಸದಿಂದ ಯೋಗಿಗಳು ಉಸಿರನ್ನು ಒಳಗೆಳೆದುಕೊಂಡು ಮತ್ತು ಏಕಕಾಲದಲ್ಲಿ ಉಸಿರನ್ನು ಬಿಡುತ್ತಾರೆ. ಕೆಲವು ಯೋಗಿಗಳು ಉಸಿರಾಡುವ ಮತ್ತು ಬಿಡುವ ಉಸಿರಾಟದ ಚಲನೆಯನ್ನು ನಿಲ್ಲಿಸಿ ತಮ್ಮ ಉಸಿರನ್ನು ಯಾಗಕ್ಕೆ ಅರ್ಪಿಸುತ್ತಾರೆ.

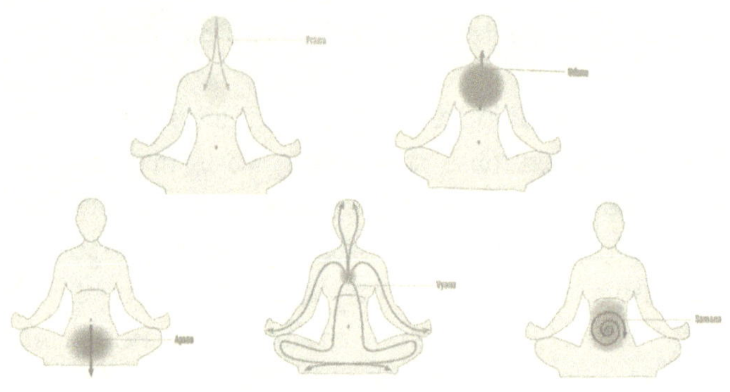

ಮಾನವನ ದೇಹದಲ್ಲಿ ಪಂಚಪ್ರಾಣ

ಪಾರ್ವತಿ ದೇವಿ: - ಗುರುಗಳೇ, ಭಗವಂತ ನಮಗೆ ವಿವಿಧ ಯಾಗಯಜ್ಞಗಳನ್ನು ಕಲಿಸಿದ್ದಾನೆ. ಆದರೆ ನಾನು ಪ್ರಾಣ, ಮತ್ತು ಅಪಾನ ವಾಯು. ಬಗ್ಗೆ ಇನ್ನಷ್ಟು ತಿಳಿದುಕೊಳ್ಳಲು ಬಯಸುತ್ತೇನೆ.

ಶಿವ:- ಯೋಗದ ಪ್ರಕಾರ, ದೇಹದಿಂದ ಹೊರಬರುವ ಉಸಿರನ್ನು ಪ್ರಾಣ ಸ್ವಾಸ ಎಂದು ಕರೆಯಲಾಗುತ್ತದೆ.

ಪಾರ್ವತಿ ದೇವಿ: - ಅಪಾನ ವಾಯು ಬಗ್ಗೆ ಏನು?

ಶಿವ:- ಒಳಗೆ ಬರುವ ಉಸಿರನ್ನು ಅಪಾನ ವಾಯು ಎಂದು ಕರೆಯಲಾಗುತ್ತದೆ. ಇದು ಪ್ರಾಣಾಯಾಮ ಮಾಡುವ ತಂತ್ರ. ಈ ತಂತ್ರದಲ್ಲಿ ಉಸಿರಾಟವನ್ನು ಪೂರ್ಣ ಬಲದಿಂದ ಉಸಿರಾಡಿದಾಗ ಮತ್ತು ಹೊರಹಾಕಿದಾಗ ಪ್ರಾಣಾಯಾಮ ಮಾಡಲಾಗುತ್ತದೆ. ಉಸಿರಾಟವನ್ನು ಹೊರಹಾಕಿದಾಗ ನಿಖರವಾಗಿ ವಿರುದ್ಧವಾಗಿ ಉಸಿರಾಡುವ ಮತ್ತು ಹೊರಹಾಕುವ ಸಂಪೂರ್ಣ ಚಕ್ರವು ಪೂರ್ಣಗೊಳ್ಳುತ್ತದೆ. ಪ್ರಾಣ ಮತ್ತು ಅಪಾನ ವ್ಯಾಯಾಮವನ್ನು ಮಾಡಿದಾಗ ಒಂದು ಚಕ್ರವು ಪೂರ್ಣಗೊಳ್ಳುತ್ತದೆ. ಜೊತೆಗೆ ವ್ಯಾನ, ಸಮಾನ ಮತ್ತು ಉದಾನ ಈ ಮೂರು ವ್ಯಾಯಾಮಗಳಾಗಿವೆ.

ಪಾರ್ವತಿ ದೇವಿ: - ಉದಾನ ವಾಯು ಬಗ್ಗೆ ಏನು?

ಶಿವ:- ಒಂದು ಉಸಿರು ದೇಹವನ್ನು ಶಾಶ್ವತವಾಗಿ, ತೊರೆದಾಗ. ಇದು ಉದಾನ ವಾಯು. ಆದರೆ ದೇಹದಲ್ಲಿ ಸಮವಾಗಿ ಹರಡುವ ಉಸಿರನ್ನು ಸಮಾನ ವಾಯು ಎಂದು ಕರೆಯಲಾಗುತ್ತದೆ. ಆದ್ದರಿಂದ ಪ್ರಾಣ, ಅಪಾನ, ವ್ಯಾನ, ಸಮಾನ ಮತ್ತು ಉದಾನ ವಾಯುವನ್ನು ಪಂಚ ಪ್ರಾಣ ಎಂದು ಕರೆಯಲಾಗುತ್ತದೆ.

ಪಾರ್ವತಿ ದೇವಿ:- ಈ ಪಂಚಪ್ರಾಣ ಮಾನವನ ದೇಹದಲ್ಲಿ ಎಲ್ಲಿದೆ?

ಶಿವ: -ಪ್ರಾಣ ವಾಯು ಹೃದಯದಲ್ಲಿ ನೆಲೆಸಿದ್ದಾನೆ. ಅಪಾನ ವಾಯು ನಾಬಿಯ ಕೆಳಗೆ ಇದೆ.ಇದನ್ನು ಮೂಲಾಧಾರ ಎಂದು ಕರೆಯಲಾಗುತ್ತದೆ. ಸಮಾನ ವಾಯುವು ಹೊಟ್ಟೆಯಲ್ಲಿದೆ. ಉದಾನ ವಾಯು ಎನ್ನುವುದು ವ್ಯಕ್ತಿಯ ಗಂಟಲಿನಲ್ಲಿದೆ.
ವ್ಯಾನ, ಮಾನವನ ಸಂಪೂರ್ಣ ದೇಹದಲ್ಲಿ ನೆಲೆಗೊಂಡಿದೆ. ಯೋಗಶಾಸ್ತ್ರದ ಪ್ರಕಾರ ಪ್ರಾಣಾಯಾಮವನ್ನು ಅಭ್ಯಾಸ ಮಾಡಿದರೆ ಮನುಷ್ಯ ಜೀವಿತಾವಧಿ ಹೆಚ್ಚಾಗುತ್ತದೆ. ಅವನು ಆರೋಗ್ಯಕರ ದೇಹವನ್ನು ಪಡೆಯುತ್ತಾನೆ. ಮಾನವನ ಆಧ್ಯಾತ್ಮಿಕತೆ ಜಾಗೃತವಾಗಿದೆ.

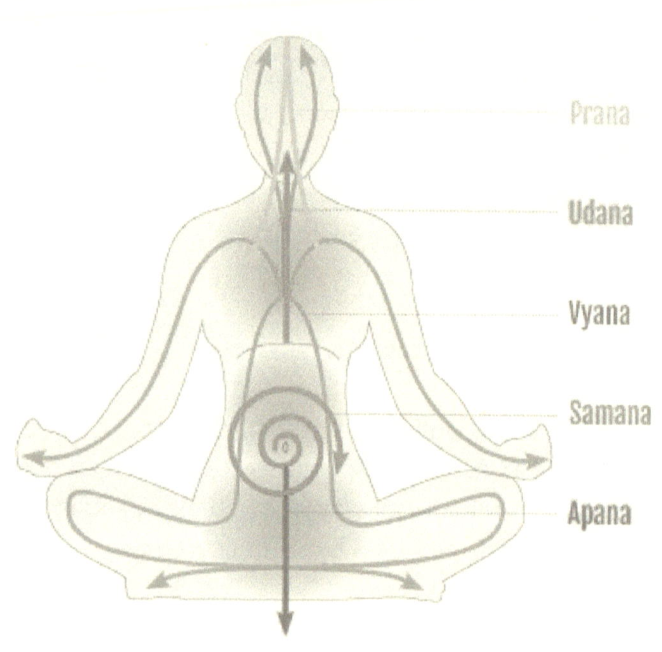

ಮಾನವನ ದೇಹದಲ್ಲಿ ಪಂಚಪ್ರಾಣ

ಶ್ರೀಕೃಷ್ಣ:- ಆದರೆ ಅಂತಹ ಯೋಗದ ಅಭ್ಯಾಸವನ್ನು ಮಾಡುವ ಮೊದಲು, ಪರಿತ್ಯಾಗ ಮತ್ತು ಅನುಭವಿ ಶಿಕ್ಷಕರಿಂದ ಇದನ್ನೆಲ್ಲ ಕಲಿಯುವುದು ಮುಖ್ಯ. ಆದುದರಿಂದಲೇ ವಿದ್ಯಾರ್ಥಿಯು ತನ್ನ ಗುರುಗಳಿಗೆ ಗೌರವದಿಂದ ಪದೇ ಪದೇ ಪ್ರಾರ್ಥಿಸುವುದು ಮುಖ್ಯ. ಗುರುಗಳು ಪ್ರಸನ್ನರಾಗುತ್ತಾರೆ ಮತ್ತು ಈ ಎಲ್ಲದರ ಬಗ್ಗೆ ಜ್ಞಾನವನ್ನು ಒದಗಿಸುತ್ತಾರೆ. ಈ ಯೋಗದ ಅಭ್ಯಾಸವನ್ನು ಮಾರ್ಗದರ್ಶನವಿಲ್ಲದ ಮಾಡುವುದು ತುಂಬಾ ಅಪಾಯಕಾರಿ.

ಅರ್ಜುನ: - ಮಧುಸೂದನ ನೀವು ಈ ಮಹೋನ್ನತ ಯೋಗಗಳ ಬಗ್ಗೆ ವಿವರಿಸಿದ್ದೀರಿ. ಆದರೆ ಕೆಲವು ಯಾಗಗಳನ್ನು ಎಲ್ಲರೂ ಮಾಡಲಾಗುವುದಿಲ್ಲ.

ಆದುದರಿಂದ ಈ ಲೋಕಕಲ್ಯಾಣಕ್ಕಾಗಿ ಯಾವುದು ಅತ್ಯುತ್ತಮವಾದ ಯಾಗವೆಂದು ನಮಗೆ ತಿಳಿಸಿ.

ಶ್ರೀಕೃಷ್ಣ: - ದಿವ್ಯ ಯಾಗಕ್ಕೆ ಹೋಲಿಸಿದರೆ, ಇದು ಜ್ಞಾನ ಯಾಗವೇ ಶ್ರೇಷ್ಠ. ಅದರ ಬುದ್ಧಿವಂತಿಕೆಯಿಂದ ಮಾನವಕುಲಕ್ಕೆ ಗರಿಷ್ಠ ಪ್ರಯೋಜನವನ್ನು ತರಬಹುದು. ಜ್ಞಾನವು ಮನುಷ್ಯನಿಗೆ ಒಳ್ಳೆಯದು, ಪಾಪ ಮತ್ತು ಪವಿತ್ರತೆಯ ಬಗ್ಗೆ ಮಾರ್ಗದರ್ಶನ ಮಾಡುತ್ತದೆ. ಜ್ಞಾನದ ಮೂಲಕವೇ ಮನುಷ್ಯನು ಪರಮಾತ್ಮನ ಅಸ್ತಿತ್ವ ಮತ್ತು ಸತ್ಯದ ಬಗ್ಗೆ ಅರಿತುಕೊಳ್ಳುತ್ತಾನೆ. ಅರ್ಜುನ, ಜ್ಞಾನದ ಬೆಂಕಿಯು ಕೋಪ ಮತ್ತು ಅಹಂಕಾರದಂತಹ ಎಲ್ಲಾ ನ್ಯೂನತೆಗಳನ್ನು ಸುಡುತ್ತದೆ. ವಾಸ್ತವವಾಗಿ ಭಕ್ತಿ ಮತ್ತು ಆರಾಧನೆಯೇ ಜ್ಞಾನ.

5

ಭಕ್ತಿ ಯೋಗ

ಅರ್ಜುನ: - ಅಂದರೆ ಜ್ಞಾನದಿಂದ ಭಕ್ತಿ ಹುಟ್ಟುತ್ತದೆಯೇ?

ಶ್ರೀಕೃಷ್ಣ:- ಹೌದು ಜ್ಞಾನದ ಶಿಖರವನ್ನು ತಲುಪಿದ ನಂತರ ಮಾನವನಿಗೆ ಈ ಜ್ಞಾನ ಸಿಗುತ್ತದೆಯೇ. ಆ ಜ್ಞಾನವು ಸೌಮ್ಯವಾದ ಆಕಾಶಕ್ಕಿಂತ ಹೆಚ್ಚಿನದು. ಮಾನವನು ಭಕ್ತಿಯ ಆ ಶಿಖರವನ್ನು ತಲುಪಿದಾಗ ಭಗವಂತ ಅವನ ಕೈಗಳನ್ನು ಹಿಡಿದು ತನ್ನ ಪಾದದ ಬಳಿ ಕುಳಿತುಕೊಳ್ಳುವಂತೆ ಮಾಡುತ್ತಾನೆ. ನೀವು ಕೊನೆಯ ಹಂತವನ್ನು ತಲುಪಿದಾಗ ನೆನಪಿಡಿ ಜ್ಞಾನವು ಮಾನವನು ಭಕ್ತಿಯ ಪರಾಕಾಷ್ಠೆಯನ್ನು ತಲುಪುತ್ತದೆ. ನಂಬಿಕೆಯ ರೆಕ್ಕೆಗಳ ಸಹಾಯದಿಂದ ಮಾನವನು ಭಕ್ತಿಯ ಆಕಾಶದಲ್ಲಿ ಹಾರುತ್ತಾನೆ. ಅದಕ್ಕಾಗಿಯೇ ಜ್ಞಾನ ಯಾಗವೇ ಶ್ರೇಷ್ಠ ಎಂದು ಹೇಳಿದ್ದೇನೆ. ಅದರ ಬುದ್ಧಿವಂತಿಕೆಯು ಒಬ್ಬ ವ್ಯಕ್ತಿಯು ತನ್ನೊಳಗೆ ಇಡೀ ಸೃಷ್ಟಿಯನ್ನು ನೋಡುವಂತೆ ಮಾಡುತ್ತದೆ. ಸರ್ವಶಕ್ತನಾದ ನನ್ನೊಳಗೆ ನೀನು ಅದನ್ನು ನೋಡುವೆ. ಒಮ್ಮೆ ನೀವು ಬುದ್ಧಿವಂತಿಕೆಯನ್ನು ಸಾಧಿಸಿದರೆ, ನೀವು ಪ್ರಪಂಚದ ಅತ್ಯಂತ ದುಷ್ಟ ವ್ಯಕ್ತಿಯಾಗಿದ್ದರೂ ಸಹ, ನೀವು ಜ್ಞಾನದ ದೋಣಿಯಲ್ಲಿ ಪಾಪದ ಸಾಗರವನ್ನು ಈಜುತ್ತೀರಿ ಮತ್ತು ಪರಮಾತ್ಮನನ್ನು ತಲುಪುತ್ತೀರಿ. ಅರ್ಜುನ, ಕಳೆದ ಜನ್ಮದಲ್ಲಿಯೂ ನಾನು ನಿನಗೆ ಕೊಡುತ್ತಿರುವ ಬೋಧನೆಯನ್ನು ನಾನು ಮೊದಲು ಸೂರ್ಯನಿಗೆ ಹೇಳಿದೆ. ಸೂರ್ಯದೇವನು ತನ್ನ ಮಗ ಮನುವಿಗೆ ಈ ಯೋಗದ ಬಗ್ಗೆ ಹೇಳಿದನು. ಮನು ತನ್ನ ಮಗ ಇಕಸ್ವಕುಗೆ ವಿಷಯ ತಿಳಿಸಿದನು. ಈ ರೀತಿಯಲ್ಲಿ ಋಷಿಮುನಿಗಳು ಇದನ್ನು ಸಂಪ್ರದಾಯದಂತೆ ಕಲಿತರು. ಬಹಳ ಕಾಲದಿಂದ ಈ ಯೋಗವು ಈ

ಲೋಕದಿಂದ ಮಾಯವಾಯಿತು. ಇಂದು ನಾನು ನಿಮಗೆ ಈ ಪ್ರಾಚೀನ ಯೋಗದ ಬಗ್ಗೆ ಹೇಳಿಕೊಟ್ಟಿದ್ದೇನೆ. ಏಕೆಂದರೆ ನೀನು ನನ್ನ ಭಕ್ತ. ನೀನೂ ನನ್ನ ಸ್ನೇಹಿತ. ಆದ್ದರಿಂದ ನಾನು ನಿಮಗೆ ರಹಸ್ಯ ಜ್ಞಾನವನ್ನು ನೀಡುತ್ತೇನೆ.

ಅರ್ಜುನ: ಕೇಶವ ನೀನು ಸೂರ್ಯನಿಗೆ ಈ ಯೋಗದ ಬಗ್ಗೆ ಹೇಳಿದ್ದೀಯ ಎಂದಿದ್ದೀಯ. ಆದರೆ ನೀವು ಈ ಯುಗದಲ್ಲಿ ಜನ್ಮವನ್ನು ತೆಗೆದುಕೊಂಡಿದ್ದೀರಿ. ಸೂರ್ಯ ಹೆಚ್ಚು ಪ್ರಾಚೀನ. ಹಾಗಾದರೆ ಈ ಯೋಗವನ್ನು ಸೂರ್ಯನಿಗೆ ಹೇಗೆ ಹೇಳಿದಿರಿ?

ಶ್ರೀಕೃಷ್ಣ:- ಅರ್ಜುನ ನೀನು ಮತ್ತು ನಾನು ಈ ಭೂಮಿಯಲ್ಲಿ ಅನೇಕ ಜನ್ಮಗಳನ್ನು ತೆಗೆದುಕೊಂಡಿದ್ದೇವೆ. ಭವಿಷ್ಯದಲ್ಲಿಯೂ ಇದು ಸಂಭವಿಸುತ್ತದೆ. ನಾನು ಭೂಮಿಯ ಮೇಲೆ ಕಾಣಿಸಿಕೊಳ್ಳುತ್ತಲೇ ಇರುತ್ತೇನೆ. ಆದರೆ ನಿನ್ನ ಅಜ್ಞಾನದಿಂದ ನಿನಗೆ ಈ ರಹಸ್ಯ ತಿಳಿಯುವುದಿಲ್ಲ. ಆದರೆ ನಾನು ದೈವಿಕ ಆದ್ದರಿಂದ ನನಗೆ ತಿಳಿದಿದೆ. ಅರ್ಜುನ, ನಾನು ಸಾಮಾನ್ಯ ಮನುಷ್ಯರಂತೆ ಹುಟ್ಟಿಲ್ಲ. ನಾನು ಅವಿನಾಶಿ ಮತ್ತು ಅಮರ. ನಾನು ಎಲ್ಲಾ ಜೀವಿಗಳ ಸರ್ವಶಕ್ತ ದೇವರು. ಆದ್ದರಿಂದಲೇ ನನ್ನ ಜನ್ಮವನ್ನು ಸಾಮಾನ್ಯ ಮನುಷ್ಯರು ನೋಡುವುದಿಲ್ಲ. ಅದಕ್ಕಾಗಿಯೇ ನಾನು ಯೋಗಮಾಯದಿಂದ ಜನ್ಮ ಪಡೆಯುತ್ತೇನೆ.

ಅರ್ಜುನ: ಓ ಕೇಶವ, ನೀನು ಸರ್ವಶಕ್ತ. ನೀವು ಸೃಷ್ಟಿಕರ್ತ ಮತ್ತು ಭಗವಂತ .ಹಾಗಾದರೆ ನೀವು ಭೂಮಿಯ ಮೇಲೆ ಏಕೆ ಜನ್ಮ ತೆಗೆದುಕೊಳ್ಳಬೇಕು?

ಶ್ರೀಕೃಷ್ಣ:- ನನಗೆ ಅದರ ಅಗತ್ಯವಿಲ್ಲ. ಆದರೆ ಯಾವಾಗಲಾದರೂ ಭೂಮಿಯ ಜನರಿಗೆ ನನ್ನ ಅವಶ್ಯಕತೆ ಇದೆ ಅಂದಗ ನಾನು ಅವತಾರವಾಗಿ ಕಾಣಿಸಿಕೊಳ್ಳುತ್ತೇನೆ.

ಅರ್ಜುನ: ಕೇಶವ ಭೂಮಿಯ ಮೇಲಿನ ಜನರಿಗೆ ನಿಮ್ಮ ಅವಶ್ಯಕತೆ ಯಾವಾಗ ಅಗತ್ಯವಾಗುತ್ತದೆ?

ಶ್ರೀ ಕೃಷ್ಣ:- ಯಾವಾಗ ಸತ್ಯ ಮತ್ತು ಸದಾಚಾರಗಳು ಹಾನಿಗೊಳಗಾಗುತ್ತವೆ ಮತ್ತು ಸುಳ್ಳುಗಳು ಮತ್ತು ಅನ್ಯಾಯವು ಪಾಪದ ಸಾಮ್ರಾಜ್ಯವನ್ನು ಸ್ಥಾಪಿಸುತ್ತದೆ, ಅಂದು ನಾನು ವಿಶ್ವದಲ್ಲಿ ಜನ್ಮ ಪಡೆಯುತ್ತೇನೆ. ನಾನು ಭೂಮಿಯಲ್ಲಿ ಹುಟ್ಟಲು ಮೂರು ಕಾರಣಗಳಿವೆ. ಮೊದಲನೆಯದಾಗಿ, ದುಷ್ಟರಿಂದ ಜನರನ್ನು ಉಳಿಸಲು,

ರಡನೆಯದಾಗಿ, ದುಷ್ಟರನ್ನು ನಾಶಮಾಡಲು ಮೂರನೆಯದಾಗಿ, ಸದಾಚಾರವನ್ನು ಸ್ಥಾಪಿಸಲು.

ಈ ಕಾರಣಕ್ಕಾಗಿ ನಾನು ಯುಗದಲ್ಲಿ ಕಾಣಿಸಿಕೊಳ್ಳುತ್ತೇನೆ. ನನ್ನ ಜನ್ಮ ಮತ್ತು ಕರ್ಮಗಳೆರಡೂ ದೈವಿಕ. ಇದನ್ನು ಅರಿತು ಈ ಸತ್ಯವನ್ನು ಅರ್ಥಮಾಡಿಕೊಂಡ ವ್ಯಕ್ತಿಯು ಸತ್ತ ನಂತರ ಮರುಜನ್ಮವನ್ನು ತೆಗೆದುಕೊಳ್ಳುವುದಿಲ್ಲ. ಅವನು ನೇರವಾಗಿ ನನ್ನ ಆಶ್ರಯ ಪಡಿಯುತ್ತಾನೆ.

ಅರ್ಜುನ:- ಕೇಶವ ನೀನು ಕೃಷ್ಣನಾಗಿ ಹುಟ್ಟುವ ಮೊದಲು, ಯಾವಾಗ ಮತ್ತು ಏಕೆ ಜನ್ಮ ಪಡೆದೆ ಎಂದು ತಿಳಿಯಲು ನಾನು ತುಂಬಾ ಉತ್ಸುಕನಾಗಿದ್ದೇನೆ? ನಿಮ್ಮ ಸ್ನೇಹಿತ ಮತ್ತು ವಿದ್ಯಾರ್ಥಿಯಾಗಿ ನನ್ನನ್ನು ನೋಡಿ ಮತ್ತು ನನಗೆ ಉತ್ತರವನ್ನು ನೀಡಿ.

ಶ್ರೀಕೃಷ್ಣ: - ಈ ಯುಗದ ಆರಂಭದಲ್ಲಿ ನಾನು ಮೊದಲು ಮೀನು ಆಗಿ ಜನ್ಮ ಪಡೆದೆ. ಸಪ್ತ ಋಷಿಗಳ ದೋಣಿಯು ಲೋಕಾಂತ್ಯದ ಸಮಯದಲ್ಲಿ ಸಮುದ್ರದಲ್ಲಿ ಮುಳುಗದಂತೆ ತಡೆದಿದ್ದೇನೆ. ಪ್ರಾಚೀನ ನಾಗರಿಕತೆಯ ಹೊಸ ಬೀಜಗಳೊಂದಿಗೆ ಹೊಸ ವಿಶ್ವವನ್ನು ರಚಿಸಲು ನಾನು ಆ ಏಳು ಋಷಿಗಳನ್ನು ಬಳಸಲಿದ್ದೇನೆ. ಅದರ ನಂತರ ಸಮುದ್ರ ಮಂಥನದ ಸಮಯದಲ್ಲಿ, ಮಂದ್ರಾಚಲ ಪರ್ವತವು ನೆಟ್ಟಗೆ ನಿಲ್ಲಲು ಸಾಧ್ಯವಾಗದಿದ್ದಾಗ, ನಾನು ಆಮೆರೂಪವನ್ನು ಪಡೆದುಕೊಂಡೆ. ಮತ್ತು ಪರ್ವತವನ್ನು ನನ್ನ ಬೆನ್ನಿನ ಮೇಲೆ ವಿಶ್ರಾಂತಿ ಮಾಡಿತು. ಇದರಿಂದ ದೇವರು ಮತ್ತು ರಾಕ್ಷಸರು ಒಟ್ಟಾಗಿ ಸಾಗರದಿಂದ ಅಮೃತವನ್ನು ಪಡೆದರು. ಯಾವಾಗ ರಾಕ್ಷಸರು ದೇವರಿಂದ ಅಮೃತದ ಮಡಕೆಯನ್ನು ಬಲವಂತವಾಗಿ ತೆಗೆದುಕೊಂಡರು, ನಂತರ ನಾನು ದೇವರಿಗೆ ಸಹಾಯ ಮಾಡಲು ಮೋಹಿನಿಯ ಸುಂದರ ಮಹಿಳೆ ರೂಪವನ್ನು ಅಳವಡಿಸಿಕೊಂಡೆ. ಆ ಸಮಯದಲ್ಲಿ ನಾನು ಯಾಧಿಕನನ್ನು ಕೊಂದೆ.ಅರ್ಜುನ ದುಷ್ಟ ಹಿರಣ್ಯಾಕ್ಷನನ್ನು ಕೊಲ್ಲಲು ನಾನು ಹಂದಿಯ ರೂಪವನ್ನು ತೆಗೆದುಕೊಂಡೆ. ನನ್ನ ಪ್ರಿಯ ಭಕ್ತ ಪ್ರಹ್ಲಾದನನ್ನು ರಕ್ಷಿಸಲು, ನಾನು ನರಸಿಂಹನ ರೂಪವನ್ನು ತೆಗೆದುಕೊಂಡೆ. ನಾನು ಪುರೋಹಿತನ ರೂಪವನ್ನು ತೆಗೆದುಕೊಂಡು ರಾಕ್ಷಸ ರಾಜ ಬಲಿಯನ್ನು ಭೂಮಿಯ ಮೂರು ಹೆಜ್ಜೆಗಳನ್ನು ಕೇಳಿದೆ. ಯಾವಾಗ ರಾವಣನು ಭೂಮಿಯ ಮೇಲೆ ಅವ್ಯವಸ್ಥೆಯನ್ನು ಸೃಷ್ಟಿಸಿದನು, ಆಗ ನಾನು ರಾಮನ ರೂಪವನ್ನು ಪಡೆದಿದ್ದ ತ್ರಥಯುಗದಲ್ಲಿ .ಅರ್ಜುನ, ಜ್ಞಾನಿ ಮತ್ತು ವಿದ್ವಾಂಸನಿಗೆ ನನ್ನ ದೈವಿಕ ರೂಪ ತಿಳಿದಿರುವವರು ನಾನು ಹೇಳುವ ಮಾರ್ಗವನ್ನು ಅನುಸರಿಸುತ್ತಾರೆ ಮತ್ತು ಮೋಕ್ಷವನ್ನು

ಸಾಧಿಸುತ್ತಾರೆ.

ಮತ್ಸ್ಯ ಅವತಾರ

ಕೂರ್ಮ ಅವತಾರ

ವರಾಹ ಅವತಾರ

ದೈವಿಕ ಸಂಭಾಷಣ

ನರಸಿಂಹ ಅವತಾರ

ವಾಮನಅವತಾರ

ಪರಶುರಾಮಅವತಾರ

ರಾಮಅವತಾರ

ಕೃಷ್ಣಾವತಾರ

ಬುದ್ಧ ಅವತಾರ

ಕಲ್ಕಿ ಅವತಾರ

ಅರ್ಜುನ: ಕೇಶವ ನೀನು ಹೇಳುತ್ತಿಯ ಮನುಷ್ಯ ತನ್ನ ಕಾರ್ಯಗಳನ್ನು ದೇವರ ಕಾರ್ಯವೆಂಬಂತೆ ಮಾಡಬೇಕು.

ಅಥವಾ ಅವನು ಮನುಷ್ಯರ ಕಲ್ಯಾಣಕ್ಕಾಗಿ ಯಾಗಯಜ್ಞವನ್ನು ಮಾಡುತ್ತಿದ್ದರೆ ಯಾವುದು ಉತ್ತಮ ಎಂದು ದಯವಿಟ್ಟು ತಿಳಿಸಿ.

ಶ್ರೀ ಕೃಷ್ಣ:- ಯುದ್ಧ ಯಾಗ. ನೀವು ಯುದ್ಧಭೂಮಿಯಲ್ಲಿ ಧರ್ಮವನ್ನು ರಕ್ಷಿಸಲು ಬಂದಿದ್ದೀರಿ.
ನೀವು ಒಬ್ಬ ಕ್ಷತ್ರಿಯ. ಅದಕ್ಕಾಗಿಯೇ ನೀವು ಮೊದಲು ಯುದ್ಧಭೂಮಿಯಲ್ಲಿ ಹೋರಾಡಬೇಕು.

ಧೃತರಾಷ್ಟ್ರ: ಕೃಷ್ಣನು ಮಾತ್ರ ಯುದ್ಧದ ಬಗ್ಗೆ ಯಾವಾಗಲೂ ಮತ್ತು ಪದೇ ಪದೇ ಏಕೆ ಮಾತನಾಡುತ್ತಾನೆ. ಶ್ರೀಕೃಷ್ಣ ಈಗ ಕೊಳಲಿನ ಮೇಲೆ ನುಡಿಸುತ್ತಿರುವ ಹೊಸ ತಂತ್ರ ಸಂಜಯ ನೋಡುತ್ತಿರುವಿಯ? ಅವನು ಯುದ್ಧ ಯಾಗವನ್ನು ಕಲಿಸುತ್ತಿದ್ದಾನೆ.

ಶ್ರೀಕೃಷ್ಣ: - ಅರ್ಜುನ, ಈ ಭೂಮಿಯ ಮೇಲೆ ತನ್ನ ಕರ್ತವ್ಯವನ್ನು ಮಾಡುವ ವ್ಯಕ್ತಿಯ ಜೀವನವು ಒಂದು ಯಾಗದಂತೆ. ಅದು
ಎಲ್ಲಾ ಲೌಕಿಕ ಲಗತ್ತುಗಳಿಂದ ನಿಮ್ಮನ್ನು ಮುಕ್ತಗೊಳಿಸುತ್ತದೆ, ಮತ್ತು ಯುದ್ಧವನ್ನು ಮಾಡು. ಅರ್ಜುನ ನೀನು ಯುದ್ಧ ಮಾಡುವ ನಿನ್ನ ಕರ್ತವ್ಯವನ್ನು ನಿರ್ವಹಿಸಿದರೆ ಮತ್ತು ನೀನು ಯಾಗವನ್ನು ಮಾಡುತ್ತಿರುವಂತೆ ಯೋಚಿಸಿದರೆ, ಇತರರಿಗಿಂತ ಜನರು ಸಹ ಯುದ್ಧದಲ್ಲಿ ಹೋರಾಡಲು ನಿಮ್ಮಿಂದ ಸ್ಪೂರ್ತಿ ಪಡೆಯುತ್ತಾರೆ. ಪ್ರತಿಷ್ಠಿತ ವ್ಯಕ್ತಿಗಳು ಏನು ಮಾಡುತ್ತಾರೆ ಎಂಬುದನ್ನು ಸಾಮಾನ್ಯ ಜನರು ಅನುಸರಿಸುತ್ತಾರೆ. ಆ ಶ್ರೇಷ್ಠ ವ್ಯಕ್ತಿಗಳು ಏನು ಮಾಡುತ್ತಾರೆ ಎಂಬುದನ್ನು ಅವರು ಅನುಸರಿಸುತ್ತಾರೆ. ಯುವಕರು ತಮ್ಮ ಹಿರಿಯರು ಮಾಡುವುದನ್ನು ಅನುಸರಿಸುತ್ತಾರೆ.
ನನ್ನನು ನೋಡು. ನಾನಂತೂ ಅಸಡ್ಡೆಯಾದರೆ, ನ್ಯಾಯವನ್ನು ಬೆಂಬಲಿಸದೇ, ಅನ್ಯಾಯದ ವಿರುದ್ಧ ಧ್ವನಿ ಎತ್ತದೇ ಹೋದರೆ ಜನ ನಾನು ಮಾಡುವುದನ್ನು ಅನುಸರಿಸುತ್ತಾರೆ ಮತ್ತು ನನ್ನಂತೆಯೇ ನಿಷ್ಪರಿಣಾಮಕಾರಿಯಾಗುತ್ತಾರೆ. ಕರ್ಮ ಮಾಡುವುದನ್ನು ಬಿಡುವರು. ಈ ಬ್ರಹ್ಮಾಂಡದ ನಿಯಮವು ನಾಶವಾಗುತ್ತದೆ. ಪುರುಷರು ನಾಶವಾಗುತ್ತಾರೆ. ಆದ್ದರಿಂದಲೇ ಬುದ್ಧಿವಂತರು ಮತ್ತು ಶ್ರೇಷ್ಠರು ಇತರರಿಗೆ ಸದಾಚಾರದ ಹಾದಿಯನ್ನು ಹೇಗೆ ನಡೆಸಬೇಕೆಂದು ಕಲಿಸಬೇಕು. ಮತ್ತು ಸರಿಯಾದ ರೀತಿಯ ಕಾರ್ಯಗಳು ಯಾವುವು ಎಂಬುದನ್ನು ಅವರಿಗೆ ತೋರಿಸಿ. ಕರ್ಮ ಮಾಡುತ್ತ ಏನನ್ನಾದರೂ ಸಾಧಿಸಬೇಕು ಎಂದು ನಾನು ಇದನ್ನು ಮಾಡುವುದಿಲ್ಲ. ಎಲ್ಲವೂ ನನ್ನ ಆಜ್ಞೆಯಲ್ಲಿದೆ. ಒಬ್ಬ ಅಹಂಕಾರಿ ವ್ಯಕ್ತಿಯು ತಾನು ಒಂದು ಕಾರ್ಯವನ್ನು ಮಾಡುತ್ತಿದ್ದಾನೆ ಎಂದು ಭಾವಿಸುತ್ತಾನೆ. ಆದರೆ ವಾಸ್ತವದಲ್ಲಿ ಎಲ್ಲವನ್ನೂ ಮಾಡುವವನು ಭಗವಂತ. ಭಗವಂತನು ನಿನ್ನ

ಕಾರ್ಯವನ್ನು ಮಾಡುವಂತೆ ಮಾಡುತ್ತಿದ್ದಾನೆ, ನೀನು ನಿನ್ನ ಕಾರ್ಯಗಳನ್ನು ಅವನಿಗೆ ಅರ್ಪಿಸುವೆ ಎಂಬ ನಂಬಿಕೆಯಿಂದ ಮಾಡು. ಆದ್ದರಿಂದ ಯಾವುದೇ ಫಲಕ್ಕಾಗಿ ಭರವಸೆಯನ್ನು ಬಿಟ್ಟುಬಿಡಿ, ಬದಲಿಗೆ ಯುದ್ಧದಲ್ಲಿ ಹೋರಾಡು. ನೀವು ಧೈರ್ಯಶಾಲಿ ಮತ್ತು ಧೀರರು, ಆದರೆ ನೀವು ಹೇಗೆ ಲೌಕಿಕ ಪ್ರೀತಿ ಮತ್ತು ಬಾಂಧವ್ಯಗಳ ಬಲೆಗೆ ಬಿದ್ದಿದ್ದೀರಿ. ನೆನಪಿಡಿ, ಅಧರ್ಮದ ಪಕ್ಷವನ್ನು ತೆಗೆದುಕೊಳ್ಳುವವನು ಸ್ವತಃ ಪಾಪಿ. ಅವನು ನಿಮ್ಮಂತೆಯೇ ಮತ್ತು ಕರ್ತವ್ಯದ ಹಾದಿಯಿಂದ ದೂರ ಸರಿಯುತ್ತಾನೆ. ನಿಮ್ಮಂತೆ ಅವನು ನೀತಿವಂತರ ಪಕ್ಷವನ್ನು ತೆಗೆದುಕೊಳ್ಳುವುದಿಲ್ಲ. ಅಜ್ಞಾನದಿಂದ ಅವನು ಅನೀತಿವಂತರ ಪಕ್ಷವನ್ನು ತೆಗೆದುಕೊಳ್ಳುತ್ತಾನೆ. ಅವನು ಅನೀತಿವಂತರಿಗೆ ಸಹಾಯ ಮಾಡುತ್ತಾನೆ. ಅದಕ್ಕಾಗಿಯೇ ನೀವು ನಿಮ್ಮ ಆಯುಧಗಳನ್ನು ತ್ಯಜಿಸಿದ್ದೀರಿ ಮತ್ತು ನೀತಿವಂತರಲ್ಲದ ಯುಧಿಷ್ಠಿರನ ಪಕ್ಷವನ್ನು ತೆಗೆದುಕೊಳ್ಳಲಿಲ್ಲ. ಆದರೆ ಅನೀತಿವಂತ ದುರ್ಯೋಧನನದು.

ಇತರರು ಅವರು ತಮ್ಮ ಜೀವನ ಮತ್ತು ಮರಣ ಎರಡನ್ನೂ ಜನರ ಕಲ್ಯಾಣಕ್ಕಾಗಿ ಅರ್ಪಿಸುತ್ತಾರೆ. ಆದುದರಿಂದಲೇ ನೀವು ಜನರ ಕಲ್ಯಾಣಕ್ಕಾಗಿ ಜೀವನ್ಮರಣದ ಸಮಸ್ಯೆಗಿಂತ ಮೇಲೇರಬೇಕು ಮತ್ತು ಯೋಚಿಸಬೇಕು ಮತ್ತು ನಿಸ್ವಾರ್ಥ ಕೆಲಸ ಮಾಡಬೇಕು. ಅರ್ಜುನ, ನಾನು ಪ್ರಾಣ ಕೊಡುವ ಮತ್ತು ತೆಗೆದುಕೊಳ್ಳುವವನು. ನಾನು ಸರ್ವಶಕ್ತ ಬ್ರಹ್ಮ. ನಾನು ಶಿವ. ನನ್ನ ಬಗ್ಗೆ ಕೆಟ್ಟದಾಗಿ ಮಾತನಾಡುವ ಮತ್ತು ನಾನು ಕಲಿಸುವದನ್ನು ಮಾಡದ ಅಜ್ಞಾನಿಗಳು ಕೊನೆಯಲ್ಲಿ ನಾಶವಾಗುತ್ತಾರೆ. ಅಹಂಕಾರವು ಅವರ ಅಹಂಕಾರಗಳೊಂದಿಗೆ ಬಂಧಿಸಲ್ಪಟ್ಟಿದೆ. ಅದಕ್ಕಾಗಿಯೇ ಅವರು ತಮ್ಮನ್ನು ತಾವು ಒಪ್ಪಿಸಿಕೊಳ್ಳುವುದಿಲ್ಲ. ಶರಣಾಗತಿ ಎಂದರೆ, ನಿನ್ನನ್ನು ಮತ್ತು ನಿನ್ನ ಅಹಂಕಾರವನ್ನು ತ್ಯಜಿಸಿ ಸರ್ವಶಕ್ತನೊಂದಿಗೆ ವಿಲೀನಗೊಳ್ಳುವುದು .ಒಬ್ಬ ವ್ಯಕ್ತಿಯು ಶರಣಾಗತನಾಗಿ ನನ್ನ ಬಳಿಗೆ ಬಂದರೆ ಮತ್ತು ಪಾಪಿಗಳಲ್ಲಿ ದೊಡ್ಡವನಾಗಿದ್ದರೆ, ನಾನು ಅವನನ್ನು ಅಪ್ಪಿಕೊಳ್ಳುತ್ತೇನೆ ಮತ್ತು ಅವನ ಎಲ್ಲಾ ಪಾಪಗಳನ್ನು ಮುಕ್ತಗೊಳಿಸುತ್ತೇನೆ.

ಧೃತರಾಷ್ಟ್ರ: - ಸಂಜಯ, ನಾನು ಈಗಾಗಲೇ ನನ್ನ ಕರ್ತವ್ಯವನ್ನು ಮಾಡಿದ್ದೇನೆ. ಶ್ರೀ ಕೃಷ್ಣನು ಕ್ಷತ್ರಿಯನ ಕರ್ತವ್ಯವು ಯುದ್ಧವನ್ನು ಮಾಡುವುದಾಗಿದೆ ಮತ್ತು ಅದಕ್ಕಾಗಿಯೇ ನಾನು ನನ್ನ ಕರ್ತವ್ಯವನ್ನು ಮಾಡಿದ್ದೇನೆ ಮತ್ತು ಯುದ್ಧ ಮಾಡಲು ಅನುಮತಿ ನೀಡಿದ್ದೇನೆ ಎಂದು ಹೇಳುತ್ತಾನೆ. ಹಾಗಾದರೆ ವೇದವ್ಯಾಸರು ನನಗೆ ಯುದ್ಧ ಮಾಡಬಾರದೆಂದು ಅಪ್ಪಣೆ ಕೊಟ್ಟು ನನ್ನ ಕರ್ತವ್ಯದಿಂದ ದೂರವಿಟ್ಟರು. ನಡೆಯಲಿರುವ ಹತ್ಯಾಕಾಂಡಕ್ಕೆ ನನ್ನನ್ನೇಕೆ ದೂಷಿಸುತ್ತಿದ್ದರು?

ಸಂಜಯ:- ನನ್ನನ್ನು ಕ್ಷಮಿಸು ರಾಜಾ, ನಿಮ್ಮ ಈ ಪ್ರಶ್ನೆಗೆ ನಾನು ಉತ್ತರಿಸಿದರೆ ನನ್ನ ಉತ್ತರ ನಿಮಗೆ ಇಷ್ಟವಾಗುವುದಿಲ್ಲ.

ಧೃತರಾಷ್ಟ್ರ:- ಸಂಜಯ, ನಾನು ನಿನ್ನನ್ನು ಕ್ಷಮಿಸುತ್ತೇನೆ. ಪ್ರಾಮಾಣಿಕವಾಗಿರಿ ಮತ್ತು ನಿಮ್ಮ ಮನಸ್ಸಿನಲ್ಲಿರುವುದನ್ನು ಹೇಳಿ.

ಸಂಜಯ:-ರಾಜ, ನೀವು ನಿಮ್ಮ ಕರ್ತವ್ಯ ಎಂದು ಕರೆದದ್ದು ನಿಜವಾಗಿ ನಿಸ್ವಾರ್ಥವಲ್ಲ. ಏಕೆಂದರೆ, ನಿಮ್ಮ ಈ ಕಾರ್ಯಕ್ಕೆ ನೀವು ಲಗತ್ತಿಸಿದ್ದೀರಿ. ನಿಮ್ಮ ಕರ್ಮದ ಫಲ ನಿಮಗೆ ಬೇಕು. ನಿಮಗೆ ಹಸ್ತಿನಾಪುರದ ಸಿಂಹಾಸನ ಬೇಕು.

ಧೃತರಾಷ್ಟ್ರ: - ಅದು ನನ್ನ ಕರ್ತವ್ಯವನ್ನು ನಿರ್ವಹಿಸದಿದ್ದರೆ, ಆಗ ಅದು ಏನು? ಏನದು ಸಂಜಯ ಹೇಳಿ?

ಸಂಜಯ: - ಅದು ರಾಜನ ತಂತ್ರವಾಗಿತ್ತು.

ಶ್ರೀಕೃಷ್ಣ:- ಅರ್ಜುನ, ಸೂರ್ಯನು ಉದಯಿಸಿದಾಗ ರಾತ್ರಿಯ ಕತ್ತಲೆಯು ಮಾಯವಾಗುತ್ತದೆ, ಅದೇ ರೀತಿಯಲ್ಲಿ ಯಾಗದಲ್ಲಿ, ಜ್ಞಾನದ ಬೆಳಕು ಅಜ್ಞಾನದ ಕತ್ತಲೆಯನ್ನು ನಾಶಪಡಿಸುತ್ತದೆ. ಆ ನಂತರ ಮಾನವನು ತನ್ನನ್ನು ಭಗವಂತನೆಡೆಗೆ ಕೊಂಡೊಯ್ಯುವ ಹಾದಿಯಲ್ಲಿ ಸಾಗಿದಾಗ ದಾರಿ ತಪ್ಪುವುದಿಲ್ಲ. ಮನುಷ್ಯನು ಜ್ಞಾನವನ್ನು ಪಡೆದ ನಂತರ, ಅದೇ ಕಾರ್ಯವು ಹೇಗೆ ಪಾಪವಾಗಬಹುದು ಮತ್ತು ಅದೇ ಕರ್ಮವು ಪುಣ್ಯಕರ್ಮವಾಗಬಹುದು ಎಂಬುದನ್ನು ಅವನು ಅರಿತುಕೊಳ್ಳುತ್ತಾನೆ.

ಅರ್ಜುನ: - ಅದೇ ಕಾರ್ಯವು ಒಳ್ಳೆಯ ಕಾರ್ಯವಾಗಬಹುದು ಮತ್ತು ಪಾಪವೂ ಆಗಬಹುದು ಎಂದು ಹೇಳಲು ಪ್ರಯತ್ನಿಸುತ್ತಿದ್ದೀರಾ? ಅದು ಹೇಗೆ ಸಾಧ್ಯ?

ಶ್ರೀಕೃಷ್ಣ:- ಒಂದು ಉದಾಹರಣೆ ಕೊಡುತ್ತೇನೆ. ಒಬ್ಬ ಮನುಷ್ಯನು ಇನ್ನೊಬ್ಬ ಮನುಷ್ಯನನ್ನು ಕೊಲ್ಲುವ ಮೂಲಕ ಕೃತ್ಯವನ್ನು ಮಾಡುತ್ತಾನೆ. ಹಾಗಾದರೆ ಅವನು ಮಾಡಿದ ಕಾರ್ಯವೇನು? ಅವನು ಕೊಂದನು. ಅದೇ ಕಾರ್ಯವು ಒಳ್ಳೆಯ ಕೆಲಸ ಮತ್ತು ಪಾಪವೂ ಆಗಿರಬಹುದು.

ಅರ್ಜುನ:- ಅದು ಹೇಗೆ ಸಾಧ್ಯ?

ಶ್ರೀಕೃಷ್ಣ:- ಒಬ್ಬ ವ್ಯಕ್ತಿಯು ತನ್ನ ಸಂಪತ್ತಿಗಾಗಿ ವೃದ್ಧ ಮತ್ತು ದುರ್ಬಲ ವ್ಯಕ್ತಿಯನ್ನು ಕೊಲ್ಲುತ್ತಾನೆ. ಹಾಗಾದರೆ ಅದು ಏನು?

ಅರ್ಜುನ:- ಇದು ಪಾಪದ ಕಾರ್ಯ.

ಶ್ರೀಕೃಷ್ಣ:- ಪಾತ್ರವಿಲ್ಲದ ಪುರುಷನು ಅಸಹಾಯಕ ಮಹಿಳೆಯೊಂದಿಗೆ ಬಲವಂತವಾಗಿ ಅತ್ಯಾಚಾರ ಮಾಡಲು ಪ್ರಯತ್ನಿಸುತ್ತಿದ್ದಾನೆ. ಅತ್ಯಾಚಾರಿಯನ್ನು ಕೊಂದರೆ ಆ ಅಸಹಾಯಕ ಮಹಿಳೆಯನ್ನು ಉಳಿಸಲು, ಅದು ಎಂತಹ ಕೃತ್ಯ?

ಅರ್ಜುನ: - ಇದು ಸ್ಪಷ್ಟವಾಗಿದೆ. ಅಸಹಾಯಕ ಮಹಿಳೆಯನ್ನು ರಕ್ಷಿಸುವುದು ಒಳ್ಳೆಯ ಕಾರ್ಯವಾಗುತ್ತದೆ.

ಶ್ರೀಕೃಷ್ಣ:- ನೀವೇ ಉತ್ತರ ಕೊಟ್ಟಿದ್ದೀರಿ. ಕೃತ್ಯದ ಹಿಂದಿನ ಉದ್ದೇಶವೇನು ಎಂಬುದನ್ನು ನೋಡಬೇಕು? ಯಾರನ್ನಾದರೂ ಕೊಲ್ಲುವ ಕಾರ್ಯವಾಗಿದ್ದರೂ ಸಹ. ಕೊಂದವನ ಉದ್ದೇಶವೇನು? ಆದ್ದರಿಂದ ಅದೇ ಕಾರ್ಯವು ಪುಣ್ಯವೂ ಆಗಬಹುದು ಮತ್ತು ಪಾಪವೂ ಆಗಬಹುದು. ಅರ್ಜುನ ಒಬ್ಬ ವ್ಯಕ್ತಿಯು ಮಾಡುವ ಉದ್ದೇಶವು ಒಬ್ಬ ವ್ಯಕ್ತಿಗೆ ಒಳ್ಳೆಯ ಕೆಲಸ ಮತ್ತು ಇನ್ನೊಂದು ಪಾಪವಾಗಬಹುದು. ಕಾರ್ಯಗಳನ್ನು ಮಾಡುವ ಮೂಲಕ ಒಬ್ಬನು ಒಳ್ಳೆಯ ಕಾರ್ಯ ಮತ್ತು ಕೆಟ್ಟ ಕಾರ್ಯದ ನಡುವೆ ವ್ಯತ್ಯಾಸವನ್ನು ಕಲಿಯುತ್ತಾನೆ. ಮತ್ತು ಅದರ ಫಲವನ್ನು ಸಾಧಿಸುವ ಗುರಿಯೊಂದಿಗೆ ಮಾಡಿದ ಕಾರ್ಯ.

ಅರ್ಜುನ್: ಈ ವಿವರಣೆಗಳ ಅರ್ಥವೇನು?

ಶ್ರೀಕೃಷ್ಣ: - ಒಬ್ಬ ವ್ಯಕ್ತಿಯು ನಿಸ್ವಾರ್ಥ ಉದ್ದೇಶದಿಂದ ಕಾರ್ಯವನ್ನು ಮಾಡಿದಾಗ, ಆ ಕಾರ್ಯದ ಫಲವು ಅವನಿಗೆ ಸಿಗುವುದಿಲ್ಲ. ಆದ್ದರಿಂದ ಅವನು ಅಕರ್ಮನಾಗುತ್ತಾನೆ. ಆದರೆ ಒಬ್ಬ ವ್ಯಕ್ತಿಯು ತನ್ನ ಫಲವನ್ನು ಪಡೆಯಲು ಆಶಿಸುತ್ತಾ ಒಂದು ಕಾರ್ಯವನ್ನು ಮಾಡಿದರೆ, ನಂತರ ಫಲವನ್ನು ನೀಡಲಾಗುತ್ತದೆ, ಆದರೆ ಮಾಡಿದ ಕಾರ್ಯದ ಪ್ರಕಾರ ಕರ್ಮ ಒಳ್ಳೆಯದಾದರೆ ಫಲ ಚೆನ್ನಾಗಿರುತ್ತದೆ. ಕರ್ಮ ಕೆಟ್ಟದ್ದಾದರೆ ಫಲವೂ ಕೆಟ್ಟದಾಗಿರುತ್ತದೆ. ಇದು ಕರ್ಮ.

ಅರ್ಜುನ: ವಿಕರ್ಮದ ಬಗ್ಗೆ ಏನು?

ಶ್ರೀ ಕೃಷ್ಣ: - ಸುಳ್ಳು, ವಂಚನೆ, ಹಿಂಸೆ ಮತ್ತು ಅನ್ಯಾಯದ ಕೆಲಸಗಳು ಕೆಟ್ಟ ಕೆಲಸಗಳು, ವಿಕರ್ಮ.

ಅರ್ಜುನ:- ಕೇಶವ, ಯುದ್ಧವೂ ಒಂದು ವಿಕರ್ಮವೇ. ಏಕೆಂದರೆ ಯುದ್ಧ ಎಂದರೆ ಹಿಂಸೆ.

ಶ್ರೀಕೃಷ್ಣ: - ಅರ್ಜುನ ನೀನು ಇನ್ನೂ ಅಜ್ಞಾನಿಯಾಗಿದ್ದೀಯ ಮತ್ತು ಅದಕ್ಕಾಗಿಯೇ ನೀನು ಹೀಗೆ ಮಾತನಾಡುತ್ತಿರುವೆ. ನಾನು ಹೇಳುವ ಉದ್ದೇಶವು ಅದು ಮಾಡಿದ ಉದ್ದೇಶವನ್ನು ಅವಲಂಬಿಸಿ ಒಳ್ಳೆಯ ಅಥವಾ ಕೆಟ್ಟದ್ದಾಗಿರುತ್ತದೆ. ಒಬ್ಬ ವ್ಯಕ್ತಿಯು ಯುದ್ಧದಲ್ಲಿ ಹೋರಾಡಿದರೆ ಅನ್ಯಾಯ ಮತ್ತು ಅಧರ್ಮವನ್ನು ನಾಶಪಡಿಸಿದರೆ, ಅವನು ಸತ್ತ ನಂತರ ಅವನು ಸ್ವರ್ಗವನ್ನು ಸಾಧಿಸುತ್ತಾನೆ. ಆದ್ದರಿಂದ ಎಲ್ಲಾ ಸಂದೇಹಗಳನ್ನು ತೊಡೆದುಹಾಕು ಮತ್ತು ಯುದ್ಧ ಮಾಡು .ಅರ್ಜುನ ನೀನು ಜ್ಞಾನವನ್ನು ಸಾಧಿಸಿದಾಗ ಈ ಬ್ರಹ್ಮಾಂಡವು ನನ್ನಿಂದಾಗಿ ಎಂದು ನಿಮಗೆ ತಿಳಿಯುತ್ತದೆ. ಈ ವಿಶ್ವವು ನನ್ನಿಂದಲೇ ಸೃಷ್ಟಿಯಾಗಿದೆ. ನಾನು ವಿಶ್ವವನ್ನು ಪೋಷಿಸುತ್ತೇನೆ. ಜಗತ್ತನ್ನು ನಿರ್ನಾಮ ಮಾಡುವವನು ನಾನು. ಬ್ರಹ್ಮಾಂಡವು ನನ್ನ ಶಕ್ತಿಯ ಮೂಲವಾಗಿದೆ. ಹೇ ಅರ್ಜುನ, ನೀವು ನಿಮ್ಮ ಬುದ್ಧಿವಂತಿಕೆಯ ಕಣ್ಣುಗಳಿಂದ ನೋಡಿದರೆ, ಈ ಬ್ರಹ್ಮಾಂಡವು ಮರದಂತಿದೆ ಎಂದು ನೀವು ಗಮನಿಸಬಹುದು. ಇದು ತಲೆಕೆಳಗಾಗಿದೆ ಮಾರ್ಗವು ಮೇಲ್ಭಾಗದಲ್ಲಿದೆ ಮತ್ತು ಶಾಖೆಗಳು ಮತ್ತು ಎಲೆಗಳು ಕೆಳಮುಖವಾಗಿವೆ. ನಿಮ್ಮೊಳಗಿನ ಕಣ್ಣುಗಳಿಂದ ಇದನ್ನು ನೋಡಿ.

ತಲೆಕೆಳಗಾದ ವೃಕ್ಷ

ಅರ್ಜುನ:- ಬೇರುಗಳಿರುವ ಮರವನ್ನು ನಾನು ನೋಡುತ್ತೇನೆ ಮತ್ತು ನಿಮ್ಮಿಂದ ರಚಿಸಲಾಗಿದೆ.

ಶ್ರೀಕೃಷ್ಣ:- ಹೌದು ಅರ್ಜುನ, ನಾನು ಹೇಳಿದಂತೆ ಈ ವಿಶ್ವವು ನನ್ನಿಂದಲೇ ಸೃಷ್ಟಿಯಾಗಿದೆ. ಇದರ ಬೇರುಗಳು ಮೇಲ್ಭಾಗದಲ್ಲಿರುತ್ತವೆ ಮತ್ತು ಶಾಖೆಗಳು ಕೆಳಗಿರುತ್ತವೆ. ತಲೆಕೆಳಗಾಗಿ ಮರವಾಗಿದೆ.

ಅರ್ಜುನ:- ಕೇಶವ, ಈ ಮರದಲ್ಲಿ ಬ್ರಹ್ಮನ ಸ್ಥಾನವೇನು?

ಶ್ರೀ ಕೃಷ್ಣ: - ಬ್ರಹ್ಮನು ವಿಶ್ವವನ್ನು ಹರಡಿರುವುದರಿಂದ, ಅವನು ಅದರ ಮುಖ್ಯ ಶಾಖಿಯಾಗಿದ್ದಾನೆ. ವೈದಿಕ ಸ್ತೋತ್ರಗಳು ಅದರ ಎಲೆಗಳು. ಅರ್ಜುನ, ನಮ್ಮೊಳಗಿನ ಪಂಚೇಂದ್ರಿಯಗಳು ಕೊಂಬೆಗಳ ತುದಿ. (ಧ್ವನಿ, ಸ್ಪರ್ಶ, ವಾಸನೆ, ರುಚಿ, ದೃಷ್ಟಿ). ಈ ಮರವನ್ನು ಮೂರು ಗುಣಗಳಿಂದ ಉಳುಮೆ ಮಾಡಲಾಗಿದೆ. ಮನುಷ್ಯನಲ್ಲಿ ಕಂಡುಬರುತ್ತದೆ. ಅದು ಸದಾಚಾರ, ಲೌಕಿಕತೆ ಮತ್ತು ಕೆಟ್ಟತನದ ಕೀಲು ಗುಣ. (ಸತ್ವ, ರಾಜೋ, ತಮೋ).

ಜಗತ್ತಿಗೆ ಅಂಟಿಕೊಂಡಿರುವ ವ್ಯಕ್ತಿಯು ಯಾವಾಗಲೂ ಈ ಮರದ ಕೊಂಬೆಗಳೊಂದಿಗೆ ಸಿಕ್ಕಿಹಾಕಿಕೊಳ್ಳುತ್ತಾನೆ. ಅರ್ಜುನ ಈ ಮರವು ಅಮರ, ಶಾಶ್ವತ ಮತ್ತು ನಿರಂತರ. ಇದು ಈ ಬ್ರಹ್ಮಾಂಡದ ಸಂಕೇತವಾಗಿದೆ.

ಅರ್ಜುನ:- ಮಧುಸೂದನ, ಈ ವೃಕ್ಷವು ವಿಶ್ವದಲ್ಲಿದ್ದಾಗ, ಅದರ ನೆರಳು ಸುತ್ತಲೂ ಹರಡಿರಬೇಕು. ಅದರ ಪರಿಣಾಮದಿಂದ ಮನುಷ್ಯ ಹೇಗೆ ಪಾರಾಗಬಹುದು?

ಶ್ರೀಕೃಷ್ಣ: - ಈ ಮರವು ದೊಡ್ಡದಾಗಿದೆ ನಿಜ. ಆದರೆ ಸರ್ವಶಕ್ತನಾದ ಭಗವಂತನು ಮರಕ್ಕಿಂತಲೂ ದೊಡ್ಡವನು. ನಿಮ್ಮ ಜ್ಞಾನ ಮತ್ತು ನಿಮ್ಮ ವೈರಾಗ್ಯವು ನಿಮ್ಮನ್ನು ಲೌಕಿಕ ಆಸೆಗಳನ್ನು ತ್ಯಜಿಸುವಂತೆ ಮಾಡಿದಾಗ, ನೀವು ಸರ್ವವ್ಯಾಪಿಯಾದ ಸರ್ವಶಕ್ತನನ್ನು ಕಾಣುವಿರಿ. ನಾನು ಎಲ್ಲರಲ್ಲೂ ಇದ್ದೇನೆ. ಆದುದರಿಂದ ಅರ್ಜುನನ ನನ್ನ ಆಶ್ರಯಕ್ಕೆ ಬಾ.

ಧೃತರಾಷ್ಟ್ರ:- ಶ್ರೀ ಕೃಷ್ಣನ ಮಾತು ಕೇಳುತ್ತ ಸಾವಿನ ಆಲೋಚನೆಯಲ್ಲಿ ಹೃದಯ ಭಾರವಾಗುತ್ತಿದೆ. ಈ ಮೊದಲು ನಾನು ಸಾವಿನ ಭಯವನ್ನು ಅನುಭವಿಸಿಲ್ಲ. ಆದರೆ ಇಂದು ನನಗೆ ಸಾವಿನ ಭಯ ಕಾಡುತ್ತಿದೆ. ನನ್ನ ಸಾವಿಗೆ ಮಾತ್ರವಲ್ಲ, ನನ್ನ ಹತ್ತಿರದ ಮತ್ತು ಆತ್ಮೀಯರ ಸಾವು.

ಸಂಜಯ: - ಇದು ತುಂಬಾ ವಿಚಿತ್ರವಾಗಿದೆ. ಶ್ರೀಕೃಷ್ಣನು ತನ್ನ ಸಾವಿನ ಭಯವನ್ನುಮತ್ತು ಅವನ ಹತ್ತಿರದ ಮತ್ತು ಆತ್ಮೀಯರ ಸಾವಿನ ಭಯವನ್ನು ತಾನೇ ಹೋಗಲಾಡಿಸಬೇಕು ಎಂದು ಮೂಲವನ್ನು ಉಪದೇಶಿಸುತ್ತಾನೆ.

ಧೃತರಾಷ್ಟ್ರ:- ನಾನೇಕೆ ವಿಚಲಿತನಾದ ಹಾಗೆ ಇದ್ದೇನೋ ಗೊತ್ತಿಲ್ಲ.ಈ ಧರ್ಮೋಪದೇಶವು ನನ್ನ ಮೇಲೆ ಏಕೆ ಪ್ರಭಾವ ಬೀರುತ್ತಿದೆ? ಪ್ರತಿಕೂಲವಾಗಿ? ಅರ್ಜುನನ ಮನಸ್ಸು ಶಾಂತವಾಗುತ್ತಿದೆ ಮತ್ತು ನನ್ನ ಮನಸ್ಸು

ಗೊಂದಲದಲ್ಲಿದೆ.

ಸಂಜಯ:-ರಾಜ, ಯಾವುದೋ ಒಂದು ವ್ಯಕ್ತಿಯ ಮೇಲೆ ಯಾವ ಪರಿಣಾಮ ಬೀರುತ್ತದೆ ಎಂಬುದನ್ನು ಆ ವ್ಯಕ್ತಿಯ ಭಾವನೆಗಳಿಂದ ನೋಡಬಹುದು. ಒಬ್ಬರ ಮನಸ್ಸಿನಲ್ಲಿ ಭಯವಿದ್ದರೆ, ಆ ವ್ಯಕ್ತಿಯು ಸರ್ಪದಂತೆ ಕೋಲನ್ನು ನೋಡಿದ ಮೇಲೆ ಭಯ ಪಡುವ ಹಾಗೆ ಸತ್ಯವನ್ನು ಕೇಳಲು ತುಂಬಾ ಹೆದರುತ್ತಾರೆ. ರಾಜ ನೀನು ಯಾಕೆ ಅಸಮಾಧಾನಗೊಂಡಿದ್ದೀಯಾ. ಪ್ರತಿಯೊಬ್ಬರ ಮರಣವು ಗಮ್ಯವಾಗಿದೆ ಮತ್ತು ಸಮಯವೂ ನಿಗದಿಯಾಗಿದೆ.

ಧೃತರಾಷ್ಟ್ರ:- ಆದರೆ ನನ್ನಿಂದಾಗಿ ನನ್ನ ಮಕ್ಕಳು ಈ ಯುದ್ಧದಲ್ಲಿ ಸಾಯಬಾರದೆಂದು ನನಗೆ ಭಯವಾಗಿದೆ. ಏನಾಗಬೇಕೋ ಅದು ನಡೆಯುತ್ತದೆ, ನನ್ನ ಕೈಯಲ್ಲಿ ಏನೂ ಇಲ್ಲ ಎಂದು ಇವತ್ತು ನನಗೆ ಅನ್ನಿಸುತ್ತದೆ, ಆ ಸಮಯದಲ್ಲಿ ಮಾತನಾಡಿದ್ದು ನಾನಲ್ಲ. ಸಂಜಯ್ ಈಗ ನನ್ನ ಕೈಯಲ್ಲಿ ಏನೂ ಇಲ್ಲ. ಎಲ್ಲವೂ ಶ್ರೀಕೃಷ್ಣನ ಕೈಯಲ್ಲಿದೆ.

ಅರ್ಜುನ:- ಮಧುಸೂದನ, ನಾನು ನಿನ್ನ ಆಶ್ರಯಕ್ಕೆ ಬಂದಿದ್ದೇನಿ. ಆದರೆ ಆ ದೇವರ ರೂಪ ಯಾವುದು? ಭಗವಂತನಾದ ನಿನ್ನ ರೂಪವನ್ನು ನನಗೆ ತೋರಿಸು. ಜಗತ್ತಿನಲ್ಲಿ ಅನೇಕ ದೇವರುಗಳನ್ನು ಪೂಜಿಸಲಾಗುತ್ತದೆ. ಅದು ಪಾಪವೇ?

ಶ್ರೀಕೃಷ್ಣ: - ಯಾವುದೇ ಪೂಜೆಯು ಪಾಪವಲ್ಲ. ವಿವಿಧ ದೇವರುಗಳನ್ನು ಪೂಜಿಸುವ ವ್ಯಕ್ತಿ, ವಾಸ್ತವದಲ್ಲಿ ನನ್ನನ್ನು ಆರಾಧಿಸುತ್ತಾನೆ ನನ್ನಲ್ಲಿರುವಂತೆ.

ಬ್ರಹ್ಮಾಂಡದ ಪ್ರತಿ ಪರಮಾಣು ನಾನು ಕಂಡುಬಂದಿದ್ದೇನೆ. ಬುದ್ಧಿವಂತರು ತಮ್ಮ ಮನಸ್ಸಿನ ಕಣ್ಣುಗಳಿಂದ ನನ್ನನ್ನು ಪ್ರತಿಯೊಬ್ಬ ಮನುಷ್ಯನಲ್ಲೂ ನೋಡಬಹುದು.ಇರುವುದು ಮತ್ತು ಎಲ್ಲವೂ.
ನಾನು ಬುದ್ಧಿವಂತ ಪಾದ್ರಿಯೊಳಗೆ ಇದ್ದೇನೆ.
ನಾನೂ ಕೆಳವರ್ಗದ ವ್ಯಕ್ತಿಯೊಳಗೆ ಇದ್ದೇನೆ..
ನಾನು ಹಸುವಿನೊಳಗೆ ಇದ್ದೇನೆ.
ನಾನು ನಾಯಿಯಲ್ಲಿ ಕಂಡುಬಂದಿದ್ದೇನೆ.
ನಾನು ಆನೆಯಲ್ಲಿದ್ದೇನೆ.
ಮತ್ತು ನಾನು ಇರುವೆಯಲ್ಲಿಯೂ ಸಹ ಕಂಡುಬರುತ್ತದೆ.

ಅರ್ಜುನ, ಮನುಷ್ಯರು ತಮ್ಮ ನಂಬಿಕೆಗೆ ಅನುಗುಣವಾಗಿ ನನ್ನನ್ನು ಮತ್ತು ನನ್ನ ರೂಪವನ್ನು ಪೂಜಿಸಿದಾಗ, ಅವರು ನನ್ನನ್ನು ಮತ್ತು ನನ್ನನ್ನು ಮಾತ್ರ ಪೂಜಿಸುತ್ತಾರೆ. ಆದ್ದರಿಂದ ಒಬ್ಬನು ಪ್ರಾರ್ಥಿಸುವ ಮತ್ತು ನಂಬಿಕೆಯಿರುವ ದೇವರು ವಾಸ್ತವದಲ್ಲಿ ನನ್ನನ್ನು ಪ್ರಾರ್ಥಿಸುತ್ತಿದ್ದಾನೆ. ಆದ್ದರಿಂದ ನಾನು ಆ ಮಾನವನಲ್ಲಿ ತನ್ನ ದೇವರ ಕಡೆಗೆ ನಂಬಿಕೆಯ ಭಾವನೆಗಳನ್ನು ಮತ್ತಷ್ಟು ಬೆಳೆಸುತ್ತೇನೆ. ಅನೇಕ ಜನ್ಮಗಳ ನಂತರ, ಇಡೀ ವಿಶ್ವದಲ್ಲಿ ನನ್ನನ್ನು ಹೊರತುಪಡಿಸಿ ಬೇರೇನೂ ಇಲ್ಲ ಎಂದು ಅವನು ಅರಿತುಕೊಂಡನು. ಅಂತಹ ದೈವಿಕ ವ್ಯಕ್ತಿ ಕೊನೆಯಲ್ಲಿ ನನ್ನಲ್ಲಿ ಮೋಕ್ಷವನ್ನು ಕಂಡುಕೊಳ್ಳುತ್ತಾನೆ. ಅರ್ಜುನ, ಅಂತಹ ದೈವಿಕ ವ್ಯಕ್ತಿಯನ್ನು ಕಂಡುಹಿಡಿಯುವುದು ಸುಲಭವಲ್ಲ.

ಬ್ರಹ್ಮಾಂಡದ ಪ್ರತಿ ಪರಮಾಣುವಿನಲ್ಲಿ ದೇವರು ಕಂಡುಬರುತ್ತಾನೆ

ಬ್ರಹ್ಮಾಂಡದ ಪ್ರತಿ ಪರಮಾಣುವಿನಲ್ಲಿ ದೇವರು ಕಂಡುಬರುತ್ತಾನೆ

ಅರ್ಜುನ: - ಆದರೆ ಕೇಶವ, ಮನುಷ್ಯ ನಿಮ್ಮನ್ನು ಏಕೆ ನಿರ್ಲಕ್ಷಿಸುತ್ತಾನೆ? ಮತ್ತು ವಿವಿಧ ದೇವತೆಗಳನ್ನು ಏಕೆ ಪೂಜಿಸುತ್ತಾನೆ?

ಶ್ರೀಕೃಷ್ಣ: - ಕಾರ್ಯಗಳು, ನಂಬಿಕೆ ಮತ್ತು ಅದರ ವಿಸ್ತರಣೆಯು ಮೂರು ಗುಣಗಳನ್ನು ಆಧರಿಸಿದೆ ಎಂದು ನಾನು ಈಗಾಗಲೇ ಹೇಳಿದ್ದೇನೆ. ಆದುದರಿಂದಲೇ ತಮ್ಮಲ್ಲಿ ದೈವಿಕ ಗುಣಗಳನ್ನು ಹೊಂದಿರುವವರು ದೇವಮಾನವರನ್ನು ಪೂಜಿಸುತ್ತಾರೆ. ಪ್ರಪಂಚದ ಸದ್ಗುಣಗಳು ಮತ್ತು ದುರ್ಗುಣಗಳಿಗೆ ಅಂಟಿಕೊಂಡಿರುವವರು ಗಂಧರ್ವರು ಮತ್ತು ಯಕ್ಷರಂತಹ ಆಕಾಶ ಸಂಗೀತಗಾರ ಮತ್ತು ಕಾವಲುಗಾರರನ್ನು ಪೂಜಿಸುತ್ತಾರೆ. ಕೀಳು ಮೌಲ್ಯಗಳ ಗುಣಗಳನ್ನು ಹೊಂದಿರುವವರು ದೆವ್ವ ಮತ್ತು ಆತ್ಮಗಳನ್ನು ಪೂಜಿಸುತ್ತಾರೆ. ಅರ್ಜುನ, ದೇವರುಗಳನ್ನು ಪೂಜಿಸುವವರು ದೇವರುಗಳನ್ನು ಸಾಧಿಸುತ್ತಾರೆ. ಅವರು ಮರಣದ ನಂತರ, ಅವರ ಕಾರ್ಯಗಳ ಪ್ರಕಾರ ಸ್ವರ್ಗದಲ್ಲಿ ಸ್ವಲ್ಪ ಕಾಲ ವಾಸಿಸುತ್ತಾರೆ. ಪೂರ್ವಜರನ್ನು ಪೂಜಿಸುವವರು ಪೂರ್ವಜರ ರಾಜ್ಯದಲ್ಲಿ ಅವರ ಬಳಿಗೆ ಹೋಗುತ್ತಾರೆ.ದೆವ್ವ ಮತ್ತು ಆತ್ಮಗಳನ್ನು ಪೂಜಿಸುವವರು ದೆವ್ವ ಮತ್ತು ಆತ್ಮಗಳ ಬಳಿಗೆ ಹೋಗುತ್ತಾರೆ.
. ಅವರ ಹೊಸ ಜೀವನದಲ್ಲಿ ಅವರು ಆತ್ಮದ ನಡುವೆ ಜನಿಸುತ್ತಾರೆ.

ಅರ್ಜುನ: ನಿಮ್ಮ ಪ್ರಕಾರ ಮನುಷ್ಯ ತನ್ನ ಅಹಂಕಾರವನ್ನು ಹಿಡಿದುಕೊಂಡು ಅಜ್ಞಾನದಲ್ಲಿ ಅಲೆದಾಡುತ್ತಿದ್ದಾನೆ ಮತ್ತು ಶರಣಾಗಲು ಸಾಧ್ಯವಿಲ್ಲ. ಬೇರೆ ರೀತಿಯಲ್ಲಿ ಹೇಳುವುದಾದರೆ, ಅಜ್ಞಾನಿಯು ಶರಣಾಗತಿಯ ಮಾರ್ಗದಲ್ಲಿ ಬಂಡೆಯಾಗಿದ್ದಾನೆ. ಅಜ್ಞಾನವೆಂಬ ಅಂಧಕಾರವನ್ನು ಹೋಗಲಾಡಿಸಿ ಸುಜ್ಞಾನವನ್ನು ಸಾಧಿಸುವ ಮಾರ್ಗವನ್ನು ನಮಗೆ ತೋರಿಸು.

ಶ್ರೀಕೃಷ್ಣ:- ಅರ್ಜುನ, ಬುದ್ಧಿವಂತಿಕೆಯನ್ನು ಸಾಧಿಸುವ ಮುಖ್ಯ ಮಾರ್ಗವೆಂದರೆ ನಂಬಿಕೆ. ನಂಬಿಕೆಯ ಬೀಜಗಳನ್ನು ತೋರಿಸಿದಾಗ ನಂಬಿಕೆಗೆ ಕಾರಣವಾಗುತ್ತದೆ. ಸ್ವಲ್ಪ ಸಮಯದ ನಂತರ ಈ ಮರವು ಅರಳುತ್ತದೆ. ಈ ಮರದ ಮೇಲೆ ಬುದ್ಧಿವಂತಿಕೆಯ ಹೂವು ಬೆಳೆಯುತ್ತದೆ.

ಪಾರ್ವತಿ ದೇವಿ:-ಭಕ್ತಿ ಮತ್ತು ಆರಾಧನೆಗೆ ಹೋಲಿಸಿದರೆ ಶ್ರೀಕೃಷ್ಣನು ನಂಬಿಕೆಗೆ ಏಕೆ ಹೆಚ್ಚಿನ ಪ್ರಾಮುಖ್ಯತೆಯನ್ನು ನೀಡುತ್ತಿದ್ದಾನೆ.

ಶಿವ: - ದೇವಿ ಭಕ್ತಿ ಮತ್ತು ವಿಶ್ವಾಸವಿಲ್ಲದೆ ಹೇಗೆ ಪೂಜಿಸಬಹುದು? ನಂಬಿಕೆಯೇ ಭಕ್ತಿಯ ಬೀಜ. ನಂಬಿಕೆಯ ಆ ಪರಿಕಲ್ಪನೆಯಂತಿದೆ, ಅದರೊಂದಿಗೆ ಸಾಮಾನ್ಯ ಮನುಷ್ಯನು ಸಹ ಸರ್ವಶಕ್ತನನ್ನು ನೋಡಬಹುದು. ಒಬ್ಬ ವ್ಯಕ್ತಿಯ ಕಲ್ಲಿನಲ್ಲಿರುವ

ಸರ್ವಶಕ್ತನನ್ನು ನೋಡುವಂತೆ ಮಾಡುಪುದು ನಂಬಿಕೆ. ಒಬ್ಬ ನಿಷ್ಠಾವಂತ ಭಕ್ತ ನನ್ನನ್ನು ಶಿವಲಿಂಗದಲ್ಲಿ ನೋಡಿದಂತೆ. ಆದರೆ ನಾಸ್ತಿಕನು ಆ ಶಿವಲಿಂಗವನ್ನು ಕಲ್ಲಿನಂತೆ ನೋಡುತ್ತಾನೆ. ದೇವಿಯು ಆ ನಾಸ್ತಿಕನ ಮುಂದೆ ಭಗವಂತ ನಿಂತಿದ್ದರೂ, ನಾಸ್ತಿಕನು ಅವನನ್ನು ದೇವರಂತೆ ನೋಡುವುದಿಲ್ಲ. ಆದರೆ ಬೇರೆ ವಿಷಯದಂತೆ. ಹಾಗಾದಾಗ ಭಕ್ತಿಯೂ ಇರಲಾರದು, ಪೂಜೆಯನ್ನೂ ಮಾಡಲಾರದು.

ಶ್ರೀ ಕೃಷ್ಣ: - ನಂಬಿಕೆಯು ಮಾನವನನ್ನು ಪ್ರೀತಿ ಮತ್ತು ಶಾಂತಿಯ ಕಡೆಗೆ ಕೊಂಡೊಯ್ಯುವ ಸರಳ ಮಾರ್ಗವಾಗಿದೆ. ಆಗ ವ್ಯಕ್ತಿ ನಂಬಿಕೆಗೆ ಬದ್ಧನಾಗುತ್ತಾನೆ. ನಂಬಿಕೆಯಿಲ್ಲದವನು ಅನುಮಾನ ಮತ್ತು ಅಮಾನತುಗಳ ನಡುವೆ ಅಲೆದಾಡುತ್ತಾನೆ. ಅದು ಅವನಿಗೆ ಭೂಮಿಯ ಮೇಲೆ ಅಥವಾ ಸ್ವರ್ಗದಲ್ಲಿ ಯಾವುದೇ ಶಾಂತಿಯನ್ನು ನೀಡುವುದಿಲ್ಲ.

ಧೃತರಾಷ್ಟ್ರ:- ಸಂಜಯನೇ, ಶ್ರೀಕೃಷ್ಣನ ಉಪದೇಶವನ್ನು ಕೇಳಿ ನನ್ನ ಮನಸ್ಸು ವಿಚಲಿತವಾಗುತ್ತಿದೆ.

ಸಂಜಯ:- ನಿಮ್ಮ ಮನಸ್ಸು ವಿಚಲಿತವಾಗುತ್ತಿದ್ದರೆ, ಇದರಲ್ಲಿ ಏನಿದೆ ವಿಚಿತ್ರ?

ಧೃತರಾಷ್ಟ್ರ: - ಅರ್ಜುನನ ವಿಚಲಿತ ಮನಸ್ಸಿಗೆ ಶಾಂತಿಯನ್ನು ತರುವುದು ಶ್ರೀ ಕೃಷ್ಣನ ಬೋಧನೆಯ ಮುಖ್ಯ ಗುರಿಯಾಗಿದೆ. ಆದರೆ ನನ್ನ ಮೇಲೆ ಪ್ರತಿಕೂಲ ಪರಿಣಾಮ ಬೀರುತ್ತಿದೆ. ನನ್ನ ಮನಸ್ಸು ಹೆಚ್ಚು ಹೆಚ್ಚು ವಿಚಲಿತವಾಗುತ್ತಿದೆ. ಸಂಜಯ ಯಾಕೆ ಹೀಗಾಗುತ್ತಿದೆ?

ಸಂಜಯ:- ಶ್ರೀಕೃಷ್ಣನು ಸರಿಯಾಗಿಯೇ ಹೇಳಿದ್ದಾನೆ, ನಂಬಿಕೆ ಇಲ್ಲದಿದ್ದರೆ ಒಬ್ಬ ವ್ಯಕ್ತಿಯು ಸಂತೋಷವಾಗಿರಲು ಸಾಧ್ಯವಿಲ್ಲ. ನಿಮಗೆ ನಂಬಿಕೆಯ ಕೊರತೆಯಿದೆ ಮತ್ತು ಅದಕ್ಕಾಗಿಯೇ ಶ್ರೀ ಕೃಷ್ಣನ ಉಪದೇಶವನ್ನು ಕೇಳಿದ ನಂತರ ನೀವು ಅತೃಪ್ತರಾಗಿದ್ದೀರಿ.

ಧೃತರಾಷ್ಟ್ರ: - ನಾನು ತುಂಬಾ ಅತೃಪ್ತನಾಗಿದ್ದೇನೆ. ನಾನು ಮತ್ತೆ ಎಂದಿಗೂ ಸಂತೋಷವನ್ನು ಪಡೆಯುವುದಿಲ್ಲ ಎಂದು ನಾನು ಭಾವಿಸುತ್ತೇನೆ.

ಶ್ರೀ ಕೃಷ್ಣ: - ಆದ್ದರಿಂದ ನಂಬಿಕೆ ಇಲ್ಲದ ವ್ಯಕ್ತಿ ಅನುಮಾನಗಳಿಂದ ಸುತ್ತುವರಿದಿದೆ. ಬೆಳಕಿಲ್ಲದೇ ಕತ್ತಲು ನುಸುಳಿದಂತೆ. ನಂಬಿಕೆ ಇಲ್ಲದಿದ್ದಾಗ ಮನುಷ್ಯ ನಾಸ್ತಿಕನಾಗಿ ಉಳಿಯುತ್ತಾನೆ. ಆ ವ್ಯಕ್ತಿ ಎಂದಿಗೂ ಸಂತೋಷವಾಗಿರಲು ಸಾಧ್ಯವಿಲ್ಲ. ಅರ್ಜುನ, ಈ ಕಾರಣದಿಂದಾಗಿ ಅವನು ಪಡೆಯುವ ಜ್ಞಾನ ಮತ್ತು ಸ್ಫೂರ್ತಿಯ ಬೆಳಕಿನಿಂದ ಆಸೆಯು ನಾಶವಾದಾಗ, ಆ ವ್ಯಕ್ತಿಯನ್ನು ಭಗವಂತನಿಗೆ ಶರಣಾಗುವಂತೆ ಮಾಡುತ್ತಾನೆ. ಅವನನ್ನು ಎಂದಿಗೂ ನಾಶಮಾಡಲಾಗುವುದಿಲ್ಲ. ಅರ್ಜುನನ ಜ್ಞಾನದ ಕೊರತೆಯು ಅನುಮಾನಗಳನ್ನು ಉಂಟುಮಾಡಿದೆ ಮತ್ತು ನಿನ್ನನ್ನು ಪ್ರವೇಶಿಸಿದೆ. ಖಡ್ಗದ ಜ್ಞಾನದಿಂದ ಅದನ್ನು ಕತ್ತರಿಸಿ, ಮತ್ತು ನಿಮ್ಮ ಕಾರ್ಯಗಳನ್ನು ಧೈರ್ಯದಿಂದ ಶೌರ್ಯದಿಂದ ಮಾಡು. ಯುದ್ಧಕ್ಕೆ ಸಿದ್ಧರಾಗು.

ಅರ್ಜುನ:- ಕೇಶವ, ಮನುಷ್ಯ ತನ್ನ ಕೊನೆಯ ಉಸಿರು ಇರುವವರೆಗೂ ತನ್ನ ಲೌಕಿಕ ಬಾಂಧವ್ಯವನ್ನು ಬಿಡಲು ಸಾಧ್ಯವಿಲ್ಲ ಎಂದು ನೀನು ಹೇಳುತ್ತೀಯ. ಅದಕ್ಕಾಗಿಯೇ ಅವನು ಜೀವನ ಮತ್ತು ಸಾವಿನ ಚಕ್ರದಲ್ಲಿ ಸಿಕ್ಕಿಹಾಕಿಕೊಳ್ಳುತ್ತಾನೆ. ಆದರೆ ಇದನ್ನು ಸೃಷ್ಟಿಸಿದ್ದು ನೀವೇ ಈ ವಿಶ್ವದಲ್ಲಿ.
ಮತ್ತು ಮನುಷ್ಯರಿಗೆ ಒಂದು ಚಂಚಲ ಮನಸ್ಸನ್ನು ನೀಡುತ್ತೀರಿ. ಹೀಗೆ ಒಬ್ಬರಿಗೊಬ್ಬರು ಸಿಕ್ಕು ಹಾಕಿಕೊಂಡರು ಮಾನವನ ಜೀವನದಲ್ಲಿ ಲೆಕ್ಕವಿಲ್ಲದಷ್ಟು ಪ್ರಲೋಭನೆಗಳಿವೆ. ಆ ಪ್ರಲೋಭನೆಗಳು ಯಾವಾಗಲೂ ಅವರ ಸುತ್ತಲೂ ಇರುತ್ತಾರೆ. ದಯವಿಟ್ಟು ನನ್ನನ್ನು ಕ್ಷಮಿಸಿ, ಆದರೆ ನೀವು ಬೇಟೆಗಾರನಂತೆ ಮನುಷ್ಯರಿಗೆ ಕೈ ಮತ್ತು ಕಾಲುಗಳನ್ನು ಕಟ್ಟಿ ಬೇಟೆಯ ಹೋರಾಟವನ್ನು ನೋಡಿ ಸಂತೋಷಪಡುತ್ತೀರಿ.

ಶ್ರೀಕೃಷ್ಣ: - ಅರ್ಜುನ, ನಾನು ಈ ನಾಟಕವನ್ನು ನೋಡುವುದಿಲ್ಲ. ನಾನು ಸೃಷ್ಟಿಸಿದ ಸುಳ್ಳು ಭ್ರಮೆಗಳ ಆಟವನ್ನು ನಾನು ನೋಡುತ್ತೇನೆ.

ಅರ್ಜುನ: - ಇನ್ನೂ ನೀವು ನೋಡುತ್ತಲೇ ಇರುತ್ತೀರಿ. ಒಬ್ಬ ಬಡ ಮಾನವನಿಗೆ ಸಹಾಯ ಮಾಡಲು ನೀವು ಮುಂದೆ ಬರುವುದಿಲ್ಲ ಈ ಲೌಕಿಕ ಭ್ರಮೆಯ ಸ್ಥಿತಿಯಲ್ಲಿ ಆಶ್ಚರ್ಯ ಪಡುತ್ತಲೇ ಇರುತ್ತಾನೆ. ಬದಲಿಗೆ ಆ ಬಡವನಿಗೆ ಸಹಾಯ ಮಾಡಿ ಅವನಿಗೆ ಸರಿಯಾದ ದಾರಿ ತೋರಿಸುವ ಬಗ್ಗೆ ನೀವು ಯೋಚಿಸುವುದಿಲ್ಲ.

ಶ್ರೀಕೃಷ್ಣ: - ನಾನು ಮನುಷ್ಯನಿಗೆ ಸಹಾಯ ಮಾಡುತ್ತೇನೆ.

ಅರ್ಜುನ: - ಆದರೆ ನೀವು ಯಾವಾಗ ಸಹಾಯ ಮಾಡುತ್ತೀರಿ? ನೀವು ಕಾರ್ಯಗಳಿಗೆ ನಿಯಮಗಳನ್ನು ಮತ್ತು ಕಾನೂನುಗಳನ್ನು ಮಾಡಿದ್ದೀರಿ, ಜೀವನ ಮತ್ತು ಮರಣದ ಚಕ್ರವನ್ನು ಮಾಡಿದ್ದೀರಿ ಎಂದು ನಾನು ನೋಡುತ್ತೇನೆ. ನೀವು ಈ ಭ್ರಮೆಯ ಪ್ರಪಂಚದ ಸುಳಿಯಲ್ಲಿ ಮಾನವನನ್ನು ಸಿಕ್ಕಿಹಾಕಿದ್ದೀರಿ. ನೀವು ಇದನ್ನು ಸಹಾಯ ಎಂದು ಕರೆಯಲು ಸಾಧ್ಯವಿಲ್ಲ.

ಶ್ರೀಕೃಷ್ಣ:- ನಾನು ಸಹಾಯ ಮಾಡುತ್ತೇನೆ. ನಾನು ಎಂದಿಗೂ ನನ್ನ ಭಕ್ತನನ್ನು ಅಸಹಾಯಕನಾಗಿ ಬಿಡುವುದಿಲ್ಲ. ಆದರೆ ಮನುಷ್ಯ ನನ್ನ ಬಳಿ ಬಂದು ಸಹಾಯ ಕೇಳಬೇಕು. ಆಗ ಮಾತ್ರ ನಾನು ಅವನಿಗೆ ಸಹಾಯ ಮಾಡಬಹುದು. ಆದರೆ ನನ್ನ ಬಳಿಗೆ ಬರುವ ಬದಲು ಅವನು ತನ್ನ ಅಹಂ ಮತ್ತು ಅವನ ಶಕ್ತಿಯಲ್ಲಿ ಮುಳುಗಿದ್ದಾನೆ. ಈ ಜಗತ್ತಿನಲ್ಲಿ ತನಗಿಂತ ದೊಡ್ಡವರು ಮತ್ತೊಬ್ಬರಿಲ್ಲ ಎಂಬ ಸಂದೇಹದಲ್ಲಿ ಬದುಕುತ್ತಾನೆ. ಅವನು ತನ್ನ ಸ್ವಂತ ಪರಾಕ್ರಮದಲ್ಲಿ ಮಾತ್ರ ನಂಬುತ್ತಾನೆ. ಅವನು ತನ್ನ ಪರಾಕ್ರಮದಲ್ಲಿ ಹೆಚ್ಚು ನಂಬುತ್ತಾನೆ, ನಂತರ ಅವನ ದೇವರ ಮೇಲೆ.

ಅರ್ಜುನ: -ದಾರಿ ತಪ್ಪಿದ ವ್ಯಕ್ತಿಗೆ ನೀವು ಸಹಾಯ ಮಾಡಿದಾಗ, ಬದಲಾಗಿ ನಿಮಗೆ ಏನು ಬೇಕು? ನಿಮಗೆ ಕೊಡುಗೆಗಳು
ಚಿನ್ನ ಮತ್ತು ಬೆಳ್ಳಿಯ ಅಥವಾ ಅವನು ರುಚಿಕರವಾದ ಆಹಾರವನ್ನು ನೀಡಬೇಕೆಂದು ನೀವು ಬಯಸುತ್ತೀರಾ?

ಶ್ರೀಕೃಷ್ಣ:-ಮನುಷ್ಯನಿಂದ ನಾನು ಏನನ್ನೂ ಕೇಳುವುದಿಲ್ಲ. ನನಗೆ ಚಿನ್ನ, ಬೆಳ್ಳಿ, ಹಾಲು ಕರ್ಪೂರ ಅಥವಾ ರುಚಿಕರವಾದ ಮತ್ತು ಶ್ರೀಮಂತ ಆಹಾರದ ಅರ್ಪಣೆಗಳು ಬೇಡ. ಅವನು ನನಗೆ ನಂಬಿಕೆ ಮತ್ತು ಭಾವನೆಗಳಿಂದ ಹಣ್ಣು, ಹೂವು, ಹೂವಿನ ದಳಗಳು, ಅರ್ಧದಷ್ಟು ಅಕ್ಕಿಯನ್ನು ಅರ್ಪಿಸಬೇಕೆಂದು ನಾನು ಬಯಸುತ್ತೇನೆ, ನಾನು ಅವರ ಭಕ್ತಿ ಮತ್ತು ನಂಬಿಕೆಯನ್ನು ಅತ್ಯಂತ ನಮ್ರತೆಯಿಂದ ಸ್ವೀಕರಿಸುತ್ತೇನೆ. ಒಬ್ಬ ವ್ಯಕ್ತಿಯು ಇಷ್ಟು ಮಾಡಲು ಸಾಧ್ಯವಾಗದಿದ್ದರೆ, ಅವನ ಭಕ್ತಿಯ ಸಣ್ಣ ಕಣ್ಣೀರನ್ನೂ ನಾನು ಸ್ವೀಕರಿಸುತ್ತೇನೆ. ನನ್ನ ಸಂಪೂರ್ಣ ಆತ್ಮವು ನಂಬಿಕೆ ಮತ್ತು ಭಕ್ತಿಯಿಂದ ತುಂಬಿದ ಕಣ್ಣೀರಿನಿಂದ ಕೂಡ ಮುಳುಗುತ್ತದೆ. ಈ ಪಶ್ಚಾತ್ತಾಪದ ಕಣ್ಣೀರು ಸಹಸ್ರಾರು ಪಾಪಗಳನ್ನು ಮಾಡಿದ ನಂತರವೂ, ನಾನು ಆ ಅಪರೂಪದ ಉಡುಗೊರೆಯನ್ನು

ಸ್ವೀಕರಿಸುತ್ತೇನೆ. ನಾನು ಆ ಮಾನವನ ಪಾಪಗಳನ್ನು ಆ ಕಣ್ಣೀರಿನಿಂದ ತೊಳೆದು ಅವನ ಎಲ್ಲಾ ಪಾಪಗಳನ್ನು ನಿವಾರಿಸುತ್ತೇನೆ, ಅವನನ್ನು ನವಜಾತ ಶಿಶುವಿನಂತೆ ಶುದ್ಧನನ್ನಾಗಿ ಮಾಡುತ್ತೇನೆ. ನಾನು ಅವನಿಗೆ ಒಳ್ಳೆಯದನ್ನು ಮಾಡುತ್ತೇನೆ ಮತ್ತು ಅವನಿಗೆ ಮುಕ್ತಿ ನೀಡುತ್ತೇನೆ.

ಭಕ್ತಿ ಯೋಗ

ಭಕ್ತಿ ಯೋಗ

ಅರ್ಜುನ: - ಒಬ್ಬ ವ್ಯಕ್ತಿ ನಿಮಗೆ ಕೇವಲ ಹೂವು ಅಥವಾ ಹಣ್ಣನ್ನು ಅರ್ಪಿಸಿದರೂ

ಸಹ ನೀವು ಮೋಕ್ಷವನ್ನು ನೀಡುತ್ತೀರಿ. ಆ ಎಲ್ಲಾ ಒಳ್ಳೆಯ ಕಾರ್ಯಗಳ ಬಗ್ಗೆ ಏನು, ಆ ಪಾಪಗಳು ಆ ಧರ್ಮ, ಅದು ಹಾಗೆಯೇ ಉಳಿಯುತ್ತದೆಯೇ?

ಶ್ರೀಕೃಷ್ಣ: ಸದಾಚಾರ ಕಾನೂನುಗಳು ಮತ್ತು ನಿಯಮಗಳು ಚಂದ್ರ ಮತ್ತು ಅದರ ಲೆಕ್ಕವಿಲ್ಲದಷ್ಟು ನಕ್ಷತ್ರಗಳಂತೆ, ಅದು ಜೀವನದ ಅಜ್ಞಾನ ಮತ್ತು ಕತ್ತಲೆಯ ನಡುವೆ ಮಿನುಗುತ್ತಿರುತ್ತದೆ. ಆದರೆ ಭಕ್ತಿಯ ಬೆಳಕು ಹೊರಹೊಮ್ಮಿದಾಗ ಇದೆಲ್ಲವೂ ಮರೆಯಾಗುತ್ತದೆ.

ಅರ್ಜುನ:- ಅಂದರೆ ಭಕ್ತಿಯ ಸ್ಥಾನ ಎಷ್ಟು ಎತ್ತರದಲ್ಲಿದೆ, ಅದರ ಮುಂದೆ ಸದಾಚಾರಕ್ಕೆ ಸ್ಥಾನವಿಲ್ಲ.

ಶ್ರೀಕೃಷ್ಣ:-ಭಕ್ತಿ ಎಂದರೆ ದೇವರ ಮೇಲಿನ ನಂಬಿಕೆ. ಅದಕ್ಕಾಗಿ ಪಾದ್ರಿ, ಧರ್ಮೋಪದೇಶ ಅಥವಾ ಯಾವುದೇ ಪ್ರಾರ್ಥನಾ ವಿಧಿ ಅಗತ್ಯವಿಲ್ಲ. ಆದರೆ ಒಂದು ಷರತ್ತು ಇದೆ.
     ಅರ್ಜುನ:-ಅದೇನು ಷರತ್ತು ಮಧುಸೂದನ?

ಶ್ರೀ ಕೃಷ್ಣ:- ಸಂಪೂರ್ಣ ನಂಬಿಕೆ ಮತ್ತು ಭಕ್ತಿಯಿಂದ ನಿಮ್ಮ ಎಲ್ಲಾ ಕಾರ್ಯಗಳನ್ನು ನನಗೆ ಒಪ್ಪಿಸಿ. ಅಂತಹ ನನ್ನ ಭಕ್ತನನ್ನು ಆಶೀರ್ವದಿಸಿ ಮೋಕ್ಷವನ್ನು ನೀಡುತ್ತೇನೆ.

ಶಿವ:- ಶ್ರೀ ಕೃಷ್ಣ, ನೀನು ಶ್ರೇಷ್ಠ.
     ಪಾರ್ವತಿ ದೇವಿ:- ಶ್ರೀ ಕೃಷ್ಣನು ಇಂದು ಬಹಳ ಭಾವನಾತ್ಮಕ ರೀತಿಯಲ್ಲಿ ಅರ್ಜುನನಿಗೆ ತನ್ನ ಬೋಧನೆಯ ಮೂಲಕ ಇಡೀ ವಿಶ್ವಕ್ಕೆ ತನ್ನ ಶ್ರೇಷ್ಠತೆ ಮತ್ತು ಉಪಕಾರವನ್ನು ತೋರಿಸಿದನು.

ಶಿವ: - ದೇವಿ, ಭಗವಂತನ ಬೋಧನೆಗಳು ಇಡೀ ಬ್ರಹ್ಮಾಂಡದ ಕಲ್ಯಾಣಕ್ಕಾಗಿ. ಶ್ರೀಕೃಷ್ಣನು ಮೋಕ್ಷದ ಮಾರ್ಗವನ್ನು ತೋರಿಸಿದ್ದಾನೆ. ಜ್ಞಾನಿಗಳು ಮತ್ತು ತಪಸ್ವಿಗಳು ಮೋಕ್ಷವನ್ನು ಸಾಧಿಸಬಹುದು. ಕೊನೆಗೆ ಸಾಮಾನ್ಯರಿಗೂ ಮೋಕ್ಷದ ಸುಲಭ ಭಕ್ತಿಯ ಮಾರ್ಗವನ್ನು ತೋರಿಸಿದ್ದಾರೆ.

ಶ್ರೀಕೃಷ್ಣ:- ಭಕ್ತಿಯ ಸ್ಥಿತಿಯು ಎಷ್ಟು ಉನ್ನತವಾಗಿದೆ, ನಾನು ಸಹ ನನ್ನ ಭಕ್ತನನ್ನು ಪೂಜಿಸುತ್ತೇನೆ.

ಅರ್ಜುನ:- ಏನು ಹೇಳುತ್ತಿದ್ದೀಯ ಕೇಶವ? ನೀವು ಸರ್ವಶಕ್ತ. ನಿಮ್ಮ ಭಕ್ತನನ್ನು ನೀವು ಹೇಗೆ ಪೂಜಿಸಬಹುದು? ಪರಮಾತ್ಮನೂ ಭಕ್ತನಾದರೆ ಇಬ್ಬರಿಗೂ ವ್ಯತ್ಯಾಸವೇನು?

ಶ್ರೀಕೃಷ್ಣ:- ಇದನ್ನೇ ನಾನು ಹೇಳಬಯಸುತ್ತೇನೆ. ಭಕ್ತಿ ಮತ್ತು ಭಕ್ತ ಮತ್ತು ಸರ್ವಶಕ್ತ ದೇವರ ನಡುವೆ ಯಾವುದೇ ವ್ಯತ್ಯಾಸವಿಲ್ಲ. ದೇವರಿಗೂ ಆತನ ಭಕ್ತನಿಗೂ ಒಂದು ಧಾರ್ಮಿಕ ಸಂಬಂಧವಿದೆ. ಒಟ್ಟಿಗೆ ಪ್ರೀತಿಯಲ್ಲಿರುವ ಜನರಿಗೆ ಪ್ರೀತಿ ಸಂಬಂಧಗಳಂತೆಯೇ. ಹಾಗೆಯೇ ಒಬ್ಬ ಭಕ್ತ ಮತ್ತು ಸರ್ವಶಕ್ತನು ಪರಸ್ಪರ ವಿಲೀನಗೊಳ್ಳುತ್ತಾನೆ. ಅವರು ಒಂದಾಗುತ್ತಾರೆ.

ಪಾರ್ವತಿ ದೇವಿ:- ಸ್ವಾಮಿ, ಇಂತಹ ಸುಂದರವಾದ ಮಾತುಗಳನ್ನು ಕೇಳಿದ ನಂತರ, ನನ್ನ ಮನಸ್ಸು ಸಂಪೂರ್ಣವಾಗಿ ತಣ್ಣಗಾಯಿತು. ನಾನು ಸಂಪೂರ್ಣವಾಗಿ ಸಂತೃಪ್ತನಾಗಿದ್ದೇನೆ.

ಶಿವ:- ದೇವಿ, ಈ ಸುಂದರವಾದ ಪದಗಳ ಸುರಿಮಳೆಯಿಂದ ನೀನು ಸಂಪೂರ್ಣವಾಗಿ ಸಂತೃಪ್ತಗೊಂಡಿರುವೆ. ಅರ್ಜುನನನ್ನು ನೋಡಿ, ಅವನ ಸಂಪೂರ್ಣ ಗುರುತು ಮತ್ತು ಅವನ ಆತ್ಮವು ಈ ಉನ್ನತ ಬೋಧನೆಗಳಿಂದ ಮುಳುಗಿದೆ. ಮಳೆಯ ನಂತರ ಭೂಮಿಯು ತಣಿಸಿದಂತೆ, ಮತ್ತು ಹೊಸದಾಗಿ ಮದುವೆಯಾದ ವಧುವಿನ ಹೊಸ ಬಟ್ಟೆಯಲ್ಲಿ ರೋಮಾಂಚಕ ವಾದಂತೆ. ಅರ್ಜುನನ ಬುದ್ಧಿ ಗಂಗೆಯಲ್ಲಿ ಸ್ನಾನ ಮಾಡಿದ್ದು ಇನ್ನಷ್ಟು ಮುಗಿಲು ಮುಟ್ಟಿದೆ.

ಅರ್ಜುನ:- ಕೇಶವ, ಭಕ್ತರ ಭಕ್ತ, ದೇವತೆಗಳ ದೇವರು, ಲೋಕೇಶ್ವರ, ನೀವು ನನ್ನಂತಹ ದುರದೃಷ್ಟವಂತನಿಗೆ ಕಲಿಸಿದ ಜ್ಞಾನ ಮತ್ತು ಜ್ಞಾನದ ಬೆಳಕಿನಲ್ಲಿ ನನ್ನನ್ನು ಅಜ್ಞಾನದ ಕತ್ತಲೆಯಿಂದ ಹೊರಬರುವಂತೆ ಮಾಡಿದೆ. ನಾನು ನಿಮಗೆ ಆಭಾರಿಯಾಗಿದ್ದೇನೆ. ನಾನು ನಿಮಗೆ ಎಷ್ಟು ಋಣಿಯಾಗಿದ್ದೇನೆಂದರೆ, ನಾನು ಸಾವಿರಾರು ಕಣ್ಣೀರು ಸುರಿಸಿದರೂ ಮತ್ತು ಅದರೊಂದಿಗೆ ವಿಶಾಲವಾದ ಸಾಗರವನ್ನು ತುಂಬಿಸಿದರೂ, ನಿಮ್ಮ ಋಣವನ್ನು ತೀರಿಸಲು ಸಾಧ್ಯವಿಲ್ಲ. ದಯವಿಟ್ಟು ನನ್ನ ಮನಸ್ಸು ಮತ್ತು ದೇಹದ ಪ್ರತಿಯೊಂದು ಅಣುವಿನಿಂದಲೂ ನನ್ನ ಧನ್ಯವಾದಗಳನ್ನು ಸ್ವೀಕರಿಸಿ. ನಾನು ನಿಮಗೆ ನನ್ನ ಗೌರವವನ್ನು ಸಲ್ಲಿಸುತ್ತೇನೆ, ನನ್ನ ಎಲ್ಲಾ ಭರವಸೆಗಳು, ನನ್ನ ಆಸೆಗಳು, ನನ್ನ ಆಕಾಂಕ್ಷೆಗಳು ಮತ್ತು ನನ್ನ ದೇಹ ಮತ್ತು ಆತ್ಮದೊಂದಿಗೆ ನಾನು ನಿಮಗೆ ಶರಣಾಗುತ್ತೇನೆ. ಈ ಎಲ್ಲಾ

ಜ್ಞಾನವನ್ನು ನೀವು ಕೊಟ್ಟಿದ್ದೀರಿ. ನಾನು ನಿನ್ನ ಪಾದದಲ್ಲಿ ಮಲಗಿದೆ. ನಾನು ನಿನ್ನನ್ನು ಕೇವಲ ಮನುಷ್ಯನಂತೆ ಮತ್ತು ನನ್ನ ಸ್ನೇಹಿತ ಎಂದು ತಿಳಿಯದೆ ನೋಡಿದೆ, ನಾನು ಮಾಡಿದ ತಪ್ಪುಗಳು ಮತ್ತು ನೋಯಿಸುವಿಕೆ, ಅದಕ್ಕಾಗಿ ಕೇಶವ, ದಯವಿಟ್ಟು ನನ್ನನ್ನು ಕ್ಷಮಿಸು. ನಿನಗೆ ನನ್ನ ಶರಣಾಗತಿಯನ್ನು ದಯವಿಟ್ಟು ಸ್ವೀಕರಿಸು..

ಶ್ರೀಕೃಷ್ಣ:- ಅರ್ಜುನ ಈ ಕಣ್ಣೀರನ್ನು ನೋಡು, ನಿನ್ನ ಕಣ್ಣೀರು ನೀನು ಮಾಡಿದ ಪ್ರತಿಯೊಂದು ತಪ್ಪನ್ನೂ ಮತ್ತು ಪ್ರತಿಯೊಂದು ಪಾಪವನ್ನೂ ತೊಳೆದಿದೆ. ಈಗ ನಿನ್ನ ಮೇಲೆ ಪಾಪವಿಲ್ಲ. ನಿಮ್ಮ ಬುದ್ಧಿವಂತಿಕೆಯು ನಿಮ್ಮ ಆತ್ಮದಿಂದ ಪಾಪದ ಭಾರವನ್ನು ತೆಗೆದುಹಾಕಿದೆ. ಅದು

ಅರ್ಜುನ:- ನಿಮ್ಮ ಬೋಧನೆಯಿಂದ ನನ್ನ ಅಹಂಕಾರ, ನನ್ನ ಅಜ್ಞಾನವು ಸುಟ್ಟು ಬೂದಿಯಾಯಿತು. ನನ್ನ ಆತ್ಮಸಾಕ್ಷಿಯ ಎಲ್ಲಾ ಭಾರವನ್ನು ತೆಗೆದುಹಾಕಲಾಗಿದೆ. ನಾನು ಈ ಬೃಹತ್ ಜೀವನ ಸಾಗರದ ಬಿರುಗಾಳಿಯನ್ನು ದಾಟಿ ಎಲೆಯ ಮೇಲೆ ಕುಳಿತಿದ್ದೆನೆ. ಮೃತ ದೇಹವು ತನ್ನ ಆತ್ಮದಿಂದ ಮುಕ್ತವಾಗುವಂತೆ, ನನ್ನ ಎಲ್ಲಾ ಬಾಂಧವ್ಯಗಳು, ನನ್ನ ಎಲ್ಲಾ ಆಸೆಗಳು ಮತ್ತು ಆಕಾಂಕ್ಷೆಗಳು ನನ್ನಿಂದ ದೂರ ಹೋಗಿವೆ. ನಾನು ಈಗ ಯಾವುದೇ ಹೊರೆಯಿಲ್ಲದೆ ಇದ್ದೇನೆ. ಈಗ ನನ್ನ ಆತ್ಮದ ಮೇಲೆ ಯಾವುದೇ ಹೊರೆಯಿಲ್ಲ, ಸುತ್ತಲೂ ಪ್ರಕಾಶವಿದೆ.

ಶ್ರೀಕೃಷ್ಣ:- ನೀನು ಶ್ರೇಷ್ಠ ಅರ್ಜುನ. ನೀವು ಆ ಉನ್ನತ ಸ್ಥಿತಿಯನ್ನು ತಲುಪಿದ್ದೀರಿ, ಅನೇಕ ಯುಗಗಳ ನಂತರ ನಾನು ಒಬ್ಬನನ್ನು ಆಶೀರ್ವದಿಸಿದಾಗ ಒಬ್ಬ ಖುಷಿ ತಲುಪುತ್ತಾನೆ. ಈ ಕ್ಷಣದಲ್ಲಿ ನೀವು ಪ್ರಕಾಶಮಾನವಾದ ಬೆಳಕಿನ ಕಿರಣದಂತೆ ಇದ್ದೀರಿ. ನನ್ನ ದೈವಿಕ ವಿಕಿರಣದಿಂದ ನಾನು ನಿನನ್ನು ಎತ್ತಿದ್ದೇನೆ. ಯಾವುದೇ ಆಸೆ ಈಗ ನಿಮ್ಮ ಹತ್ತಿರ ಇರುವುದಿಲ್ಲ.

ಅರ್ಜುನ:- ಆದರೆ ಕೇಶವ, ಈಗಲೂ ನನ್ನಲ್ಲಿ ಸ್ವಲ್ಪ ಆಸೆ ಇದೆ. ನಿಮ್ಮ ದೈವಿಕ ಬೆಳಕು ನನ್ನ ದೇಹವನ್ನು ಪ್ರವೇಶಿಸಿದೆ. ಆದರೆ ನಿಮ್ಮ ದಿವ್ಯ ಬೆಳಕಿನ ಪ್ರಕಾಶವು ನನ್ನ ಆಸೆಗಳನ್ನು ಬೂದಿ ಮಾಡಲಿಲ್ಲ. ಈಗಲೂ ನನ್ನೊಂದಿಗೆ ಒಂದು ಆಸೆಗಳಿವೆ.

6

ಶ್ರೀಕೃಷ್ಣನ ವಿಶ್ವರೂಪ ದರ್ಶನ

ಶ್ರೀಕೃಷ್ಣ:- ನನ್ನ ಬೆಳಕಿನ ಪ್ರಕಾಶವು ಊದಿ ಮಾಡಲು ಸಾಧ್ಯವಾಗದ ಆ ಆಸೆ ಏನು?

ಅರ್ಜುನ:- ನನಗೆ ನಿನ್ನನ್ನು ನೋಡಬೇಕು ಕೇಶವ.

ಶ್ರೀಕೃಷ್ಣ:- ನಾನು ಇಲ್ಲಿದ್ದೇನೆ, ಇಲ್ಲಿಯೇ, ನಿನ್ನ ಮುಂದೆಯೇ ಇದ್ದೇನೆ.

ಅರ್ಜುನ:- ಸ್ವಾಮಿ ನಾನು ನಿನ್ನ ಸಂಪೂರ್ಣ ದೈವಿಕ ರೂಪವನ್ನು ನೋಡಲು ಬಯಸುತ್ತೇನೆ. ನಿನ್ನ ವಿವಿಧ ರೂಪಗಳ ಬಗ್ಗೆ ಕೇಳಿದ್ದೇನೆ. ಪ್ರತಿ ಯುಗದಲ್ಲೂ ನೀವು ವಿವಿಧ ರೂಪಗಳಲ್ಲಿ ಕಾಣಿಸಿಕೊಂಡಿದ್ದೀರಿ. ನಾನು ಆ ರೂಪಗಳನ್ನು ಒಟ್ಟಿಗೆ ನೋಡಲು ಬಯಸುತ್ತೇನೆ. ಓ ಬ್ರಹ್ಮಾಂಡದ ಪ್ರಭು. ನೀವು ನನ್ನೊಂದಿಗೆ ಸಂತೋಷವಾಗಿದ್ದರೆ, ದಯವಿಟ್ಟು ನನ್ನ ಈ ಕೊನೆಯ ಆಸೆಯನ್ನು ಪೂರೈಸಿ.

ಶ್ರೀಕೃಷ್ಣ:- ಅರ್ಜುನ, ನೀನು ನನ್ನನ್ನು ನಿನ್ನ ಸ್ನೇಹಿತ ಎಂದು ಕರೆದಿದ್ದೀಯ ನಿನ್ನ ಆಸೆಯನ್ನು ನಾನು ಪೂರೈಸಬಲ್ಲೆ. ಆದರೆ ನನ್ನ ದಿವ್ಯ ರೂಪದ ಕಾಂತಿಯನ್ನು, ನಿನ್ನ ಕಣ್ಣುಗಳು ಸಹಿಸಲಾರವು. ನನ್ನ ಸಂಪೂರ್ಣ ದೈವಿಕ ಮತ್ತು ಅಸಾಧಾರಣ ರೂಪವನ್ನು ಸ್ವೀಕರಿಸಲು ನಿಮ್ಮ ಕಣ್ಣುಗಳು ಅಷ್ಟು ದೊಡ್ಡದಲ್ಲ.

ಅರ್ಜುನ:- ಹೌದು ನೀವು ಹೇಳಿದ್ದು ಸರಿ, ಆದರೆ ನಿನ್ನ ಉಪಕಾರ ಸಣ್ಣದಲ್ಲ. ಒಬ್ಬ ವ್ಯಕ್ತಿ ದಾನ ಮಾಡುವಾಗ ಬಟ್ಟಲಿನ ಗಾತ್ರವನ್ನು ನೋಡಿ ದಾನ ಮಾಡುವುದಿಲ್ಲ. ಆದುದರಿಂದ ದಯವಿಟ್ಟು ನಿನ್ನ ದಿವ್ಯರೂಪದಲ್ಲಿ ಕಾಣಿಸಿಕೊ. ನನಗೆ ನಿನ್ನನ್ನು ನೋಡಬೇಕು ಕೇಶವ.

ಶ್ರೀಕೃಷ್ಣ: - ಇಂದು ನೀನು ನಿಜವಾದ ಭಕ್ತನಂತೆ, ಭಗವಂತನನ್ನು ಸೋಲಿಸಿದ್ದೀಯ. ಸರಿ ನಿನ್ನ ಆಸೆಯನ್ನು ಈಡೇರಿಸುತ್ತೇನೆ. ನನ್ನ ದಿವ್ಯ ರೂಪ ಮತ್ತು ಅಪರೂಪದ ನೋಟವನ್ನು ನೋಡಿ ಎಲ್ಲಾ ದೇವತೆಗಳು ಸಂತೋಷಪಡುತ್ತಾರೆ. ನಾನು ನಿಮಗೆ ದೈವಿಕ ಬೆಳಕನ್ನು ನೀಡುತ್ತೇನೆ ಇದರಿಂದ ನೀವು ನನ್ನ ಬೃಹತ್ ರೂಪವನ್ನು ನೋಡಬಹುದು.

ವಿರಾಟ ರೂಪ ದರ್ಶನ

ಅರ್ಜುನ:- ಭಗವಂತ, ಮಧುಸೂದನ, ಸರ್ವಶಕ್ತ, ನಿನ್ನ ಭವ್ಯವಾದ ಮತ್ತು ಬೃಹತ್ ರೂಪವನ್ನು ನೋಡಿ ನಾನು ಉತ್ಸುಕನಾಗಿದ್ದೇನೆ. ಸ್ವರ್ಗದಿಂದ ಪಾತಾಳದವರೆಗೆ ನಿನ್ನ ಅಸಾಧಾರಣ ರೂಪವನ್ನು ಮಾತ್ರ ನೋಡಬಹುದು. ಈ ರೂಪ ಎಲ್ಲಿಂದ ಪ್ರಾರಂಭವಾಗುತ್ತದೆ ಮತ್ತು ಈ ರಚನೆಯಲ್ಲಿ ಇದು ಎಲ್ಲಿ ಕೊನೆಗೊಳ್ಳುತ್ತದೆ ಎಂದು ದಯವಿಟ್ಟು ನನಗೆ ತಿಳಿಸು. ನನಗೆ ಇದೆಲ್ಲವನ್ನು ಗ್ರಹಿಸಲು ಸಾಧ್ಯವಾಗುತ್ತಿಲ್ಲ, ನನ್ನ ಮನಸ್ಸು ಗೊಂದಲದಲ್ಲಿದೆ. ಪ್ರಭು ದಯವಿಟ್ಟು ಹೇಳು ನೀನು ಯಾರು? ಓ ಕರ್ತನೇ, ನಿನ್ನ ತೇಜಸ್ಸು ಮತ್ತು ಪ್ರಕಾಶವು ವಿಶ್ವವನ್ನು ಬಿಸಿಮಾಡುತ್ತಿದೆ. ದಯವಿಟ್ಟು ನನ್ನ ಮೇಲೆ ಕರುಣೆ ತೋರಿಸು ಮತ್ತು ನೀನು ಯಾರು ಮತ್ತು ನಿನ್ನ ಅನೇಕ ರೂಪಗಳು ಯಾವುವು ಎಂದು ಹೇಳಿ?

ವಿರಾಟ ಪುರುಷ ಶ್ರೀ ಕೃಷ್ಣ: - ನೀನು ನನಗೆ ವಿಶೇಷವಾದಂತೆ, ನನ್ನ ಯೋಗ ಶಕ್ತಿ ಮತ್ತು ದೈವಿಕ ಶಕ್ತಿಯಿಂದ ನಾನು ನನ್ನ ಎಲ್ಲಾ ವಿಭಿನ್ನ ರೂಪಗಳ ಪ್ರಾರಂಭ ಮತ್ತು ಅಂತ್ಯವನ್ನು ತೋರಿಸಿದ್ದೇನೆ. ನೀನು ನೋಡುತ್ತಿರುವ ಈ ಅಸಾಧಾರಣ ರೂಪ. ನಾನು ಅದನ್ನು ಇಲ್ಲಿಯವರೆಗೆ ಯಾರಿಗೂ ತೋರಿಸಿಲ್ಲ. ನೀನು ನನಗೆ ಸ್ನೇಹಿತ ಆದಕಾರಣ ನನ್ನ ದಿವ್ಯರೂಪವನ್ನು ನಿನಗೆ ಕಾಣುವಂತೆ ಮಾಡಿದ್ದೇನೆ. ಪಾಂಡುವಿನ ಮಗನೇ, ನಾನು ಎಲ್ಲಾ ರಾಜ್ಯಗಳನ್ನು ನಾಶಮಾಡುವ ಮಹಾಕಾಲ ರೂಪ. ನನ್ನಲ್ಲಿ ಸಾವಿರಾರು ದೈವಿಕ ಶಕ್ತಿಗಳಿವೆ. ನನ್ನ ಬಾಯಿಂದ ಸಾವಿರಾರು ವಿಶ್ವ ಕಾಣಿಸಿಕೊಳ್ಳುತ್ತದೆ. ಲಕ್ಷಾಂತರ ನಕ್ಷತ್ರಗಳು ಮತ್ತು ಲಕ್ಷಾಂತರ ಸೃಷ್ಟಿಗಳು ನನ್ನಿಂದಾಗಿದೆ. ನಾನೇ ಸೃಷ್ಟಿಕರ್ತ ಮತ್ತು ನಾಶಕ. ನಾನು ಸರ್ವಶಕ್ತ. ನಿಮ್ಮ ಭಕ್ತಿ ಮತ್ತು ನಂಬಿಕೆಯಿಂದಾಗಿ ನಾನು ಈ ದೈವಿಕ ಬೃಹತ್ ರೂಪವನ್ನು ಅಳವಡಿಸಿಕೊಂಡಿದ್ದೇನೆ. ನನ್ನ ಪೂರ್ಣ ಮತ್ತು ಸಂಪೂರ್ಣ ರೂಪವನ್ನು ನಿಮಗೆ ಮಾತ್ರ ತೋರಿಸಲು ನಾನು ಮಾಡಿದ್ದೇನೆ. ನಿಮ್ಮ ಬುದ್ಧಿವಂತಿಕೆಯಿಂದಲೂ ನನ್ನ ಸಂಪೂರ್ಣ ಗುರುತನ್ನು ನೀವು ಅರ್ಥಮಾಡಿಕೊಳ್ಳಲು ಸಾಧ್ಯವಿಲ್ಲ. ನಿಮ್ಮ ಬುದ್ಧಿವಂತಿಕೆ ಮತ್ತು ದೈವಿಕ ದೃಷ್ಟಿ ನನ್ನ ಬಗ್ಗೆ ಸತ್ಯವನ್ನು ಅರ್ಥಮಾಡಿಕೊಳ್ಳಲು ಸಾಧ್ಯವಿಲ್ಲ. ನಿಮ್ಮ ಎಲ್ಲಾ ಪ್ರಯತ್ನಗಳು ನಿಮಗೆ ತೋರಿಸಲು ಸಾಧ್ಯವಾಗುವುದಿಲ್ಲ, ನನ್ನ ದೈವಿಕ ರೂಪವನ್ನು ನಿಮಗೆ ಬಹಿರಂಗಪಡಿಸಲು ಸಾಧ್ಯವಿಲ್ಲ. ನಿಮ್ಮ ಭಕ್ತಿ ಮತ್ತು ನಂಬಿಕೆಯಿಂದ ಮಾತ್ರ ನೀವು ಸತ್ಯವನ್ನು ಅರ್ಥಮಾಡಿಕೊಳ್ಳಬಹುದು. ಆದುದರಿಂದ ನೀನು ನನ್ನಲ್ಲಿ ನಂಬಿಕೆ ಇಟ್ಟು ಭಯ ಮತ್ತು ಸಂಶಯವನ್ನು ಬಿಟ್ಟು ನನ್ನ ನಾಮವನ್ನು ಮಾತ್ರ ಜಪಿಸು.

ಧೃತರಾಷ್ಟ್ರ:- ಸಂಜಯ, ನಾನು ಏನು ನಡೆಯುತ್ತಿದೆ ತಿಳಿಯಬೇಕು.

ಸಂಜಯ:- ರಾಜ, ಇದೀಗ ಶ್ರೀ ಕೃಷ್ಣನು ಅರ್ಜುನನಿಗೆ ಅವರ ದಿವ್ಯ ರೂಪವನ್ನು ತೋರಿಸುತ್ತಿದ್ದಾನೆ.
ಸಾವಿರಾರು ಸೂರ್ಯನು ಭೂಮಿಯ ಮೇಲೆ ಬಂದಿದ್ದ ಹಾಗೆ ತೋರುತ್ತದೆ. ಪಾತಾಲದಿಂದ ಭೂಮಿಗೆ ಮತ್ತು ಭೂಮಿಯಿಂದ ಸ್ವರ್ಗಕ್ಕೆ ಭಗವಂತನ ಬೃಹತ್ ರೂಪವು ಹರಡಿದೆ. ಭಗವಂತನ ಈ ದಿವ್ಯ ರೂಪದಿಂದ ಎಲ್ಲಾ ಸೃಷ್ಟಿಗಳೂ ಬೆರಗಾದವು. ಎಲ್ಲರೂ ತಾವಾಗಿಯೇ ಜೈ ಶ್ರೀ ಕೃಷ್ಣ, ಜೈ ಶ್ರೀ ಕೃಷ್ಣ ಎಂದು ಜಪಿಸುತ್ತಿದ್ದಾರೆ.

ಧೃತರಾಷ್ಟ್ರ:- ಒಂದು ವೇಳೆ ನನಗೆ ಕಣ್ಣುಗಳಿದ್ದರೆ, ವೇದವ್ಯಾಸರು ನನಗೆ ಆ ದಿವ್ಯ ಕಣ್ಣುಗಳನ್ನೂ ನೀಡಿದ್ದರೆ. ನಾನು ನೋಡಬಹುದಿತ್ತು.

ಸಂಜಯ:- ಪ್ರಭುವೇ, ಅವರನ್ನು ನೋಡಲಾಗದಿದ್ದರೆ, ಒಟ್ಟಾರೆಯಾಗಿ ಸೃಷ್ಟಿಯಲ್ಲಿ ಪ್ರತಿಧ್ವನಿಸುವ ಆ ಶಬ್ದವನ್ನಾದರೂ ಕೇಳು.

ಧೃತರಾಷ್ಟ್ರ: - ಕೃಷ್ಣನ ಬೃಹತ್ ರೂಪದ ದರ್ಶನ ಪಡೆದ ನಂತರ ಅರ್ಜುನನು ಈಗ ಯುದ್ಧಕ್ಕೆ ಸಿದ್ಧವಾಗಿರಬೇಕು ಅಲ್ಲವೇ?

ಸಂಜಯ:- ಇಲ್ಲ ಮಹಾರಾಜ, ಭಗವಂತನ ವಿಶಿಷ್ಟ ರೂಪ ನೋಡಿದ ನಂತರ ಅರ್ಜುನ ಅಕ್ಷರಶಃ ನಡುಗುತ್ತಿದ್ದಾನೆ. ಸಂತೋಷದ ಕಣ್ಣೀರು ಅವನ ಕೆನ್ನೆಗಳಲ್ಲಿ ಹರಿಯುತ್ತಿದೆ. ಭಗವಂತ ಅವನಿಗೆ ಅಗಾಧ ರೂಪ ನೋಡಲು ಅವಕಾಶ ಮಾಡಿಕೊಡುತ್ತಿದ್ದಾನೆ.. ಮತ್ತು ಅರ್ಜುನ ಪೂರ್ಣವಾಗಿ ಆನಂದಿಸುತ್ತಿದ್ದಾನೆ.

ಧೃತರಾಷ್ಟ್ರ: ಹೌದಾ? ಹಾಗಾದರೆ ಅರ್ಜುನನು ತನ್ನ ಭಕ್ತಿಯನ್ನು ಪೂರ್ಣವಾಗಿ ಆನಂದಿಸುತ್ತಿದ್ದಾನಾ?

ಸಂಜಯ: ಹೌದು ಮಹಾರಾಜ, ಅರ್ಜುನನ ಅಹಂಕಾರವು ಅವನ ಕಣ್ಣೀರಿನಿಂದ ತೊಳೆಯಲ್ಪಟ್ಟಂತೆ ತೋರುತ್ತಿದೆ. ಮತ್ತು ಅವರು ಶ್ರೀಕೃಷ್ಣನ ಪಾದದಲ್ಲಿ ಅತ್ಯಂತ ವಿನಮ್ರವಾಗಿ ಶರಣಾಗಿದ್ದಾರೆ.

ಧೃತರಾಷ್ಟ್ರ: - ಅಂದರೆ ಅರ್ಜುನನು ಈಗ ಯುದ್ಧಕ್ಕೆ ಸಿದ್ಧವಾಗಿದ್ದಾನೆ.

ಸಂಜಯ:- ಅದು ನಿಜ. ಆದರೆ ಈಗ ಅವರು ಆ ಸ್ಥಿತಿಯಲ್ಲಿಲ್ಲ. ಅವನ ಭಾವನೆಗಳು ಅವನನ್ನು ವಿಚಾರಹೀನನನಾಗಿಮಾಡಿದಂತೆ ತೋರುತ್ತಿದೆ.

ಅರ್ಜುನ:- ಬ್ರಹ್ಮಾಂಡದ ಒಡೆಯನೇ, ನೀನು ಹೇಳಿದ್ದು ಸರಿ.. ನಿನ್ನ ಅಗಾಧವಾದ ರೂಪದ ಭವ್ಯವಾದ ಹೊಳಪನ್ನು ನನ್ನ ಕಣ್ಣುಗಳು ಸಹಿಸಲಾಗುತ್ತಿಲ್ಲ. ನಿಮ್ಮ ದೊಡ್ಡ ಭಯಾನಕ ರೂಪವು ನನ್ನನ್ನು ಭಯದಿಂದ ಕಂಗೆಡಿಸುತ್ತಿದೆ. ನೀವು ನಿಜವಾಗಿಯೂ ನನಗೆ ಅಲೌಕಿಕ ದೃಷ್ಟಿಯನ್ನು ನೀಡಿದ್ದೀರಿ. ಆದರೆನಿಮ್ಮ ಶ್ರೇಷ್ಠ ರೂಪವನ್ನು ಸಹಿಸಿಕೊಳ್ಳುವ ಸಾಮರ್ಥ್ಯ ನನಗಿಲ್ಲ. ಆದುದರಿಂದಲೇ, ಸ್ವಾಮಿ, ನನ್ನ ಭಯ ಮತ್ತು ಗೊಂದಲವನ್ನು ಹೋಗಲಾಡಿಸಲು ದಯವಿಟ್ಟು ನಿಮ್ಮ ಸಾಮಾನ್ಯ ರೂಪವನ್ನು ನನಗೆ ತೋರಿಸಬೇಕೆಂದು ನಾನು ವಿನಂತಿಸುತ್ತೇನೆ. ದಯವಿಟ್ಟು ದಯೆ ತೋರಿ ಮತ್ತು ನಿಮ್ಮ ಸಾಮಾನ್ಯ ರೂಪವನ್ನು ನನಗೆ ತೋರಿಸಲು. ಬಯಸುತ್ತೇನೆ.

ಶ್ರೀಕೃಷ್ಣ:- ಹೇ ಭಕ್ತನೇ, ನನ್ನ ಬೃಹತ್ ರೂಪದ ಹೊಳಪನ್ನು ನೀನು ಸಹಿಸಲಾರೆ ಎಂದು ಮೊದಲೇ ಎಚ್ಚರಿಸಿದ್ದೆ. ಆದರೆ ಇನ್ನೂ ನಿಮ್ಮ ಭಾವನೆಗಳನ್ನು ಗೌರವಿಸಲು ನಾನು ನನ್ನ ಅಗಾಧ ರೂಪವನ್ನು ತೋರಿಸಿದೆ. ಈಗ ನಾನು ನಿಮ್ಮ ಎರಡನೇ ಆಸೆಯನ್ನು ಸಹ ಸ್ವೀಕರಿಸುತ್ತೇನೆ. ನಿಮ್ಮ ಇಚ್ಛೆಯಂತೆ ನಾನು ನನ್ನ ರೂಪವನ್ನು ಬದಲಾಯಿಸುತ್ತಿದ್ದೇನೆ.

ಅರ್ಜುನ: - ಓ ಸ್ವಾಮಿ, ನಿಮ್ಮ ಅಗಾಧ ರೂಪವನ್ನು ಕಂಡು ನಾನು ಭಯಭೀತನಾಗಿದ್ದೆ. ಆದರೆ ಈಗ ನೀವು ಬದಲಾಗಿರುವುದರಿಂದ ನಿಮ್ಮ ರೂಪ ನನ್ನ ಮನಸ್ಸು ಶಾಂತ ಮತ್ತು ಸ್ಥಿರವಾಗಿದೆ.

ಶ್ರೀಕೃಷ್ಣ:- ಅರ್ಜುನ, ನೀನು ಬಹಳ ಅದೃಷ್ಟಶಾಲಿ. ಏಕೆಂದರೆ ನೀವು ನನ್ನ ಎರಡೂ ರೂಪಗಳನ್ನು ನೋಡಬಹುದು.

ಅರ್ಜುನ: ಓ ಸ್ವಾಮಿ, ನಿಮ್ಮ ಎರಡೂ ರೂಪಗಳನ್ನು ನೋಡಿದ ನಂತರ ನನ್ನ ಮನಸ್ಸು ಎಲ್ಲಾ ಅಸ್ವಸ್ಥತೆಗಳನ್ನು ತೊಡೆದುಹಾಕಲು ನನಗೆ ತುಂಬಾ ದಯೆ ತೋರಿದ್ದಕ್ಕಾಗಿ ನಾನು ನಿಮಗೆ ಧನ್ಯವಾದಗಳು. ನಾನು ಭ್ರಮೆಗಳಲ್ಲ ಕರಗಿ ಹೋಗಿದ್ದೆ. ಈಗ ನಾನು ಸಂಪೂರ್ಣವಾಗಿ ನಿನ್ನ ಪಾದಗಳಿಗೆ ಶರಣಾಗುತ್ತೇನೆ. ಓ ಸ್ವಾಮಿ ದಯವಿಟ್ಟು ನನ್ನ ಸಮರ್ಪಣೆಯನ್ನು ಸ್ವೀಕರಿಸಿ. ನಿಮ್ಮ ಆಜ್ಞೆಯನ್ನು ಸ್ವೀಕರಿಸಲು ನಾನು ಸಿದ್ಧನಿದ್ದೇನೆ.

ಶ್ರೀಕೃಷ್ಣ:-ನನ್ನ ಭಕ್ತನೇ, ನಿನ್ನ ಸಮರ್ಪಣೆಯನ್ನು ನಾನು ಸ್ವೀಕರಿಸುತ್ತೇನೆ. ನಾನು ಯಾವಾಗಲೂ ನಿಮ್ಮ ಕಡೆಗೆ ಮೃದುವಾದ ಭಾವನೆಯನ್ನು ಹೊಂದಿದ್ದೇನೆ. ನಾನು ನಿಮಗೆ ಈ ಹಿಂದೆ ಅತ್ಯಂತ ಗೌಪ್ಯವಾದ ಜ್ಞಾನವನ್ನು ನೀಡಿದ್ದೇನೆ. ಯುದ್ಧಕ್ಕಾಗಿ ಆಕ್ರಮಣ ಮಾಡಲು ನಾನು ನಿಮಗೆ ಆಜ್ಞಾಪಿಸುವ ಮೊದಲು, ನಾನು ನಿಮಗೆ ನೀಡಿದ ದೈವಿಕ ಜ್ಞಾನದ ಬಗ್ಗೆ ನಿಮ್ಮ ಅನುಮಾನಗಳನ್ನು ಮತ್ತು ಪ್ರಶ್ನೆಗಳನ್ನು ನಿವಾರಿಸಲು ನಾನು ಬಯಸುತ್ತೇನೆ ಇದೀಗ. ಏಕೆಂದರೆ ನಂತರ ಅದರ ಬಗ್ಗೆ ಮಾತನಾಡಲು ನಿಮಗೆ ಅಂತಹ ಅವಕಾಶ ಸಿಗುವುದಿಲ್ಲ. ಅದಕ್ಕಾಗಿಯೇ ನೀವು ಇದೀಗ ನೀವು ಏನು ಬೇಕಾದರೂ ನನ್ನನ್ನು ಕೇಳಬಹುದು.

ಅರ್ಜುನ:-ಓ ಮಾಧವ, ನನ್ನ ಮನಸ್ಸಿನಲ್ಲಿ ಯಾವುದೇ ಪ್ರಶ್ನೆಗಳು ಅಥವಾ ಯಾವುದೇ ಅನುಮಾನಗಳು ಉಳಿದಿಲ್ಲ. ನನ್ನ ಮನಸ್ಸು ಸಾಗರದಂತೆ ಭಕ್ತಿಯ ಆನಂದದಿಂದ ತುಂಬಿ ತುಳುಕುತ್ತಿದೆ. ಆದರೆ, ನಾನು ಕೆಲವು ಪ್ರಶ್ನೆಗಳನ್ನು ಕೇಳಲು ಬಯಸುತ್ತೇನೆ.

ಶ್ರೀಕೃಷ್ಣ:- ಹಾಗಾದರೆ ನೀವು ಯಾಕೆ ಹಿಂಜರಿಯುತ್ತೀರಿ?

ಅರ್ಜುನ:- ನೀನು ನಿನ್ನ ಬೃಹತ್ ರೂಪವನ್ನು ನನಗೆ ತೋರಿಸಿದಾಗ, ಅದು ಸಂಪೂರ್ಣ ರೂಪವಲ್ಲ ಎಂದು ಹೇಳಿದಿರಿ. ನನಗೆ ಅರ್ಥವಾಗಲು ಮಾತ್ರ ಅದು ಪೂರ್ಣವಾಗಿತ್ತು. ಇದರರ್ಥ ನೀವು ತುಂಬಾ ದೈತ್ಯ ಮತ್ತು ಭಯಾನಕ ಮತ್ತು ನೀವು ಯಾವುದೇ ಆಕಾರವನ್ನು ಹೊಂದಲು ಸಾಧ್ಯವಿಲ್ಲ.

ಶ್ರೀಕೃಷ್ಣ:- ಇದು ಸತ್ಯ. ನಾನು ಶಾಶ್ವತ ಮತ್ತು ಮಿತಿಯಿಲ್ಲದವನು, ಮತ್ತು ನಾನು ಎಂದೆಂದಿಗೂ ಹಾಗೆ ಇರುತ್ತೇನೆ. ನಾನು ಈ ಜಗತ್ತಿನ ಎಲ್ಲೆಡೆಯಲ್ಲಿ ಇದ್ದೇನೆ. ನಾನು ನೀರಿನಲ್ಲಿ, ಭೂಮಿಯಲ್ಲಿ ಮತ್ತು ಆಕಾಶದಲ್ಲಿಯೂ ಇದ್ದೇನೆ. ಅದಕ್ಕೇ, ನನಗೆ ಯಾವ ಆಕಾರವೂ ಇಲ್ಲ.

ಅರ್ಜುನ:- ನೀವು ಆನೆಯಲ್ಲಿ ಮತ್ತು ಹಸುವಿನಲ್ಲಿದ್ದೀರಿ ಮತ್ತು ಇರುವೆಯಲ್ಲಿಯೂ ಇದ್ದೀರಿ ಎಂದು ಕೂಡ ಹೇಳಿದ್ದೀರ. ಅಂದರೆ ನೀವೂ ವಿಗ್ರಹರೂಪ.

ಶ್ರೀಕೃಷ್ಣ:-ಹೌದು ನಾನು ಮನುಷ್ಯರೂಪದಲ್ಲಿ ನಿನ್ನ ಮುಂದೆ ನಿಂತಿರುವಂತೆಯೇ. ಇದು ನನ್ನ ವಿಗ್ರಹರೂಪವೂ ಆಗಿದೆ. ಅದಲ್ಲದೆ ನಿನಗೆ ನನ್ನ ಅವತಾರವನ್ನೂ

ತೋರಿಸಿದ್ದೇನೆ. ಅವೆಲ್ಲವೂ ವಿಗ್ರಹರೂಪ ಆಗಿದ್ದವು. ಆದರೆ ನನ್ನ ದೈತ್ಯ ರೂಪವು ಯಾವುದೇ ಆಕಾರವನ್ನು ಹೊಂದಿಲ್ಲ.

ಅರ್ಜುನ:- ಆದ್ದರಿಂದ ನೀವು ಆಕಾರವಿಲ್ಲದವರು ಮತ್ತು ವಿಗ್ರಹರೂಪ ಕೂಡ ಎಂದು ಸಾಬೀತಾಗಿದೆ. ಆದರೆ ನೀವು ವಿಗ್ರಹರೂಪಟ ಎಂದು ಭಾವಿಸುವ ಭಕ್ತರು ನಿಮ್ಮ ವಿಗ್ರಹಗಳನ್ನು ಮಾಡಿ ಪೂಜಿಸಲು. ಮತ್ತು ನೀವು ನಿರಾಕಾರರು ಎಂದು ಭಾವಿಸುವ ಭಕ್ತರು ಆಕಾರವಿಲ್ಲದರೂಪದಲ್ಲಿ ನಿಮ್ಮನ್ನು ಪೂಜಿಸುತ್ತಾರೆ. ಅವರಲ್ಲಿ ಯಾರು ಸರಿ?

ಶ್ರೀಕೃಷ್ಣ:- ಅರ್ಜುನ, ಯಾವುದೂ ತಪ್ಪಿಲ್ಲ. ನನ್ನ ಭಕ್ತ ನನ್ನನ್ನು ಎಲ್ಲೆಲ್ಲೂ ನೋಡಬಹುದು. ಅವನು ನನ್ನನ್ನು ಆ ವಸ್ತು ಎಂದು ಕಲ್ಪಿಸಿಕೊಂಡು ನನ್ನನ್ನು ಆರಾಧಿಸುತ್ತಾನೆ. ನನ್ನ ವಿಗ್ರಹಗಳನ್ನೂ ಪೂಜಿಸಲಾಗುತ್ತದೆ. ನನ್ನ ವಿಗ್ರಹಗಳಲ್ಲಿ ನನ್ನ ಬೃಹತ್ ರೂಪವನ್ನು ನೋಡಲು ಸಾಧ್ಯವಾಗದವರು ನನ್ನ ಶಾಶ್ವತ ರೂಪವನ್ನು ಪೂಜಿಸುತ್ತಾರೆ. ಎರಡೂ ವಿಧದ ಭಕ್ತರು ಭಕ್ತಿ ಮಾರ್ಗದಲ್ಲಿ ನಡೆದು ಸ್ವರ್ಗದ ಕಡೆಗೆ ಸಾಗುತ್ತಾರೆ. ವಯಸ್ಸಾದ ಮತ್ತು ದುರ್ಬಲ ವ್ಯಕ್ತಿಯು ಕೋಲಿನ ಬೆಂಬಲದೊಂದಿಗೆ ನನ್ನ ಕಡೆಗೆ ಬರುತ್ತಾನೆ. ಕೆಲವರು ಕೋಲಿನ ಆಧಾರವಿಲ್ಲದೆ ಬರುತ್ತಾರೆ. ಅರ್ಜುನ, ನನ್ನ ಭಕ್ತರು ತುಂಬಾ ಭಿನ್ನರು. ಕೆಲವರು ನನ್ನನ್ನು ಅವರ ತಂದೆ ಎಂದು ಪರಿಗಣಿಸುತ್ತಾರೆ. ಕೆಲವರು ನನ್ನನ್ನು ಅವರ ತಾಯಿಯನ್ನಾಗಿ ಮಾಡುತ್ತಾರೆ. ಕೆಲವರು ನನ್ನನ್ನು ಅವನ ಸ್ನೇಹಿತ ಎಂದು ಪರಿಗಣಿಸುತ್ತಾರೆ. ಗೋಕುಲದ ಹುಡುಗಿಯರಂತೆ ಕೆಲವರು ನನ್ನ ಮೇಲೆ ಪ್ರೀತಿಯಲ್ಲಿ ಬೀಳುತ್ತಾರೆ. ನನ್ನ ಮೇಲಿನ ಪ್ರೀತಿ ಅವರಿಗೆ ಈ ಪ್ರಪಂಚದ ಎಲ್ಲಾ ಪದ್ಧತಿಗಳನ್ನು ಮರೆಸಿಬಿಡುತ್ತದೆ. ಎಲ್ಲಾ ಸಮಯದಲ್ಲೂ ನಾನು ಅವರ ಮನಸ್ಸಿನಲ್ಲಿ ನೆಲೆಸಿದ್ದೇನೆ. ಋಷಿಗಳು ನನ್ನನ್ನು ಪ್ರೀತಿಸಲು ಗೋಪಿಯರ ರೂಪದಲ್ಲಿ ಪದೇ ಪದೇ ಜನ್ಮ ಪಡೆಯುತ್ತಾರೆ. ನನ್ನ ಭಕ್ತರ ಭಕ್ತಿಯನ್ನು ಅವರು ಬಯಸಿದ ರೀತಿಯಲ್ಲಿ ನಾನು ಮರುಪಾವತಿಸುತ್ತೇನೆ. ಅವರ ತಂದೆ, ತಾಯಿ, ಸ್ನೇಹಿತ ಮತ್ತು ಪ್ರೀತಿಪಾತ್ರರು ಕೂಡ.

ಅರ್ಜುನ: - ಒಬ್ಬ ಭಕ್ತನು ನಿಮ್ಮನ್ನು ಪ್ರೀತಿಸಬಹುದೇ?

ಶ್ರೀ ಕೃಷ್ಣ: - ಪ್ರೀತಿಯೇ ಭಕ್ತಿ. ಒಬ್ಬ ವ್ಯಕ್ತಿಯು ನನ್ನನ್ನು ಪ್ರೀತಿಸದಿದ್ದರೆ ಅವನು ನನ್ನ ಭಕ್ತನಾಗುವುದು ಹೇಗೆ? ವಾಸ್ತವವಾಗಿ ನಾನು ಪ್ರೀತಿ, ಪ್ರೀತಿಯೇ ಪರಮಾತ್ಮ.

ಅರ್ಜುನ: - ಯಾರನ್ನೂ ಪ್ರೀತಿಸುವ ವಿಧಾನವಿಲ್ಲ. ಆದರೆ ನಿನ್ನನ್ನು ಪೂಜಿಸಲು ಹಲವು ವಿಧಾನಗಳಿವೆ. ನಿಮ್ಮ ಭಕ್ತರು ಈ ವಿಧಾನಗಳ ಪ್ರಕಾರ ನಿಮ್ಮನ್ನು ಪೂಜಿಸುತ್ತಾರೆ.

ಶ್ರೀಕೃಷ್ಣ: - ಅರ್ಜುನ, ಪೂಜೆಯೇ ಭಕ್ತಿ. ಭಕ್ತಿಗೂ ವಿಧಾನಗಳಿಗೂ ಏನು ಸಂಬಂಧ? ಇಬ್ಬರು ಪ್ರೇಮಿಗಳು ತಮ್ಮ ಹೃದಯಗಳಿಂದ ಒಬ್ಬರನ್ನೊಬ್ಬರು ಪ್ರೀತಿಸುವಂತೆ, ಭಕ್ತಿಯನ್ನೂ ಮಾಡಲಾಗುತ್ತದೆ. ಜನರು ಈಗಾಗಲೇ ಈ ವಿಧಾನಗಳನ್ನು ಮಾಡಿದ್ದಾರೆ. ಈ ವಿಧಿಗಳಿಂದ ಮಾಡಿದ ಪೂಜೆಯನ್ನು ನಾನು ಸ್ವೀಕರಿಸುತ್ತೇನೆ. ಆದರೆ ನನ್ನ ಭಕ್ತನು ಈ ವಿಧಾನಗಳನ್ನು ಪೂಜೆಗೆ ಬಳಸುತ್ತಿದ್ದಾನೋ ಇಲ್ಲವೋ ಎಂದು ನಾನು ನೋಡುವುದಿಲ್ಲ. ನನ್ನ ಭಕ್ತನ ಭಾವನೆಗಳನ್ನು ನೋಡುತ್ತೇನೆ .ಅವನಿಗೆ ನನ್ನ ಮೇಲೆ ನಿಜವಾದ ಪ್ರೀತಿ ಇದೆಯೇ ಎಂದು ನಾನು ನೋಡುತ್ತೇನೆ. ಕೇವಲ ಸಂಸ್ಕಾರವಿರುವ ಮತ್ತು ಪ್ರೀತಿಯೇ ಇಲ್ಲದ ಪೂಜೆಯು ನನ್ನನ್ನು ತಲುಪಲಾರದು. ನಿನ್ನ ಭಕ್ತಿಗೆ ನನ್ನದು ಒಂದೇ ಒಂದು ಷರತ್ತು. ನನ್ನ ಮೇಲೆ ಭಕ್ತಿಯ ಕೇಂದ್ರೀಕರಿಸು.

ಅರ್ಜುನ: - ಇದರ ಬಗ್ಗೆ ನನಗೆ ಇನ್ನೊಂದು ವಿಷಯ ಕೇಳಬೇಕು. ಪ್ರಾಪಂಚಿಕ ವ್ಯವಹಾರಗಳಿಂದ ವಿಚಲಿತರಾಗದೆ ನಿಮ್ಮ ಮೇಲೆ ಏಕಾಗ್ರತೆ ಹೊಂದಲು ಏನಾದರೂ ಮಾರ್ಗವಿರಬೇಕು, ಅಲ್ಲವೇ?

ಶ್ರೀಕೃಷ್ಣ: - ಹೌದು, ಸುಲಭವಾದ ಮಾರ್ಗವಿದೆ. ಅದೊಂದು ಗುಣ ಮತ್ತು ಕಲೆ. ಮತ್ತು ಇದು ಧ್ಯಾನಕ್ಕೆ ಸಹಾಯ ಮಾಡುತ್ತದೆ.

ಅರ್ಜುನ:- ಅದೇನು ಕಲೆ ಮಧುಸೂದನ?

ಶ್ರೀ ಕೃಷ್ಣ: - ಅರ್ಜುನ, ಪ್ರಾಪಂಚಿಕ ವ್ಯವಹಾರಗಳನ್ನು ತೊಡೆದುಹಾಕಲು, ಒಬ್ಬ ವ್ಯಕ್ತಿಯು ಪ್ರತ್ಯೇಕ ಸ್ಥಳದಲ್ಲಿ ಕುಳಿತುಕೊಳ್ಳಬೇಕು ಮತ್ತು ಧ್ಯಾನ ಮಾಡು. ಏಕೆಂದರೆ ಒಬ್ಬ ವ್ಯಕ್ತಿಯು ಅವನು ಒಬ್ಬಂಟಿಯಾಗಿರುವಾಗ ತನ್ನೊಳಗೆ ಅಂತರಾತ್ಮವನ್ನು ನೋಡಬಹುದು.

ಅರ್ಜುನ: - ಆದರೆ ಅದನ್ನು ಮಾಡುವ ಅಗತ್ಯವೇನು?

ಶ್ರೀ ಕೃಷ್ಣ: - ಏಕೆಂದರೆ ಒಬ್ಬ ವ್ಯಕ್ತಿಯ ಆತ್ಮವು ಅವನ ದೇಹದಲ್ಲಿದೆ. ದೇವರನ್ನು ತಲುಪುವ ಮೊದಲ ಹೆಜ್ಜೆಯಿಂದರೆ ನಮ್ಮ ಆತ್ಮದೊಂದಿಗಿನ ಸಂವಹನ. ಯಾರು

ನನ್ನನ್ನು ತಲುಪಲು ಬಯಸುತ್ತಾರೋ ಅವರು ಮೊದಲು ತನ್ನನ್ನು ತಾನು ತಿಳಿದುಕೊಳ್ಳಬೇಕು. ಮತ್ತು ಒಬ್ಬ ವ್ಯಕ್ತಿಯು ತನ್ನ ದೇಹದ ಮೇಲೆ ಹಿಡಿತ ಸಾಧಿಸಿದಾಗ ಮಾತ್ರ ಅದು ಸಾಧ್ಯ. ಏಕೆಂದರೆ ನಮ್ಮ ದೇಹವು ನಮ್ಮ ನಿಯಂತ್ರಣದಲ್ಲಿಲ್ಲದಿದ್ದರೆ ಒಬ್ಬ ವ್ಯಕ್ತಿಯು ಏಕಾಗ್ರತೆಯನ್ನು ಹೊಂದಲು ಸಾಧ್ಯವಾಗುವುದಿಲ್ಲ.

ಅರ್ಜುನ: ಓ ಕರ್ತನೇ, ಧ್ಯಾನದ ಉದ್ದೇಶವೇನು?

ಶ್ರೀ ಕೃಷ್ಣ: - ಪರಮಾತ್ಮನೊಂದಿಗೆ ಸಂವಹನ ಮಾಡುವುದು ಇದರ ಉದ್ದೇಶವಾಗಿದೆ. ಅದರ ಮೊದಲ ಹಂತ ಆತ್ಮವನ್ನು ಸ್ವಚ್ಛಗೊಳಿಸುವುದು. ಇದು ವ್ಯಕ್ತಿಯನ್ನು ಒಳಗಿನಿಂದ ಶುದ್ಧೀಕರಿಸುತ್ತದೆ. ಒಬ್ಬ ವ್ಯಕ್ತಿಯು ತನ್ನನ್ನು ಒಳಗಿನಿಂದ ಶುದ್ಧೀಕರಿಸದ ಹೊರತು, ಅವನು ಪರಮ ಆತ್ಮದೊಂದಿಗೆ ಸಂವಹನ ನಡೆಸಲು ಸಾಧ್ಯವಿಲ್ಲ ಅಥವಾ ಅವನ ಆತ್ಮವು ಪರಮ ಆತ್ಮದೊಂದಿಗೆ ಒಂದಾಗಲು ಸಾಧ್ಯವಿಲ್ಲ. ಮತ್ತು ನೀವು ಅದನ್ನು ಅರ್ಥಮಾಡಿಕೊಳ್ಳಬೇಕು. ಏಕೆಂದರೆ ಧ್ಯಾನದ ಮೊದಲ ಉದ್ದೇಶವು ನಿಮ್ಮ ಆತ್ಮವನ್ನು ಶುದ್ಧೀಕರಿಸುವುದು. ಧ್ಯಾನ ಮಾಡುವ ಸ್ಥಳ ಪವಿತ್ರವಾಗಿರಬೇಕು. ಅರ್ಜುನ ಒಬ್ಬ ವ್ಯಕ್ತಿಯು ಧ್ಯಾನ ಮಾಡುವಾಗ ತನ್ನ ಬೆನ್ನು, ತಲೆ ಮತ್ತು ಕುತ್ತಿಗೆಯನ್ನು ನೇರವಾಗಿ ಇರುವಂತೆ ನೋಡಿಕೊಳ್ಳಬೇಕು. ಮತ್ತು ಅವನು ತನ್ನ ದೃಷ್ಟಿಯನ್ನು ನೇರ ದಿಕ್ಕಿನಲ್ಲಿ ಸರಿಪಡಿಸಬೇಕು. ಇದರಿಂದ ಅವನು ಬೇರೆ ದಿಕ್ಕಿನತ್ತ ನೋಡುವುದಿಲ್ಲ. ಅವನ ಇಂದ್ರಿಯವು ಸುತ್ತಮುತ್ತಲಿನವರೊಂದಿಗೆ ಸಂವಹನ ಮಾಡುವುದನ್ನು ನಿಲ್ಲಿಸುತ್ತದೆ. ತದನಂತರ ಅವನುತನ್ನ ದೃಷ್ಟಿಯನ್ನು ಕೇಂದ್ರೀಕರಿಸಲು ಸಾಧ್ಯವಾಗುತ್ತದೆ.

ಧ್ಯಾನ

ಅರ್ಜುನ:- ಓ ಮಧುಸೂದನ, ಇದು ತುಂಬಾ ಸುಲಭವಾದ ವಿಧಾನ. ಇದು ಒಬ್ಬ ವ್ಯಕ್ತಿಗೆ ಧ್ಯಾನವನ್ನು ಸುಲಭಗೊಳಿಸುತ್ತದೆ.

ಶ್ರೀಕೃಷ್ಣ:- ಅರ್ಜುನ, ಆದರೆ ಒಬ್ಬ ವ್ಯಕ್ತಿಯ ಜೀವನದಲ್ಲಿ ಸಮತೋಲನವಿಲ್ಲದಿದ್ದರೆ, ಅವನು ನನ್ನಲ್ಲಿ ಏಕಾಗ್ರತೆ ಹೊಂದಲು ಸಾಧ್ಯವಾಗುವುದಿಲ್ಲ. ನಿಮ್ಮ ಧ್ಯಾನವನ್ನು ಯಶಸ್ವಿಗೊಳಿಸಲು ಒಬ್ಬ ವ್ಯಕ್ತಿಯ ಸಮತೋಲನವನ್ನು ಗಮನಿಸುವುದು ಅವಶ್ಯಕ. ನನ್ನ ಭಕ್ತನು ಅಷ್ಟೊಂದು ತಿನ್ನಬಾರದು, ಅವನು ತಿನ್ನಲು ಬದುಕುತ್ತಾನೆ ಎಂದು ತೋರಬಾರದು. ಅಸ್ಥಿಪಂಜರವಾಗುವವರೆಗೂ ತಿನ್ನದಿಬಾರದು. ಅವನು ತುಂಬಾ ನಿದ್ದೆ ಮಾಡಬಾರದು, ಅವನು ಹಗಲಿನಲ್ಲಿಯೂ ಮಲಗಬಾರದು. ಅಥವಾ ಅವನು

ತುಂಬಾ ಕಡಿಮೆ ನಿದ್ರೆ ಮಾಡಬಾರದು. ಅವನು ತನ್ನ ಒಳ್ಳೆಯ ಸಮಯದಲ್ಲಿ ಸಂತೋಷದಿಂದ ನೃತ್ಯ ಮಾಡಬಾರದು. ಅವನ ಕೆಟ್ಟ ಸಮಯದಲ್ಲಿ ಅವನು ಅಳಬಾರದು. ಸಂತೋಷ ಅಥವಾ ದುಃಖದಿಂದ ಪ್ರಭಾವಿತನಾಗದ ವ್ಯಕ್ತಿಯು ಬಲವಾದ ಗಾಳಿಯಲ್ಲೂ ಸ್ಥಿರವಾಗಿರುವ ಜ್ವಾಲೆಯಂತೆ.

ಅರ್ಜುನ:- ಆದರೆ ಲೋಕೇಶ್ವರಾ, ಸುಖ ದುಃಖ, ನಿದ್ದೆ ಮತ್ತು ರುಚಿಕರವಾದ ಆಹಾರವನ್ನು ಕೊಡುವುದು ನಿನ್ನಿಂದಲೇ. ಹಾಗಾದರೆ ಉತ್ತಮ ಧ್ಯಾನಕ್ಕಾಗಿ ಅದನ್ನು ಸಮತೋಲನವಾಗಿ ಏಕೆ ಬಳಸಬೇಕು?

ಶ್ರೀಕೃಷ್ಣ:- ನಾನು ಮಾನವನ ಸಲುವಾಗಿ ಸುಖವನ್ನು ಸೃಷ್ಟಿಸಿದ್ದೇನೆ. ಅವನು ಎಲ್ಲಾ ಸಂತೋಷವನ್ನು ಅನುಭವಿಸಬೇಕು. ಅವನು ಅತೃಪ್ತನಾಗುವುದು ನನಗೆ ಇಷ್ಟವಿಲ್ಲ. ನಾನು ಸಂತೋಷವನ್ನು ಸೃಷ್ಟಿಸಿದ್ದೇನೆ, ಆದ್ದರಿಂದ ಪ್ರತಿ ಜೀವಿಯು ಸಂತೋಷದಿಂದ ಬದುಕಲಿ. ಆದರೆ ಅವನು ಸರ್ವಶಕ್ತನನ್ನು ಮರೆಯಬೇಕೆಂದು ನಾನು ಬಯಸುವುದಿಲ್ಲ. ಆದ್ದರಿಂದಲೇ, ಒಬ್ಬ ವ್ಯಕ್ತಿಯು ನನ್ನಲ್ಲಿ ಸಂಪೂರ್ಣವಾಗಿ ಮುಳುಗಲು ಬಯಸಿದರೆ, ಅವನು ಈ ಮೋಹಕ್ಕೆ ಸಿಲುಕಿಕೊಳ್ಳಬಾರದು ಮತ್ತು ಮೋಕ್ಷವನ್ನು ಪಡೆಯಲು ಪ್ರಯತ್ನಿಸಬೇಕು. ಇಲ್ಲದಿದ್ದರೆ ಅವನು ಹುಟ್ಟು ಮತ್ತು ಪುನರ್ಜನ್ಮದ ಸುಳಿಯಲ್ಲಿ ಸಿಕ್ಕಿಹಾಕಿಕೊಳ್ಳುತ್ತಾನೆ ಮತ್ತು ಅವನು ಅದರಿಂದ ಹೊರಬರಲು ಸಾಧ್ಯವಾಗುವುದಿಲ್ಲ.

ಅರ್ಜುನ: - ಓ ಸ್ವಾಮಿ, ನೀವು ಅವತಾರದ ಬಗ್ಗೆ ಮಾತನಾಡುತ್ತಿದ್ದೀರಿ. ನನಗೆ ಅದರ ಬಗ್ಗೆ ಹೆಚ್ಚಿನ ಜ್ಞಾನವಿಲ್ಲ. ದಯವಿಟ್ಟು ಅವತಾರದ ಬಗ್ಗೆ ವಿವರಿಸಿ.

ಶ್ರೀಕೃಷ್ಣ: - ಪಾರ್ಥ, ಮರಣದ ನಂತರ ಭೂಮಿಯ ಮೇಲಿನ ಪ್ರತಿಯೊಂದು ಜೀವಿಯೂ ತಮ್ಮ ಕರ್ಮಗಳ ಪ್ರಕಾರ ಮೊದಲು ಪರಲೋಕಕ್ಕೆ ಹೋಗಬೇಕು. ಮತ್ತು ಅಲ್ಲಿ ಸ್ವಲ್ಪ ಸಮಯ ಕಳೆಯಬೇಕು. ಅಲ್ಲಿ ಅವರು ತಮ್ಮ ಒಳ್ಳೆಯ ಅಥವಾ ಕೆಟ್ಟ ಕಾರ್ಯಗಳ ಫಲಿತಾಂಶವನ್ನು ಸಹಿಸಿಕೊಳ್ಳಬೇಕು. ಒಳ್ಳೆಯ ಮತ್ತು ಕೆಟ್ಟ ಕರ್ಮಗಳ ಫಲಿತಾಂಶವನ್ನು ಸಹಿಸಿಕೊಳ್ಳುವ ಖಾತೆಯು ಮುಗಿದ ನಂತರ ಅವರು ಮತ್ತೆ ಈ ಮರ್ತ್ಯಲೋಕದಲ್ಲಿ ಜನ್ಮ ತೆಗೆದುಕೊಳ್ಳಬೇಕಾಗುತ್ತದೆ. ಈ ಮರ್ತ್ಯ ಪ್ರಪಂಚವನ್ನು ಕರ್ಮಗಳ ಜಗತ್ತು ಎಂದೂ ಕರೆಯುತ್ತಾರೆ. ಇಲ್ಲಿ ಒಂದು ಜೀವಿ ತನ್ನ ಅದೃಷ್ಟವನ್ನು ಮಾಡುವಂತಹ ಕೆಲಸಗಳನ್ನು ಮಾಡುವ ಹಕ್ಕನ್ನು ಹೊಂದಿದೆ.

ಅರ್ಜುನ:- ಕೇಶವ, ನಮ್ಮ ಭೂಮಿಯನ್ನು ಏಕೆ ಮರ್ತ್ಯ ಪ್ರಪಂಚ ಎಂದು ಕರೆಯುತ್ತಾರೆ?

ಶ್ರೀ ಕೃಷ್ಣ: ಏಕೆಂದರೆ ಪ್ರತಿಯೊಂದು ಜೀವಿಯು ಈ ಜಗತ್ತಿನಲ್ಲಿ ಜನನ ಮತ್ತು ಸಾವನ್ನು ಎದುರಿಸಬೇಕಾಗುತ್ತದೆ.

ಅರ್ಜುನ:-ಅಂದರೆ ಪರಲೋಕದಲ್ಲಿ ಸಾವು ಅಥವಾ ಹುಟ್ಟು ಇಲ್ಲವೇ?

ಶ್ರೀಕೃಷ್ಣ:- ಇಲ್ಲ, ಅಲ್ಲಿ ಸಾವು ಅಥವಾ ಹುಟ್ಟು ಇಲ್ಲ. ಏಕೆಂದರೆ ದೇಹ ಮಾತ್ರ ಸಾಯುತ್ತದೆಯೇ ಹೊರತು ಆತ್ಮಕ್ಕಲ್ಲ ಎಂದು ಮೊದಲೇ ಹೇಳಿದ್ದೆ. ಆತ್ಮವು ಹುಟ್ಟುವುದಿಲ್ಲ ಅಥವಾ ಸಾಯುವುದಿಲ್ಲ.

ಅರ್ಜುನ: - ಆತ್ಮಕ್ಕೆ ಯಾವುದೇ ಭಾವನೆಗಳಿಲ್ಲ ಎಂದು ನೀವು ಹೇಳಿದ್ದೀರಿ. ಆದರೆ ಈಗ ನೀವು ಸಾವಿನ ನಂತರ ಆತ್ಮವು ಸಂತೋಷವನ್ನು ಸಹಿಸಿಕೊಳ್ಳಲು ಸ್ವರ್ಗಕ್ಕೆ ಹೋಗಬೇಕು ಎಂದು ಹೇಳುತ್ತಿದ್ದೀರಿ. ಮತ್ತು ಅದು ಹೋಗಬೇಕು ದುಃಖವನ್ನು ಸಹಿಸಲು ನರಕಕ್ಕೆ ಹೋಗಬೇಕು. ನಿಮ್ಮ ಪ್ರಕಾರ, ಆತ್ಮವು ಈ ಜಗತ್ತಿನಲ್ಲಿ ಮಾತ್ರವಲ್ಲದೆ ಸ್ವರ್ಗ ಮತ್ತು ನರಕದಲ್ಲಿಯೂ ಸಹ ಸುಖ-ದುಃಖಗಳನ್ನು ಸಹಿಸಿಕೊಳ್ಳಬೇಕು?

ಶ್ರೀಕೃಷ್ಣ:- ಸುಖ ಅಥವಾ ದುಃಖವು ಆತ್ಮವನ್ನು ಎಲ್ಲಿಯೂ ಸ್ಪರ್ಶಿಸುವುದಿಲ್ಲ. ಆತ್ಮವು ನನ್ನ ಪ್ರಕಾಶಮಾನವಾದ ರೂಪವಾಗಿದೆ, ಅದು ಅಮರವಾಗಿದೆ. ಅರ್ಜುನ, ಮೋಹವು ನನ್ನಿಂದ ನಿಯಂತ್ರಿಸಲ್ಪಡುತ್ತದೆ ಮತ್ತು ಮೋಹವು ನನ್ನನ್ನು ಸುತ್ತುವರಿಯದಿದ್ದಾಗ ಸಂತೋಷ ಮತ್ತು ದುಃಖವು ಹೇಗೆ ಆಕರ್ಷಣೆಮಾಡುತ್ತದೆ . ಹಾಗಾದರೆ ಸುಖ ದುಃಖಗಳು ನನ್ನನ್ನು ಹೇಗೆ ಮುಟ್ಟುತ್ತವೆ? ಸಂತೋಷ ಮತ್ತು ದುಃಖವು ದೇಹದ ನೋವುಗಳು ಮತ್ತು ಆತ್ಮದಲ್ಲ.

ಅರ್ಜುನ: - ಓ ಕೇಶವ, ನೀವು ನನ್ನನ್ನು ಗೊಂದಲಗೊಳಿಸುತ್ತಿದ್ದೀರ. ಸಂತೋಷ ಮತ್ತು ದುಃಖವು ದೇಹದ ಸಂಕಟ ಮತ್ತು ಆತ್ಮವು ಪ್ರತ್ಯೇಕವಾಗಿದೆ ಎಂದು ನಾನು ಒಪ್ಪುತ್ತೆನೆ. ಆದರೆ ದೇಹವು ಸಾಯುತ್ತದೆ, ದೇಹವು ಮುಂದೆ ಹೋಗುವುದಿಲ್ಲ. ಹಾಗಾದರೆ ಸುಖ ಅಥವಾ ದುಃಖವನ್ನು ಸಹಿಸಲು ಯಾರು ನರಕಕ್ಕೆ ಅಥವಾ ಸ್ವರ್ಗಕ್ಕೆ ಹೋಗುತ್ತಾರೆ?

ಶ್ರೀಕೃಷ್ಣ:- ಆ ಜೀವಿಯ ಜೀವಾತ್ಮ

ಅರ್ಜುನ: - ಏನಾಗಬೇಕು ಕೇಶವ?

ಶ್ರೀ ಕೃಷ್ಣ: - ಒಬ್ಬ ವ್ಯಕ್ತಿಯು ಸತ್ತಾಗ ಅವನ ಬಾಹ್ಯ ದೇಹವು ಸಾಯುತ್ತದೆ. ಆದರೆ ಅವನೊಳಗಿನ ಚಿಕ್ಕ ದೇಹ ಜೀವಾತ್ಮ ಸಾಯುವುದಿಲ್ಲ. ಅದು ಆತ್ಮದ ಬೆಳಕನ್ನು ತನ್ನೊಂದಿಗೆ ಒಯ್ಯುತ್ತದೆ ಮತ್ತು ಇತರ ಪ್ರಪಂಚಕ್ಕೆ ಮುಂದುವರಿಯುತ್ತದೆ. ಆ ದೇಹವನ್ನು ಜೀವಿಯ ಜೀವಾತ್ಮ ಎನ್ನುತ್ತಾರೆ.

ಅರ್ಜುನ: ಅಂದರೆ ಒಂದು ಆತ್ಮವು ತೊರೆದಾಗ ವ್ಯಕ್ತಿಯ ದೇಹವು ಇತರ ಆತ್ಮವನ್ನು ಸಹ ಬಿಡುತ್ತದೆಯೇ?

ಶ್ರೀಕೃಷ್ಣ: - ಇಲ್ಲ ಅರ್ಜುನ. ಇದು ಅಷ್ಟು ಸುಲಭವಲ್ಲ. ಸಮುದ್ರದ ಪ್ರತಿಯೊಂದು ಹನಿಯಂತೆ, ಅದು ಹನಿ ಸಮುದ್ರದಿಂದ ಬೇರ್ಪಡುವುದಿಲ್ಲ. ಇದು ಸಮುದ್ರದ ಒಂದು ಭಾಗವೂ ಆಗಿದೆ. ಆ ಹನಿ ಸಮುದ್ರದಿಂದ ಹೊರಗೆ ಬರಲು ಆಗುವುದಿಲ್ಲ. ಆ ಹನಿಯನ್ನು ಒಂದು ಸಣ್ಣ ಮಡಿಕೆಯಲ್ಲಿ ತೆಗೆದುಕೊಂಡರೆ ಅದು ಸಮುದ್ರಕ್ಕಿಂತ ಭಿನ್ನವಾಗಿ ಕಾಣುತ್ತದೆ. ಅಂತೆಯೇ, ಜೀವಿಗಳ ಜೀವಾತ್ಮವು ನಮ್ಮ ದೇಹದಿಂದ ಬೆಳಕನ್ನು ತನ್ನೊಂದಿಗೆ ಒಯ್ಯುತ್ತದೆ. ಇದು ಆತ್ಮದ ಪ್ರಯಾಣ. ಇದು ಒಂದರಿಂದ ಇನ್ನೊಂದು ದೇಹವನ್ನು ಪ್ರಯಾಣಿಸುತ್ತದೆ.

ಪಾರ್ವತಿ ದೇವಿ: - ಭಗವಂತ, ಶ್ರೀ ಕೃಷ್ಣನು ದೇಹದೊಳಗಿನ ಆತ್ಮ ಮತ್ತು ಜೀವಿಗಳೊಳಗಿನ ಸಣ್ಣ ದೇಹದ ಬಗ್ಗೆ ವಿವರಿಸುತ್ತಿದ್ದಾನೆ. ನಾನು ಈ ಆತ್ಮದ ಪುಟ್ಟ ಆಕಾರವನ್ನು ತಿಳಿಯಲು ಬಯಸುತ್ತೇನೆ

ಶಿವ: - ಇದರ ಆಕಾರವು ಬಾಹ್ಯ ದೇಹವನ್ನು ಹೋಲುತ್ತದೆ. ಆದರೆ ಇದು ತುಂಬಾ ಚಿಕ್ಕದಾಗಿದೆ. ಇದು ಎಷ್ಟು ಚಿಕ್ಕದಾಗಿದೆ ಎಂದರೆ ಯಾರೂ ಅದನ್ನು ಬರಿಗಣ್ಣಿನಿಂದ ನೋಡಲು ಸಾಧ್ಯವಾಗುವುದಿಲ್ಲ.

ಪಾರ್ವತಿ ದೇವಿ: - ಅದು ಚಿಕ್ಕದಾಗಿರಬಹುದು, ಆದರೆ ಅದು ದೇಹವಾಗಿದೆ. ಹಾಗಾದರೆ ಯಾರೂ ಅದನ್ನು ಏಕೆ ನೋಡಲು ಸಾಧ್ಯವಾಗುವುದಿಲ್ಲ?

ಶಿವ: - ಏಕೆಂದರೆ ಇದು ನೀರು ಮತ್ತು ಭೂಮಿಯಂತಹ ಬೃಹತ್ ಕಾಯಗಳನ್ನು

ಹೊಂದಿಲ್ಲ. ಆದ್ದರಿಂದಲೇ ಅದನ್ನು ಕಣ್ಣಾರೆ ಕಾಣುವುದಿಲ್ಲ. ದೇವಿ, ಪರಮಾತ್ಮನಿಂದ ರಚಿಸಲ್ಪಟ್ಟ ಈ ವಿಶ್ವದಲ್ಲಿ ವಿವಿಧ ಲೋಕಗಳಲ್ಲಿ ವಾಸಿಸುವ ಜನರ ದೇಹಗಳು ವಿಭಿನ್ನವಾಗಿವೆ.

ಪಾರ್ವತಿ ದೇವಿ:- ಭಗವಂತ, ಮಾನವ ದೇಹವು ಐದು ಪದಾರ್ಥಗಳಿಂದ ಕೂಡಿದೆ. ಆದರೆ ಅದರೊಳಗೆ ಒಂದೇ ಒಂದು ಸಣ್ಣ ದೇಹವಿದೆಯೇ?

ಶಿವ: - ಇಲ್ಲ. ಒಂದು ದೇಹವು ವಿವಿಧ ಹಂತಗಳಲ್ಲಿ 5 ವಿಭಿನ್ನ ದೇಹಗಳನ್ನು ಹೊಂದಿರುತ್ತದೆ. ಮೊದಲನೆಯದು "ಅನಾಮಯ ಕೋಶ". ಇದು ಹೊರಗಿನ ದೇಹ. ಇದು ಗೋಚರಿಸುತ್ತದೆ. ಎರಡನೆಯದು "ಪ್ರಾಣಮಯ ಕೋಶ". ಚಿಕ್ಕ ದೇಹ ಇಲ್ಲಿಂದ ಪ್ರಾರಂಭವಾಗುತ್ತದೆ. ಇದು ಗೋಚರಿಸುವುದಿಲ್ಲ. ಇದು ಜೀವನದ ಶಕ್ತಿಯ ಕೇಂದ್ರವಾಗಿದೆ. ಮೂರನೆಯದು "ಮನೋಮಯಕೋಶ ". ಇದು ಪ್ರಾಣಮಯಕೋಶಕ್ಕಿಂತ ಚಿಕ್ಕದಾಗಿದೆ. ಇದು ಆಲೋಚನೆಗಳಿಂದ ಮಾಡಲ್ಪಟ್ಟಿದೆ. ಇದು ಚಿಕ್ಕದು, ಇದು ಗೋಚರಿಸುವುದಿಲ್ಲ. ಮೋಕ್ಷವನ್ನು ಪಡೆದ ವಿದ್ವಾಂಸರು ಮಾತ್ರ ಅದನ್ನು ನೋಡಬಹುದು. ನಾಲ್ಕನೆಯ ದೇಹವನ್ನು "ವಿಜ್ಞಾನಮಯಕೋಶ " ಎಂದು ಕರೆಯಲಾಗುತ್ತದೆ. ವ್ಯಕ್ತಿಯ ಜ್ಞಾನವು ಅದರಲ್ಲಿ ಹೀರಲ್ಪಡುತ್ತದೆ. ಐದನೆಯದು "ಆನಂದಮಯ ಕೋಶ". ಇದು ಬಹಳ ನಿಮಿಷವಾಗಿದೆ. ಇದು ಆತ್ಮಕ್ಕೆ ಒಂದು ಸ್ಥಳವಾಗಿದೆ.

5 ವಿಭಿನ್ನ ದೇಹಗಳು

ಪಾರ್ವತಿ ದೇವಿ: - ಇವುಗಳಲ್ಲಿ ಆತ್ಮದ ಜೊತೆಗೆ ಮುಂದೆ ಹೋಗುತ್ತದೆ.?

ಶಿವ: - ಮರಣದ ನಂತರ ಆತ್ಮವು ಮನೋಮಯ ಕೋಶವಾಗಿ ಬದಲಾಗುತ್ತದೆ. ಮತ್ತು ಮುಂದೆ ಹೋಗುತ್ತದೆ. ಅದರೊಂದಿಗೆ ಅವನ ಹಿಂದಿನ ಜನ್ಮದ ಪ್ರಭಾವವು ಅವನ ಒಳ್ಳೆಯ ಮತ್ತು ಕೆಟ್ಟ ವರ್ತನೆಗಳು, ಒಳ್ಳೆಯ ಮತ್ತು ಕೆಟ್ಟ ಕಾರ್ಯಗಳ ಖಾತೆಗಳು ಮತ್ತು ಎಲ್ಲವೂ ಹೋಗುತ್ತದೆ. ತಂಗಾಳಿಯು ಹೂವುಗಳ ಪರಿಮಳವನ್ನು ತನ್ನೊಂದಿಗೆ ಒಯ್ಯುವಂತೆ.

ಶ್ರೀಕೃಷ್ಣ:- ಒಬ್ಬ ವ್ಯಕ್ತಿಯು ತನ್ನ ಹಿಂದಿನ ಜನ್ಮದಲ್ಲಿ ಮಾಡಿದ ಕರ್ಮಗಳಿಗೆ ಮುಂದಿನ ಜನ್ಮದಲ್ಲಿ ಪಾವತಿಸಬೇಕಾಗುತ್ತದೆ.

ಅರ್ಜುನ:- ಮಧುಸೂದನ, ದೇಹವನ್ನು ಬಿಟ್ಟ ನಂತರ ಆತ್ಮ ಎಲ್ಲಿಗೆ ಹೋಗುತ್ತದೆ?

ಶ್ರೀ ಕೃಷ್ಣ: - ಮಾನವ ದೇಹವನ್ನು ತೊರೆದ ನಂತರ, ವ್ಯಕ್ತಿಯು ತನ್ನ ಒಳ್ಳೆಯ ಅಥವಾ ಕೆಟ್ಟ ಕಾರ್ಯಗಳ ಪರಿಣಾಮಗಳನ್ನು ಎದುರಿಸಬೇಕಾಗುತ್ತದೆ. ಅದಕ್ಕಾಗಿ ವಿಭಾಗಗಳನ್ನು ಮಾಡಲಾಗಿದೆ. ಎರಡು ವಿಭಾಗಗಳಿವೆ. ಅವುಗಳೆಂದರೆ ಮೇಲಿನ (ಸ್ವರ್ಗ) ಮತ್ತು ಕೆಳಗಿನ (ನರಕ) ವಿಭಾಗ. ಸದ್ಗುಣವಂತನ ಆತ್ಮವು ಸ್ವರ್ಗಕ್ಕೆ ಹೋಗುತ್ತದೆ ಮತ್ತು ಮೇಲಿನ ವಿಭಾಗದಲ್ಲಿ ಅವನ ಸತ್ಕರ್ಮಗಳ ಫಲವನ್ನು ಅನುಭವಿಸುತ್ತದೆ. ಆದರೆ, ಪಾಪಿಯ ಆತ್ಮವು ನರಕಕ್ಕೆ ಹೋಗುತ್ತದೆ, ಅವನ ಕೆಟ್ಟ ಕಾರ್ಯಗಳಿಗಾಗಿ ಕೆಳಗಿನ ವಿಭಾಗದಲ್ಲಿ ನರಳುತ್ತದೆ. ಕೆಲವೊಮ್ಮೆ ಅನೇಕ ಜನರು ಇಲ್ಲಿಯೇ ಸುಖ ದುಃಖವನ್ನು ಸಹಿಸಿಕೊಳ್ಳುತ್ತಾರೆ.

ಅರ್ಜುನ:- ಹೇಗೆ?

ಶ್ರೀಕೃಷ್ಣ: - ಅರಮನೆಯಲ್ಲಿ ವಾಸಿಸುವ ಶ್ರೀಮಂತನು ತನ್ನ ಸೇವೆಯಲ್ಲಿ ಯಾವಾಗಲೂ ಸೇವಕಿ ಸೇವಕರನ್ನು ಹೊಂದಿರುತ್ತಾನೆ. ಅವನು ಒಬ್ಬ ಮಗನನ್ನು ಮಾತ್ರ ಹೊಂದಿದ್ದಾನೆ . ಅವನು ತನ್ನ ಮಗನನ್ನು ಎಲ್ಲಕ್ಕಿಂತ ಪ್ರಪಂಚಕ್ಕಿಂತ

ಹೆಚ್ಚಾಗಿ ಪ್ರೀತಿಸುತ್ತಾನೆ, ಅವನು ತನ್ನನ್ನು ತಾನು ಜಗತ್ತಿನ ಅತ್ಯಂತ ಸಂತೋಷದ ವ್ಯಕ್ತಿ ಎಂದು ಭಾವಿಸುತ್ತಾನೆ. ಆದರೆ ಇದ್ದಕ್ಕಿದ್ದಂತೆ ಅಪಘಾತವೊಂದರಲ್ಲಿ ಮಗನನ್ನು ಕಳೆದುಕೊಳ್ಳುತ್ತಾನೆ. ಅವನು ಅತ್ಯಂತ ಅತೃಪ್ತನಾಗುತ್ತಾನೆ. ಅವನೊಂದಿಗೆ ಎಲ್ಲವನ್ನೂ ಹೊಂದಿದ್ದರೂ, ಅವನು ತುಂಬಾ ಅತೃಪ್ತಿ ಹೊಂದಿದ್ದಾನೆ. ಮತ್ತು ಅವನು ಸಾಯುವವರೆಗೂ ತನ್ನ ಮಗನ ಸಾವಿನ ಸಂಕಟದಿಂದ ಹೊರಬರಲು ಸಾಧ್ಯವಾಗಲಿಲ್ಲ. ತನ್ನ ಮಗ ಚಿಕ್ಕವನಾಗುವವರೆಗೂ ಅವನು ಅನುಭವಿಸಿದ ಸಂತೋಷವು ಸ್ವರ್ಗೀಯ ಸಂತೋಷದ ಭಾಗವಾಗಿತ್ತು. ಮತ್ತು ಮಗನ ಮರಣದ ನಂತರ ಅವನು ಅನುಭವಿಸಿದ ದುಃಖವು ನರಕದಲ್ಲಿ ಅನುಭವಿಸುವ ದುಃಖಕ್ಕಿಂತ ಕೆಟ್ಟದಾಗಿತ್ತು. ಆದ್ದರಿಂದ, ಒಬ್ಬ ವ್ಯಕ್ತಿಯು ತನ್ನ ಕಾರ್ಯಗಳಿಗೆ ಅನುಗುಣವಾಗಿ ಸುಖ-ದುಃಖಗಳನ್ನು ಅನುಭವಿಸಬೇಕಾಗುತ್ತದೆ.

ಅರ್ಜುನ: - ಮಧುಸೂದನ, ಒಬ್ಬ ವ್ಯಕ್ತಿಯು ತನ್ನ ಒಳ್ಳೆಯ ಮತ್ತು ಕೆಟ್ಟ ಕಾರ್ಯಗಳನ್ನು ಯಾವ ರೂಪದಲ್ಲಿ ಮತ್ತು ಎಲ್ಲಿ ಸಹಿಸಿಕೊಳ್ಳುತ್ತಾನೆ ಹೇಳಿ?

ಶ್ರೀಕೃಷ್ಣ:- ಅರ್ಜುನ, ದೇವರ ರೂಪದಲ್ಲಿರುವ ಸದ್ಗುಣವಂತರು ಸ್ವರ್ಗದಲ್ಲಿ ನೆಲೆಸುತ್ತಾರೆ ಮತ್ತು ಅವರ ಸಂತೋಷದ ಖಾತೆಯನ್ನು ತೆರವುಗೊಳಿಸುವವರೆಗೆ ಸಂತೋಷವನ್ನು ಅನುಭವಿಸುತ್ತಾರೆ. ಒಬ್ಬ ವ್ಯಕ್ತಿಯ ಅವನ ಸತ್ಕರ್ಮಗಳ ಖಾತೆಯು ಪೂರ್ಣಗೊಳ್ಳುವವರೆಗೆ ಮಾತ್ರ ಸ್ವರ್ಗದಲ್ಲಿ ಇರಿಸಲಾಗುತ್ತದೆ. ಖಾತೆಯನ್ನು ತೆರವುಗೊಳಿಸಿದಾಗ ಅವನು ಭೂಮಿಗೆ ಹಿಂತಿರುಗಬೇಕು. ಅವನು ಮತ್ತೆ ಭೂಮಿಯ ಮೇಲೆ ಹುಟ್ಟಬೇಕು.

ಅರ್ಜುನ: - ಆದರೆ ಒಬ್ಬ ವ್ಯಕ್ತಿಯ ಗುಣಗಳು ಸ್ವರ್ಗದಲ್ಲಿ ಏಕೆ ಕೊನೆಗೊಳ್ಳುತ್ತವೆ? ಅವನನ್ನು ಸ್ವರ್ಗಕ್ಕೆ ಕಳುಹಿಸಿದರೆ, ಖಂಡಿತವಾಗಿಯೂ ಅವನು ಅಲ್ಲಿ ಒಳ್ಳೆಯ ಕಾರ್ಯಗಳನ್ನು ಮಾಡುತ್ತಿರಬೇಕು. ಅವನು ತನ್ನ ಒಳ್ಳೆಯ ಕಾರ್ಯಗಳಿಗೆ ಸಂತೋಷವನ್ನು ಅನುಭವಿಸುತ್ತಿರಬೇಕು.

ಶ್ರೀಕೃಷ್ಣ: - ಇಲ್ಲ ಅರ್ಜುನ, ಒಬ್ಬ ವ್ಯಕ್ತಿಯು ಸ್ವರ್ಗದಲ್ಲಿ ಒಳ್ಳೆಯ ಕಾರ್ಯಗಳನ್ನು ಮಾಡಿದರೆ ಅಥವಾ ನರಕದಲ್ಲಿ ಕೆಟ್ಟ ಕಾರ್ಯಗಳನ್ನು ಮಾಡಿದರೆ, ಅವನ ಕಾರ್ಯಗಳನ್ನು ಪರಿಗಣಿಸಲಾಗುವುದಿಲ್ಲ.

ಅರ್ಜುನ:- ಅದು ಯಾಕೆ?

ಶ್ರೀ ಕೃಷ್ಣ: - ಏಕೆಂದರೆ ಅದು ಒಬ್ಬ ವ್ಯಕ್ತಿಯು ತನ್ನ ಕಾರ್ಯಗಳನ್ನು ಅನುಭವಿಸುವ ಅಥವಾ ಆನಂದಿಸುವ ಸ್ಥಳಗಳು. ಆದರೆ ಅಲ್ಲಿ ಮಾಡಿದಒಳ್ಳೆಯದು ಅಥವಾ ಕೆಟ್ಟ ಕೆಲಸಗಳನ್ನು ಪರಿಗಣಿಸಲಾಗುವುದಿಲ್ಲ ಏಕೆಂದರೆ ಅದು ಭೊಗಯೋನಿ. ಮನುಷ್ಯರಲ್ಲಿ ಮಾತ್ರ ಒಳ್ಳೆಯ ಅಥವಾ ಕೆಟ್ಟ ಕಾರ್ಯಗಳನ್ನು ಪರಿಗಣಿಸಲಾಗುತ್ತದೆ. ಏಕೆಂದರೆ ಇದು ನಿಮ್ಮ ಕಾರ್ಯಗಳನ್ನು ಎಣಿಸುವ ಸ್ಥಳವಾಗಿದೆ (ಕರ್ಮ ಯೋನಿ).

ಅರ್ಜುನ: ಅಂದರೆ ಮೃಗ ಯಾರನ್ನಾದರೂ ಕೊಂದರೆ ಅದಕ್ಕೆ ಶಿಕ್ಷೆಯಾಗುವುದಿಲ್ಲ. ಆದರೆ ಮನುಷ್ಯ ಯಾರನ್ನಾದರೂ ಕೊಂದರೆ ಯಾವುದೇ ಕಾರಣವಿಲ್ಲದೆ ಶಿಕ್ಷೆಗೆ ಗುರಿಯಾಗುತ್ತಾರೆ.

ಶ್ರೀ ಕೃಷ್ಣ: - ಸಂಪೂರ್ಣವಾಗಿ!

ಅರ್ಜುನ:- ಆದರೆ ಯಾಕೆ ಈ ವ್ಯತ್ಯಾಸ?

ಶ್ರೀಕೃಷ್ಣ:- ಏಕೆಂದರೆ ಭೂಮಿಯ ಮೇಲೆ ಮನುಷ್ಯ ಮಾತ್ರ ಬುದ್ಧಿವಂತ ಮತ್ತು ಸರಿ ಯಾವುದು ತಪ್ಪು ಯಾವುದು ಎಂದು ತಿಳಿದಿರುವ ಪ್ರಾಣಿ. ಬೇರೆ ಯಾವುದೇ ಪ್ರಾಣಿ ಇದನ್ನು ಮಾಡಲು ಸಾಧ್ಯವಿಲ್ಲ. ಹಾವು ಅನಾವಶ್ಯಕವಾಗಿ ಕಚ್ಚಿ ವ್ಯಕ್ತಿ ಸತ್ತರೆ ಆ ಹಾವು ಪಾಪಿಯಾಗುವುದಿಲ್ಲ. ಅದೇ ರೀತಿ ಹುಲಿ ಇತರ ಪ್ರಾಣಿಗಳನ್ನು ಕೊಲ್ಲುತ್ತದೆ. ಆದರೆ ಹುಲಿ ಪಾಪಿಯೂ ಅಲ್ಲ. ಮೇಕೆ ಯಾರನ್ನೂ ಕೊಲ್ಲುವುದಿಲ್ಲ, ಇದು ಕೇವಲ ಎಲೆಗಳನ್ನು ತಿನ್ನುತ್ತದೆ ಆದರೆ ಅದು ಪುಣ್ಯ ಎಂದು ಅರ್ಥವಲ್ಲ. ಮನುಷ್ಯನು ಮಾಡಿದ ಕಾರ್ಯಗಳಿಗೆ ಮಾತ್ರ ಲೆಕ್ಕವಿದೆ. ಅದಕ್ಕಾಗಿಯೇ ಒಬ್ಬ ವ್ಯಕ್ತಿಯು ತನ್ನ ಸಂತೋಷ ಅಥವಾ ಸಂಕಟವನ್ನು ಸಹಿಸಿಕೊಂಡ ನಂತರ ಮನುಷ್ಯನ ರೂಪದಲ್ಲಿ ಹಿಂತಿರುಗುತ್ತಾನೆ.

ಅರ್ಜುನ:- ನಿಮ್ಮ ಪ್ರಕಾರ, ದೇವರ ರೂಪದಲ್ಲಿರುವ ಜನರು ಸ್ವರ್ಗದಲ್ಲಿ ಆನಂದವನ್ನು ಅನುಭವಿಸಿದ ನಂತರ ಸ್ವರ್ಗದಿಂದ ಭೂಮಿಗೆ ಹಿಂತಿರುಗಬೇಕು.

ಶ್ರೀಕೃಷ್ಣ:-ಹೌದು. ಮತ್ತು ಮಾನವನ ರೂಪವನ್ನು ಪಡೆದ ನಂತರ ಮತ್ತೆ ಅವರ ಕಾರ್ಯಗಳನ್ನು ಮಾಡಬೇಕು.
. ಮತ್ತು ಚಕ್ರವು ಮುಂದುವರಿಯುತ್ತದೆ.

ಅರ್ಜುನ:- ಮಧುಸೂದನ, ಹಿಂತಿರುಗುವ ಅಗತ್ಯವಿಲ್ಲದ ಸ್ಥಳವೇನೂ ಇಲ್ಲವೇ? ಆದ್ದರಿಂದ ಚಕ್ರವು ಕೊನೆಗೊಳ್ಳುತ್ತದೆ.

ಶ್ರೀ ಕೃಷ್ಣ: - ಮೋಕ್ಷವು ಒಂದೇ ಸ್ಥಳವಾಗಿದೆ. ಇದು ನಾನು ವಾಸಿಸುವ ಸ್ಥಳವಾಗಿದೆ. ಅಲ್ಲಿಂದ ಯಾರೂ ಹಿಂತಿರುಗುವ ಅಗತ್ಯವಿಲ್ಲ. ಅದನ್ನು ಮೋಕ್ಷ ಎನ್ನುತ್ತಾರೆ. ಮೋಕ್ಷವನ್ನು ಪಡೆಯುವುದೇ ಮಾನವ ಜನ್ಮದ ಉದ್ದೇಶ. ಮತ್ತು ಕೇವಲ ಮನುಷ್ಯನು ಮಾತ್ರ ಅದನ್ನು ಪಡೆಯಲು ಸಾಧ್ಯವಾಗುತ್ತದೆ. ಅದಕ್ಕಾಗಿಯೇ ಮಾನವ ದೇಹವನ್ನು ಮೋಕ್ಷದ ಕಡೆಗೆ ಬಾಗಿಲು ಎಂದು ಹೇಳಲಾಗುತ್ತದೆ. ಅರ್ಜುನ, ಮನುಷ್ಯನಾಗುವುದು ಕಷ್ಟ ಅದಕ್ಕಾಗಿಯೇ ಮಾನವ ದೇಹವನ್ನು ವ್ಯರ್ಥ ಮಾಡಬಾರದು. ಆದ್ದರಿಂದ ದೇವತೆಗಳೂ ಸಹ ಮಾನವನಾಗಲು ಬಯಸುತ್ತಾರೆ. ಆದರೆ ಮಾನವನು ಮೋಕ್ಷವನ್ನು ಪಡೆಯುವ ಅವಕಾಶವನ್ನು ಕಳೆದುಕೊಳ್ಳುತ್ತಿದ್ದಾನೆ ಎಂಬುದು ತುಂಬಾ ದುಃಖಕರವಾಗಿದೆ. ಅವನು ತನ್ನ ಜೀವನವನ್ನೆಲ್ಲಾ ಲವಲವಿಕೆಯಲ್ಲಿ ಕಳೆಯುತ್ತಾನೆ. ಅಷ್ಟೇ ಅಲ್ಲ, ಸಾವಿನ ಹಾಸಿಗೆಯ ಮೇಲೂ ಕಾಮ ಅವನನ್ನು ಬಿಡುವುದಿಲ್ಲ. ಅರ್ಜುನ, ಸಾವಿನ ಹಾಸಿಗೆಯಲ್ಲಿಯೂ ಸಹ ವ್ಯಕ್ತಿಯಲ್ಲಿ ಕಾಮವು ಬಲವಾಗಿದ್ದರೆ ಅವನು ಈ ಕಾಮದೊಂದಿಗೆ ಮತ್ತೆ ಹುಟ್ಟುತ್ತಾನೆ.

ಶಿವ ಮತ್ತುಪಾರ್ವತಿ ದೇವಿ

ಪಾರ್ವತಿ ದೇವಿ:- ಸ್ವಾಮಿ, ಶ್ರೀಕೃಷ್ಣನು ಏನು ಹೇಳುತ್ತಿದ್ದಾನೆ? ಒಬ್ಬ ವ್ಯಕ್ತಿಯು ತನ್ನ ಮರಣದ ಸಮಯದಲ್ಲಿ ಯಾವುದೇ ಆಸೆಗಳನ್ನು ಅಥವಾ ಕಾಮವನ್ನು ಹೊಂದಿದ್ದರೆ ಅವನು ಆ ಆಸೆಗಳೊಂದಿಗೆ ಹುಟ್ಟುತ್ತಾನೆ. ಅದರರ್ಥ ಏನು?

ಶಿವ:-ಶ್ರೀ ಕೃಷ್ಣನು ಏನು ಹೇಳಿದ್ದಾನೆಯೋ ಅದು ರಹಸ್ಯ ಜ್ಞಾನ . ಒಬ್ಬ ವ್ಯಕ್ತಿಯು ಅದನ್ನು ಅರ್ಥಮಾಡಿಕೊಂಡರೆ ಮೋಕ್ಷವನ್ನು ಸುಲಭವಾಗಿ ಪಡೆಯಬಹುದು.

ಪಾರ್ವತಿ ದೇವಿ: - ರಹಸ್ಯ ಜ್ಞಾನ ಎಂದರೇನು?

ಶಿವ: -ಇದು ಸಾಯುವ ಜ್ಞಾನ. ಒಬ್ಬ ವ್ಯಕ್ತಿಯು ತನ್ನ ಜೀವನವನ್ನು ಹೇಗೆ ಕಳೆದಿದ್ದರೂ ಪರವಾಗಿಲ್ಲ ಎಂದು ಹೇಳುವುದು ಭಗವಂತ . ಆದರೆ ಅವನು ತನ್ನ ಧ್ಯಾನದಲ್ಲಿ ಏಕಾಗ್ರತೆಯನ್ನು ಹೊಂದಿ ಭಗವಂತನಲ್ಲಿ ಮುಳುಗಿ ತನ್ನ ದೇಹವನ್ನು ತ್ಯಜಿಸಿದರೆ,ಅವನು ನೇರವಾಗಿ ಮೋಕ್ಷವನ್ನು ಪಡೆಯಬಹುದು. ಮತ್ತು ಅವನು ಶಾಶ್ವತವಾಗಿ ಅಲ್ಲಿಯೇ ಇರುತ್ತಾನೆ. ಸಾವಿನ ಸಮಯ ಬಹಳ ಮುಖ್ಯ. ಮರಣದ ಸಮಯದಲ್ಲಿ ಅವನು ಏನನ್ನು ಯೋಚಿಸುತ್ತಾನೋ ಅದರಂತೆ ವ್ಯಕ್ತಿಯು ತನ್ನ ಮುಂದಿನ ಜನ್ಮವನ್ನು ಪಡೆಯುತ್ತಾನೆ.

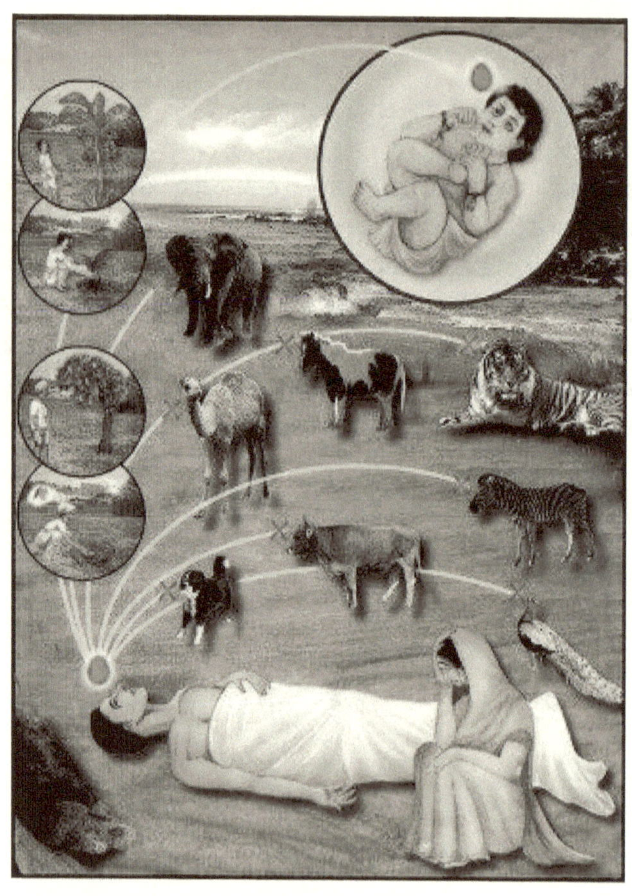

ಮರಣದ ಸಮಯದಲ್ಲಿ ಮನುಷ್ಯನು ಏನನ್ನು ಯೋಚಿಸುತ್ತಾನೋ ಅದರಂತೆ ವ್ಯಕ್ತಿಯು ತನ್ನ ಮುಂದಿನ ಜನ್ಮವನ್ನು ಪಡೆಯುತ್ತಾನೆ.

ಪಾರ್ವತಿ ದೇವಿ: - ದಯವಿಟ್ಟು, ಹೆಚ್ಚು ಸ್ಪಷ್ಟವಾಗಿ ವಿವರಿಸಿ.

ಶಿವ: - ಋಷಿ ಜಡಬರತ ಅತ್ಯುತ್ತಮ ಉದಾಹರಣೆ, ದೇವಿ. ಜಡಬರತ ಒಬ್ಬ ಮುಗ್ಧ ಋಷಿ. ಅವರು ಬಹುತೇಕ ಮೋಕ್ಷದ ಬಾಗಿಲನ್ನು ತಲುಪಿದ್ದರು. ಆದರೆ

ಅವರು ಜಿಂಕೆಯ ಕರುವನ್ನು ಪಳಗಿಸಿದರು ಮತ್ತು ಅವರು ಕರುವನ್ನು ತುಂಬಾ ಪ್ರೀತಿಸುತ್ತಿದ್ದರು, ಅವರು ಯಾವಾಗಲೂ ಅದರ ಬಗ್ಗೆ ಚಿಂತಿಸುತ್ತಿದ್ದರು. ಸಾಯುವ ಮುಂಚೆಯೂ ಅವರು ಕರುವನ್ನು ಇಟ್ಟುಕೊಂಡಿದ್ದರು. ಸಾಯುತ್ತಿರುವಾಗ ಅದೇ ಜಿಂಕೆ ಮರಿಯ ಬಗ್ಗೆ ಯೋಚಿಸುತ್ತಿದ್ದ ಕಾರಣ ಅವರು ತನ್ನ ಮುಂದಿನ ಜನ್ಮದಲ್ಲಿ ಜಿಂಕೆಯಾಗಿ ಹುಟ್ಟುತ್ತಾನೆ.

ಪಾರ್ವತಿ ದೇವಿ: - ಸ್ವಾಮಿ, ಮರಣದ ಸಮಯ ಏಕೆ ನಿರ್ಣಾಯಕ ?

ಶಿವ: - ಮರಣದ ಸಮಯವು ಮೋಕ್ಷಕ್ಕೆ ಅವಕಾಶವಾಗಿದೆ. ಭಗವಂತನ ಜೊತೆಗಿನ ಮಿಲನದ ಬಗ್ಗೆ ಯೋಚಿಸುವ ಬದಲು ಅವನೇ ಸೃಷ್ಟಿಸಿದ ಮೋಹದ ಬಗ್ಗೆ ಯೋಚಿಸಿದರೆ ದೇವರಿಗೆ ಅವಮಾನ ಮಾಡಿದಂತಾಗುತ್ತದೆ. ಆದುದರಿಂದಲೇ ನಾವು ಮರಣಾನಂತರ ಸ್ವರ್ಗವನ್ನು ಪಡೆಯಬಹುದು. ಆದರೆ ಅವನು ಮೋಕ್ಷವನ್ನು ಪಡೆಯಲು ಸಾಧ್ಯವಿಲ್ಲ. ಅದಕ್ಕಾಗಿಯೇ ದೇವಿ, ಮರಣದ ಸಮಯದಲ್ಲಿ ಒಬ್ಬ ವ್ಯಕ್ತಿಯು ಬೇರೆ ಯಾವುದರ ಬಗ್ಗೆ ಯೋಚಿಸಬಾರದು. ಅವನು ದೇವರ ಮೇಲೆ ಮಾತ್ರ ಗಮನಹರಿಸಬೇಕು.

ಅರ್ಜುನ: ಯೋಗೇಶ್ವರ, ನೀವು ನನ್ನ ಹಲವು ಪ್ರಶ್ನೆಗಳಿಗೆ ಉತ್ತರಿಸಿದ್ದೀರಿ. ನಾನು ನಿಮಗೆ ಇನ್ನೂ ಒಂದು ಪ್ರಶ್ನೆಯನ್ನು ಕೇಳಲು ಬಯಸುತ್ತೇನೆ. ಸಾವು ತುಂಬಾ ನೋವು ತರುತ್ತದೆ ಎಂದು ಹೇಳಲಾಗುತ್ತದೆ. ಯುದ್ಧಭೂಮಿಯಲ್ಲಿ ಆಯುಧದಿಂದ ಸಾವು ಸಂಭವಿಸಿದೆಯೇ ಅಥವಾ ಇನ್ನೇನಾದರೂ ಅದಕ್ಕೆ ಕಾರಣವಾಗಿರಬಹುದು. ಸಾವನ್ನು ಸುಲಭಗೊಳಿಸಲು ಯಾವುದೇ ಮಾರ್ಗವಿಲ್ಲವೇ?

ಶ್ರೀಕೃಷ್ಣ: - ಇದು ಸಾವನ್ನು ಸುಲಭಗೊಳಿಸುವ ಪ್ರಶ್ನೆಯಲ್ಲ. ಸಾವಿನ ಸುಳಿಯಿಂದ ಹೊರಬಂದು ಮೋಕ್ಷ ಪಡೆಯುವ ಪ್ರಶ್ನೆ. ಒಬ್ಬ ವ್ಯಕ್ತಿಯು ತನ್ನ ಮರಣದ ಸಮಯದಲ್ಲಿ ನಾನು ನಿಮಗೆ ಹೇಳುತ್ತಿರುವ ಈ ವಿಧಾನವನ್ನು ಬಳಸಿದರೆ, ಅವನು ತಕ್ಷಣವೇ ಮೋಕ್ಷವನ್ನು ಪಡೆಯುತ್ತಾನೆ. ಅವನು ನೇರವಾಗಿ ಸ್ವರ್ಗವನ್ನು ತಲುಪುತ್ತಾನೆ.

ಅರ್ಜುನ:- ಅದೇನು ಗೌಪ್ಯ ವಿಧಾನ ಮಾಧವ?

ಶ್ರೀ ಕೃಷ್ಣ: - ಮರಣದ ಸಮಯದಲ್ಲಿ, ನಿಮ್ಮ ಇಂದ್ರಿಯಗಳ ಎಲ್ಲಾ ಬಾಗಿಲನ್ನು ಮುಚ್ಚಿ, ನಿಮ್ಮ ಮನಸ್ಸನ್ನು ನಿಮ್ಮ ಹೃದಯದಲ್ಲಿ ಸ್ಥಿರವಾಗಿರಿಸಿಕೊಳ್ಳಿ. ನಿಮ್ಮ ಮೆದುಳಿನಲ್ಲಿ ನಿಮ್ಮ ಜೀವವನ್ನು ಹೊಂದಿಸಿ. ದೇವರ ಬಗ್ಗೆ ಯೋಚಿಸಿ ಮತ್ತು ಓಂ ಎಂದು ಹೇಳಿ. ಇದನ್ನು ಮಾಡುವುದರಿಂದ ಭೂಮಿಯ ಮೇಲಿನ ದೊಡ್ಡ ಪಾಪಿಗಳು ಸಹ ಮೋಕ್ಷವನ್ನು ಪಡೆಯಬಹುದು.

ಪಾರ್ವತಿ ದೇವಿ:- ಶ್ರೀ ಕೃಷ್ಣನು ಸಾಯುವಾಗ "ಓಂ" ಎಂಬ ಪದವನ್ನು ಉಚ್ಚರಿಸುವುದರಿಂದ ದೊಡ್ಡ ಪಾಪಿಯೂ ಮೋಕ್ಷವನ್ನು ಪಡೆಯಲು ಸಹಾಯ ಮಾಡುತ್ತದೆ ಎಂದು ಹೇಳಿದರು.

ಶಿವ: -"ಓಂ" ಕೇವಲ ಪದವಲ್ಲ. ಇದು ಅತ್ಯಂತ ಶಕ್ತಿಶಾಲಿ ಮಂತ್ರವಾಗಿದೆ. ಅದರ ಹಿರಿಮೆ ಗಮನಾರ್ಹ. ಇದು ಸಮರ್ಪಣೆಯ ಯಶಸ್ಸಿನ ಕೇಂದ್ರವಾಗಿದೆ. ಇದು ಮೋಕ್ಷವನ್ನು ಪಡೆಯುವ ಸೂತ್ರ. ಇದು ಎಲ್ಲಾ ಜ್ಞಾನ ಮತ್ತು ಇಡೀ ಪ್ರಪಂಚದ ಮೂಲವಾಗಿದೆ. ಜ್ಞಾನ ಮತ್ತು ಭಕ್ತಿಯ ಮಾರ್ಗದಿಂದ ಓಂ ಬೆಳಗುತ್ತದೆ. ಮತ್ತು "ಓಂ" ಪದವನ್ನು ಉಚ್ಚರಿಸುವ ವ್ಯಕ್ತಿಯು ಎಲ್ಲಾ ಸಂತೋಷವನ್ನು ಪಡೆಯುತ್ತಾನೆ.

ಪಾರ್ವತಿ ದೇವಿ: - ಕರ್ತನೇ, ವ್ಯಕ್ತಿಯು ಜೀವಂತವಾಗಿರುವಾಗ ಇದು ಸಂಬಂಧಿಸಿದೆ. ಆದರೆ ಸಾವಿನ ಸಮಯದಲ್ಲಿ ಈ ಪದವನ್ನು ಹೇಳುವುದು ಏಕೆ ಮುಖ್ಯ?. ದೊಡ್ಡ ಪಾಪಿಯೂ ಮೋಕ್ಷವನ್ನು ಪಡೆಯಬಹುದೆ?

ಶಿವ: -ದೇವಿ, ಮಾನವ ದೇಹವನ್ನು ಬ್ರಹ್ಮಪುರ ಎಂದು ಕರೆಯಲಾಗುತ್ತದೆ. ದೇಹದ ಒಳಗೆ, ಹೃದಯದಲ್ಲಿ ಆತ್ಮದ ಜ್ವಾಲೆ ಯಾವಾಗಲೂ ಹೊಳೆಯುತ್ತದೆ. ಸಾವಿನ ಸಮಯದಲ್ಲಿ ಒಬ್ಬ ವ್ಯಕ್ತಿಯು ಲಯದಲ್ಲಿ "ಓಂ" ಅನ್ನು ಹೇಳಿದಾಗ ಅವನ ಆತ್ಮ ಮತ್ತು ಪರಮಾತ್ಮ ಇಬ್ಬರೂ ಸಂತೋಷದಿಂದ ನೃತ್ಯ ಮಾಡುತ್ತಾರೆ. ಮತ್ತು ಅವರು ಒಂದಾಗಲು ಅಸಹನೆಯಿಂದ ಕಾಯುತ್ತಾರೆ. ಪ್ರೇಮಿಗಳು ಬಹಳ ಸಮಯದ ನಂತರ ಒಬ್ಬರನ್ನೊಬ್ಬರು ಭೇಟಿಯಾಗಲು ಕಾಯುತ್ತಿರುವಂತೆ.

ಪಾರ್ವತಿ ದೇವಿ: - ಸ್ವಾಮಿ, ನೀವು ನಿಜವಾಗಿಯೂ ಪರಮಾತ್ಮನೊಂದಿಗೆ ಆತ್ಮದ ಮಿಲನದ ಬಗ್ಗೆ ಗಮನಾರ್ಹವಾದ ವಿವರಣೆಯನ್ನು ನೀಡಿದ್ದೀರಿ.

ಶಿವ: - ಭಗವಂತನು ಮಾನವ ದೇಹವನ್ನು ಮೋಕ್ಷದ ಬಾಗಿಲು ಎಂದು ಕರೆಯುತ್ತಾನೆ. ಆದರೆ ಮನುಷ್ಯ ಅದಕ್ಕೆ ಬೆಲೆ ಕೊಡುವುದಿಲ್ಲ. ಮಾನವ

ದೇಹವನ್ನು ವಿಶೇಷವಾಗಿ ರಚಿಸಲಾಗಿದೆ. ಇದು ಅನೇಕ ಜನರು ವಾಸಿಸುವ ಸಣ್ಣ ಭೂಮಿಯಂತಿದೆ.

ಪಾರ್ವತಿ ದೇವಿ:- ಮಾನವ ದೇಹದಲ್ಲಿ ಮೂರು ಲೋಕಗಳು ಹೇಗೆ ನೆಲೆಗೊಂಡಿವೆ?

ಶಿವ: - ಮನುಷ್ಯನ ಪಾದದಿಂದ ನಾಬಿಯವರೆಗೆ ಭೂಮಿ ಇದೆ. ನಾಬಿಯಿಂದ ಗಂಟಲಿನವರೆಗೆ,ಆಕಾಶವಿದೆ. ಕಂಠದಿಂದ ಹಣೆಯವರೆಗೂ ಸ್ವರ್ಗವಿದೆ. ಮತ್ತು ಮಹಾ, ಜನ, ತಪಃ ಮತ್ತು ಸತ್ಯ ಲೋಕವು ಹಣೆಯಿಂದ ಪ್ರಾರಂಭವಾಗುತ್ತವೆ. ಕಲಿತ ಖುಷಿಗಳು ಮಾನವ ದೇಹದ ಸಂಯೋಜನೆಯನ್ನು ಚೆನ್ನಾಗಿ ತಿಳಿದಿದ್ದಾರೆ. ಅದಕ್ಕಾಗಿಯೇ, ಈ ಜಗತ್ತಿನಲ್ಲಿ ಜೀವಿಸುವಾಗ ಅವರು ತಮ್ಮ ಜೀವವನ್ನು ಗಂಟಲಿಗೆ ಮತ್ತು ನಂತರ ಆಕಾಶದ ಕಡೆಗೆ ಎತ್ತುತ್ತಾರೆ. ಕ್ರಮೇಣ ಅವರು ಅದನ್ನು ಇನ್ನೂ ಹೆಚ್ಚು ಎತ್ತರಕ್ಕೆ ಎತ್ತುತ್ತಾರೆ. ಹಣೆಯಿಂದ ಕ್ರಮೇಣ ತಮ್ಮ ದೇಹದಿಂದ ತಮ್ಮ ಆತ್ಮವನ್ನು ಅರಿತುಕೊಳ್ಳುತ್ತಾರೆ. ಒಬ್ಬ ಸಾಮಾನ್ಯ ಮನುಷ್ಯನಿಗೆ ಅದನ್ನು ಮಾಡುವ ವಿಧಾನವಿಲ್ಲ. ಅದಕ್ಕಾಗಿಯೇ ಅವರ ಜೀವವು ಇನ್ನೊಂದು ರೀತಿಯಲ್ಲಿ ಹೊರಬರುತ್ತದೆ.

ಅರ್ಜುನ:- ಕೇಶವ, ನೀವು ನನಗೆ ಸಾಕಷ್ಟು ಜ್ಞಾನವನ್ನು ನೀಡಿದ್ದೀರಿ. ಈಗ ನನ್ನ ಮನಸ್ಸಿನಲ್ಲಿ ಎಲ್ಲವೂ ಸ್ಪಷ್ಟವಾಗಿದೆ, ನಿಮ್ಮ ಆಜ್ಞೆಯನ್ನು ಪಾಲಿಸಲು ನಾನು ಸಿದ್ಧನಿದ್ದೇನೆ.

ಶ್ರೀಕೃಷ್ಣ:- ಅರ್ಜುನ, ನೀನು ಹೇಳಿದ್ದಲ್ಲ ನನಗೆ ನಿಜವಾಗಿ ತೃಪ್ತಿ ತಂದಿದೆ .ನಿಜವಾಗಿಯೂ ನನಗೆ ತುಂಬಾ ಸಂತೋಷವಾಗಿದೆ. ನಿನಗೆ ಇನ್ನೂ ಯಾವುದೇ ಸಂದೇಹ ಅಥವಾ ಪ್ರಶ್ನೆಯನ್ನು ಕೇಳಲು ಇದ್ದರೆ, ನನ್ನನ್ನು ಕೇಳು.

ಅರ್ಜುನ:- ಇಲ್ಲ ಮಾಧವ. ನನ್ನ ಮನಸ್ಸಿನಲ್ಲಿ ಇನ್ನು ಯಾವುದೇ ಅನುಮಾನಗಳಿಲ್ಲ. ನನ್ನ ಮನಸ್ಸಿನಲ್ಲಿ ಕೇವಲ ನಂಬಿಕೆ ಮತ್ತು ಸಮರ್ಪಣೆ ಇದೆ. ಈಗ ನಾನು ಹೆಚ್ಚಿಗೆ ಏನನ್ನೂ ತಿಳಿದುಕೊಳ್ಳಲು ಬಯಸುವುದಿಲ್ಲ. ಆದರೆ ಶಿಷ್ಯನಾಗಿ ನೀವು ನನಗೆ ಏನಾದರೂ ಸಲಹೆ ನೀಡಲು ಬಯಸಿದರೆ, ಅದನ್ನು ನಿಮ್ಮ ಆಶೀರ್ವಾದ ಎಂದು ಸ್ವೀಕರಿಸಲು ನಾನು ಸಿದ್ಧನಿದ್ದೇನೆ.

ಶ್ರೀ ಕೃಷ್ಣ: - ನಿಮಗೆ ನಿಜವಾಗಿಯೂ ನನ್ನ ಸಲಹೆ ಬೇಕೆ?

ಅರ್ಜುನ: - ಹೌದು ನಾನು ಬಯಸುತ್ತೇನೆ. ನೀವು ನನ್ನ ಪ್ರಶ್ನೆಗಳಿಗೆ ಮಾತ್ರ ಉತ್ತರಿಸಿದ್ದೀರಿ. ಈಗ ನಾನು ನನ್ನ ಪ್ರಶ್ನೆಗಳ ಮಿತಿಯನ್ನು ಮೀರಿದ ವಿಷಯವನ್ನು ತಿಳಿದುಕೊಳ್ಳಲು ಬಯಸುತ್ತೇನೆ.

ಶ್ರೀಕೃಷ್ಣ:- ನನ್ನ ಮಾತನ್ನು ಕೇಳು, ನಿನ್ನ ಜ್ಞಾನಕ್ಕೆ ಮೀರಿದ ಸಂಗತಿಯನ್ನು ನೀವು ತಿಳಿದುಕೊಳ್ಳಲು ಬಯಸಿದರೆ, ನಿಮಗೆ ನನ್ನ ಸಲಹೆ ಏನೆಂದರೆ, ನಿಮಗೆ ಯಾವ ಜ್ಞಾನವು ನೀಡಿತು ಎಂಬುದನ್ನು ನೀವು ಮರೆತುಬಿಡಬೇಕೆಂದು ನಾನು ಬಯಸುತ್ತೇನೆ. ಎಲ್ಲ ಸಂಸ್ಕಾರ, ಧರ್ಮ ಇತ್ಯಾದಿಗಳನ್ನು ಮರೆತು ನಿನ್ನನ್ನು ನನಗೆ ಒಪ್ಪಿಸಿಕೋ. ಮಗುವು ಕೊಳಕು ಮತ್ತು ಗಾಯಗೊಂಡವನಂತೆ, ತನ್ನ ತಾಯಿಯ ಬಳಿ ರಕ್ಷಣೆಗಾಗಿ ಅಳುತ್ತಾನೆ. ಮತ್ತು ತಾಯಿಯು ಅವನ ಮೇಲಿನ ಕೊಳೆಯನ್ನು ತೊಳೆದ ರೀತಿಯಲ್ಲಿ ಮತ್ತು ಅವನನ್ನು ಶುದ್ಧ ಮತ್ತು ತಾಜಾತನವನ್ನು ಮಾಡುತ್ತದೆ. ಅರ್ಜುನ, ಅದೇ ರೀತಿ ನಾನು ನಿನ್ನ ಪಾಪವನ್ನೆಲ್ಲ ತೊಳೆದು ಹಾಕುತ್ತೇನೆ. ಮತ್ತು ನಾನು ನಿನ್ನನ್ನು ಎಲ್ಲಾ ಲೌಕಿಕ ಬಂಧನಗಳಿಂದ ಮುಕ್ತಗೊಳಿಸುತ್ತೇನೆ ಮತ್ತು ನಿಮಗೆ ಶಾಂತಿಯನ್ನು ನೀಡುತ್ತೇನೆ.

ಅರ್ಜುನ: - ನಾನು ಎಲ್ಲಾ ಬಂಧಗಳಿಂದ ನನ್ನನ್ನು ಮುಕ್ತಗೊಳಿಸುತ್ತೇನೆ ಮತ್ತು ನಿನ್ನ ಪಾದಗಳಿಗೆ ಶರಣಾಗಿದ್ದೇನೆ. ಈಗ ಹೇಳು ಏನು ಮಾಡಬೇಕೆಂದು?

ಶ್ರೀಕೃಷ್ಣ: - ಅರ್ಜುನ, ನೀನು ನಿನ್ನ ಕರ್ತವ್ಯವನ್ನು ನಿರ್ವಹಿಸಲು ಪುಣ್ಯಯುತ ಯುದ್ಧಕ್ಕೆ ಮುಂದುವರಿಯಬೇಕು. ನಿಮ್ಮ ಬಿಲ್ಲನ್ನು ಎತ್ತಿ ದಾರವನ್ನು ಎಳೆಯಿರಿ ಮತ್ತು ಯುದ್ಧವನ್ನು ಘೋಷಿಸಿ.

ಸಂಜಯ ಮತ್ತು ಧೃತರಾಷ್ಟ್ರ

ಸಂಜಯ: - ಮಹಾರಾಜ, ಅರ್ಜುನನು ತನ್ನ ಬಿಲ್ಲನ್ನು ಮತ್ತೆ ಎತ್ತಿದ. ಅರ್ಜುನನು ತನಗೆ ಬೇಕಾದಂತೆ ಬಿಲ್ಲಿನ ದಾರಗಳನ್ನು ಎಳೆದನು ಯುದ್ಧವನ್ನು ಘೋಷಿಸಿದ.

ಧೃತರಾಷ್ಟ್ರ: ಹೀಗಾಗುತ್ತದೆ ಎಂದು ನನಗೆ ಗೊತ್ತಿತ್ತು. ಅರ್ಜುನ ತನ್ನ ಅಸ್ತ್ರ ಎತ್ತುವುದು ಖಚಿತ ಎಂದು.

ಸಂಜಯ:- ಮಹಾರಾಜ, ಏನೋ ವಿಚಿತ್ರ ಸಂಭವಿಸಿದೆ. ಶ್ರೀಕೃಷ್ಣನು ಹೇಳಿದ ಗೀತೆಯನ್ನು ಕೇಳಲು ಸಮಯವು ನಿಂತುಹೋಯಿತು. ಮತ್ತು ನಿರ್ಜೀವವಾಗಿ ನಿಂತಿದ್ದ ಸೈನ್ಯವು ನಿದ್ರೆಯಿಂದ ಎಚ್ಚರಗೊಳ್ಳುವಂತೆ ಎಚ್ಚರವಾಗಿ ಮತ್ತು ಸಿದ್ಧವಾಗಿದೆ.

ಧೃತರಾಷ್ಟ್ರ: - ಇದರರ್ಥ ಯುದ್ಧವು ಶೀಘ್ರದಲ್ಲೇ ಪ್ರಾರಂಭವಾಗುತ್ತದೆ.

ಸಂಜಯ:-ಹೌದು ಮಹಾರಾಜ, ಮತ್ತು ಪಾಂಡವರು ಗೆಲ್ಲುವುದು ಖಚಿತ.

ಧೃತರಾಷ್ಟ್ರ: -ಆದರೆ ನೀವು ಅದರ ಬಗ್ಗೆ ಹೇಗೆ ಖಚಿತವಾಗಿರ ಹೇಳುತ್ತೀರಿ? ಅಜ್ಜ ಭೀಷ್ಮ, ಗುರು ದ್ರೋಣಾಚಾರ್ಯ, ಕೃಪಾಚಾರ್ಯ ಮತ್ತು ಅನೇಕ ಮಹಾನ್ ಯೋಧರು ನಮ್ಮೊಂದಿಗೆ ಇದ್ದಾರೆ.

ಸಂಜಯ:- ನೀವು ಹೇಳಿದ್ದು ಸರಿ. ಆದರೆ ಶ್ರೀಕೃಷ್ಣ ಮತ್ತು ಅರ್ಜುನ ನಮ್ಮೊಂದಿಗಿಲ್ಲ.
    ಧೃತರಾಷ್ಟ್ರ :- ಹಾಗಾದರೆ ಏನು?

ಸಂಜಯ:- ವೇದವ್ಯಾಸರು ನನಗೆ ದಯಪಾಲಿಸಿದ ಅಲೌಕಿಕ ದೃಷ್ಟಿಯ ಸಹಾಯದಿಂದ ಶ್ರೀ ಕೃಷ್ಣನ ಅಗಾಧ ಶಕ್ತಿಯನ್ನು ನಾನು ನೋಡಿದ್ದೇನೆ. ಅವರು ಬಹಳ ಶಕ್ತಿಶಾಲಿ. ಶ್ರೀಕೃಷ್ಣನ ಜೊತೆಗಿರುವ ವ್ಯಕ್ತಿಗೆ ಈ ಪ್ರಪಂಚದಲ್ಲಿ ಸಮಸ್ತ ಸೈನ್ಯಗಳೂ ಕೂಡ ಕೆಡುಮಾಡಲಾರವು. ಪಾಂಡವರು ಗೆಲ್ಲುವುದು ಖಚಿತ. ಎಲ್ಲಿ ಶ್ರೀಕೃಷ್ಣನಿದ್ದಾನೋ ಅಲ್ಲಿ ಅರ್ಜುನನಂಥ ಯೋಧ ವಿಜಯಶಾಲಿಯಾಗಬೇಕು. ಅವರನ್ನು ಎಂದಿಗೂ ಸೋಲಿಸಲು ಸಾಧ್ಯವಿಲ್ಲ ಎಂದು ನನಗೆ ಖಾತ್ರಿಯಿದೆ.

ಶ್ರೀಕೃಷ್ಣ: - ಅರ್ಜುನನು ನೀನು ಈಗಾಗಲೇ ಯುದ್ಧವನ್ನು ಘೋಷಿಸಿರುವೆ. ಈಗ ನಿಮ್ಮ ಸಾರಥಿಯನ್ನು ಆದೇಶಿಸಿ. ನಾನೇನು ಮಾಡಬೇಕು?
    ಅರ್ಜುನ:- ನಾನು ನಿಮಗೆ ಹೇಗೆ ಆದೇಶ ಮಾಡಬಹುದು?

ಶ್ರೀಕೃಷ್ಣ:- ಆಶ್ಚರ್ಯಪಡುವ ಅಗತ್ಯವಿಲ್ಲ. ಈ ಯುದ್ಧದಲ್ಲಿ ನಾನೇ ನಿನ್ನ ಸಾರಥಿ. ಮತ್ತು ನೀವು ಮಹಾನ್ ಯೋಧ. ನಿನ್ನ ರಥದ ಕುದುರೆಗಳನ್ನು ನಾನು ನಿಯಂತ್ರಿಸಬೇಕು. ಮತ್ತು ನಿಮ್ಮ ಬಿಲ್ಲಿನ ದಾರವನ್ನು ನೀವು ನಿಯಂತ್ರಿಸಬೇಕು. ಅದಕ್ಕೇ, ನೀನು ನನಗೆ ಅಪ್ಪಣೆ ಕೊಡದ ಹೊರತು ನಾನು ಈ ರಥವನ್ನು ಹೇಗೆ ಸವಾರಿ ಮಾಡಲಿ. ಓ ಮಹಾನ್ ಯೋಧ, ನನಗೆ ಅನುಮತಿ ನೀಡಿ.

ಅರ್ಜುನ:- ಓ ಸಾರಥಿ, ದಯವಿಟ್ಟು ರಥವನ್ನು ನನ್ನ ನಿಗದಿತ ಸ್ಥಳದಲ್ಲಿ ಪಾಂಡವರ ಬಳಿಗೆ ತೆಗೆದುಕೊಂಡು ಹೋಗು.

ಶ್ರೀ ಕೃಷ್ಣ: - ನೀವು ಹೇಳಿದಂತೆ ನಿಗದಿತ ಸ್ಥಳದಲ್ಲಿ ಪಾಂಡವರ ಬಳಿಗೆ ತೆಗೆದುಕೊಂಡು ಹೋಗುತ್ತೇನೆ,

ಜೈ ಶ್ರೀ ಕೃಷ್ಣ,

ಉಪಸಂಹಾರ

ಜೈ ಶ್ರೀ ಕೃಷ್ಣ,

ಕರ್ಮಯೋಗದ ಸಂದರ್ಭದಲ್ಲಿ ಕೃಷ್ಣನು ಹೇಳಿದ್ದಾನೆ, ಒಬ್ಬನು ನಿಸ್ವಾರ್ಥವಾಗಿ ಕಾರ್ಯಗಳನ್ನು ಮಾಡಬೇಕು. ಮತ್ತು ಇದನ್ನು ಮಾಡುವ ಮಾರ್ಗವೆಂದರೆ, ಕರ್ಮಗಳ ಫಲದ ಬಯಕೆ ಮತ್ತು ಬಾಂಧವ್ಯವನ್ನು ತ್ಯಜಿಸುವುದು. ಅದನ್ನು ಮನಸ್ಸಿನಲ್ಲಿಟ್ಟುಕೊಂಡು ಕಾರ್ಯಗಳನ್ನು ಮಾಡು, ಅದನ್ನು ಮಾಡುವುದು ನಿಮ್ಮ ಕರ್ತವ್ಯ. ಇದನ್ನು ಮಾಡುವುದು ತುಂಬಾ ಸುಲಭ. ಆದರೆ, ಅದೇ ಸಮಯದಲ್ಲಿ ಜಗತ್ತಿನಲ್ಲಿ ನಿಸ್ವಾರ್ಥರು ಯಾರೂ ಇಲ್ಲ ಹೇಳಲು ಸಾಧ್ಯವಿಲ್ಲ, . ಇದೆಲ್ಲದರ ನಂತರ ನಮ್ಮ ಧರ್ಮಗ್ರಂಥಗಳಲ್ಲಿ ಬೋಧಿಸಲಾಗಿದೆ ಮತ್ತು ಮನುಕುಲವು ಅನುಸರಿಸಬೇಕಾದದ್ದು.

ಆದರೆ ಜನರು ನಿಸ್ವಾರ್ಥ ಕೆಲಸ ಮಾಡುವ ಈ ಸಾರವನ್ನು ಅನುಸರಿಸದಿದ್ದರೆ ಧರ್ಮಗ್ರಂಥಗಳ ಬೋಧನೆಗಳಿಗೆ ಯಾವುದೇ ಅರ್ಥವಿಲ್ಲ. ಈ ಕಾರಣಕ್ಕಾಗಿಯೇ ಪ್ರತಿ ಯುಗದಲ್ಲಿಯೂ ಭಗವಂತನು ಹುಟ್ಟಿ ಕಾಣಿಸಿಕೊಳ್ಳುತ್ತಾನೆ. ಅದೇ ರೀತಿ ಮಹಾನ್ ವ್ಯಕ್ತಿಗಳು ಕೂಡ ಎಲ್ಲಾ ದೇಶಗಳಲ್ಲಿ ಹುಟ್ಟುತ್ತಾರೆ. ಯಾರು ಕರ್ತವ್ಯದ ಕರೆಯನ್ನು ಅನುಸರಿಸುತ್ತಾರೆ ಮತ್ತು ಇತರರಿಗೂ ಅನುಸರಿಸಲು ಕರ್ತವ್ಯದ ಮಾರ್ಗವನ್ನು ಸುಲಭಗೊಳಿಸುತ್ತಾರೆ. ಕಾಲಕಾಲಕ್ಕೆ ಅವರು ಮಾನವಕುಲದ ಕರ್ತವ್ಯ ಮತ್ತು ಜೀವನದಲ್ಲಿ ಮೌಲ್ಯಗಳ ಪ್ರಸ್ತುತೆಯನ್ನು ಸ್ಥಾಪಿಸುತ್ತಾರೆ. ಸಂಸ್ಕೃತಿ ಮತ್ತು ಕರ್ತವ್ಯ ನಡುವೆ ವ್ಯತ್ಯಾಸವಿದೆ. ಪ್ರತಿ ಯುಗ ಮತ್ತು ದೇಶಕ್ಕೆ ಅನುಗುಣವಾಗಿ ಸಂಸ್ಕೃತಿ ಬದಲಾಗಬಹುದು. ಆದರೆ ಕರ್ತವ್ಯದ ತತ್ವವು ಒಂದೇ ಆಗಿರುತ್ತದೆ. ಪ್ರತಿ ಯುಗದಲ್ಲಿ, ಪ್ರತಿ ದೇಶ ಮತ್ತು ಪ್ರತಿ ವಿಧಾನ, ಧರ್ಮ ಮತ್ತು ಕರ್ತವ್ಯ ಮಾತ್ರ ಮುಖ್ಯ. ಇದು ನಮಗೆ ಹಿಂದೆ ಮಾತ್ರವಲ್ಲ, ಪ್ರಸ್ತುತ ಯುಗದಲ್ಲಿಯೂ ನಮಗೆ ಸ್ಫೂರ್ತಿ ಮತ್ತು ಮಾರ್ಗದರ್ಶನ ನೀಡುತ್ತದೆ. ಆಗ ಮಾತ್ರ ಆ ಧರ್ಮ ಮತ್ತು ಕರ್ತವ್ಯ ಅಮರವಾಗಲು ಸಾಧ್ಯ.

ನಿಸ್ವಾರ್ಥ ಕರ್ಮಯೋಗಿ ಅಥವಾ ನಿಸ್ವಾರ್ಥವಾಗಿ ತನ್ನ ಕರ್ತವ್ಯವನ್ನು ನಿರ್ವಹಿಸುವವನಿಗೆ ಅತ್ಯುತ್ತಮ ಉದಾಹರಣೆ ಭರತ ತ್ರೇತಾ ಯುಗದಲ್ಲಿ. ಪ್ರಸ್ತುತ ಯುಗದಲ್ಲಿಯೂ ಅನೇಕ ಮಹಾನ್ ನಿಸ್ವಾರ್ಥ

ವ್ಯಕ್ತಿಗಳು ಇದ್ದಾರೆ, ಅವರು ಫಲಕ್ಕಾಗಿ ಅಲ್ಲ, ಆದರೆ ತಮ್ಮ ಕರ್ತವ್ಯಕ್ಕಾಗಿ ಕೆಲಸ ಮಾಡಿದ್ದಾರೆ. ಅವರೇ ಮಹಾತ್ಮ ಗಾಂಧಿ, ಲೋಕಮಾನ್ಯ ತಿಲಕ, ಸುಭಾಷ್ ಚಂದ್ರ ಬೋಸ್, ರವೀಂದ್ರ ಬೋಸ್ ಮತ್ತು ಮದರ್ ತೆರೇಸಾ. ಯಾವುದೇ ಫಲವನ್ನು ಅಪೇಕ್ಷಿಸದೆ ತಮ್ಮ ಕರ್ತವ್ಯವನ್ನು ಸಮರ್ಪಣಾ ಭಾವದಿಂದ ಮಾಡಿ ಅಮರತ್ವವನ್ನು ಮನುಕುಲದ ಸಿದ್ಧಾಂತ ಮತ್ತು ಮೌಲ್ಯವನ್ನಾಗಿ ಮಾಡಿದ ಉದಾಹರಣೆಗಳಿವೆ. ಅವರು ನಾಯಕರಾಗಿದ್ದರು.

ನಮ್ಮ ಸ್ವಾತಂತ್ರ್ಯಕ್ಕಾಗಿ ಫಲವನ್ನು ನಿರೀಕ್ಷಿಸದೆ ಹೋರಾಡಿದ ಸಾವಿರಾರು ಕ್ರಾಂತಿಕಾರಿಗಳು ಮತ್ತು ತಮ್ಮ ಮಾತೃಭೂಮಿಯ ಸ್ವಾತಂತ್ರ್ಯಕ್ಕಾಗಿ ತಮ್ಮ ಪ್ರಾಣವನ್ನು ತ್ಯಜಿಸಿದವರು ಇನ್ನೊಂದು ಉದಾಹರಣೆ. ದೇಶದ ಸ್ವಾತಂತ್ರ್ಯಕ್ಕಾಗಿ ಮಡಿದ ಎಲ್ಲ ಹುತಾತ್ಮರು ನಿಜವಾದ ಅರ್ಥದಲ್ಲಿ ನಿಜವಾದ ನಿಸ್ಸಾರ್ಥ ಹುತಾತ್ಮರು.ಭಗತ್ ಸಿಂಗ್, ರಾಜ್ ಗುರು, ಸುಖದೇವ್, ಅಶ್ಫಕುಲ್ಲಾ.

ದೇಶಕ್ಕಾಗಿ ಸಾಯುವುದು ತಮ್ಮ ಕರ್ತವ್ಯ ಎಂದು ಭಾವಿಸಿ ಮನಃಪೂರ್ವಕವಾಗಿ ಗಲ್ಲು ಶಿಕ್ಷೆಗೆ ಗುರಿಯಾದ ಅಮರ ಆತ್ಮಗಳೆಲ್ಲರೂ ಇದ್ದಾರೆ. ನಿಸ್ಸಾರ್ಥ ಕರ್ಮಯೋಗ ಎಂದರೆ, ಯಾವುದೇ ಫಲವನ್ನು ನಿರೀಕ್ಷಿಸದೆ ತನ್ನ ಕರ್ತವ್ಯವನ್ನು ಮಾಡುವುದು. ಆದರೆ ಈ ಮಹಾನ್ ವ್ಯಕ್ತಿಗಳಿಗೆ ಅವರ ಹೃದಯದಲ್ಲಿ ಯಾವುದೇ ಫಲದ ಆಸೆ ಇರಲಿಲ್ಲ. ಅವರಿಗೆ ಯಾವುದೇ ಅಧಿಕಾರ ಮತ್ತು ಸ್ಥಾನಮಾನ ನೀಡುವುದಿಲ್ಲ ಎಂದು ತಿಳಿದಿತ್ತು. ಆದರೆ ಆ ಧೈರ್ಯಶಾಲಿಗಳು ತಮ್ಮ ತಾಯ್ನಾಡಿಗೆ ತಮ್ಮ ಕರ್ತವ್ಯಕ್ಕಾಗಿ ಸಾವನ್ನು ಸ್ವೀಕರಿಸಿದರು. ವರನು ತನ್ನ ವಧುವನ್ನು ಅಪ್ಪಿಕೊಳ್ಳುವಂತೆ ಅವರು ಸಾವನ್ನು ಸ್ವೀಕರಿಸಿದರು. ಇದು ನಿಸ್ಸಾರ್ಥ ವ್ಯಕ್ತಿಯ ಪಾತ್ರ. ಅದರ ಫಲವನ್ನು ನಿರೀಕ್ಷಿಸದೆ ತನ್ನ ಕರ್ತವ್ಯವನ್ನು ಯಾರು ಮಾಡುತ್ತಾರೆ?

ಅರ್ಜುನನಿಗೆ ನಿಸ್ಸಾರ್ಥ ಕಾರ್ಯದ ಸೂತ್ರವನ್ನು ಹೇಳಿದ ನಂತರ, ಶ್ರೀ ಕೃಷ್ಣನು ಅರ್ಜುನನಿಗೆ ನಿಸ್ಸಾರ್ಥ ಕಾರ್ಯಗಳನ್ನು ಮಾಡುವ ಇನ್ನೊಂದು ಮಾರ್ಗವನ್ನು ಹೇಳಿದನು. ಅವನು ಅರ್ಜುನನಿಗೆ ಹೇಳಿದನು, ಅವನು ನಿಸ್ಸಾರ್ಥ ಕಾರ್ಯಗಳನ್ನು ಮಾಡಲು ಸಾಧ್ಯವಾಗದಿದ್ದರೆ ಅರ್ಜುನನು ಭಗವಂತನ ಆಶ್ರಯಕ್ಕೆ ಹೋಗಬೇಕು. ಅದರ ನಂತರ ಅರ್ಜುನ ಏನು ಮಾಡಿದರೂ ತಿನ್ನುವ , ನಿದ್ರಿಸುವುದು ಅಥವಾ ಯಾವುದೇ ಇತರ ಕಾರ್ಯವನ್ನು ಸಹ ನನಗೆ ನೀಡುತ್ತದೆ. ನಾನು ಮಾಡಬೇಕಾದ ಕಾರ್ಯವನ್ನು ನೀನು ಮಾಡುತ್ತಿರುವಂತೆ. ಇಷ್ಟು ಮಾಡಿದರೂ ಮೋಕ್ಷ ಸಿಗುತ್ತದೆ.

ನಾನು ನಿನ್ನನ್ನು ನನ್ನ ಆಶ್ರಯದಲ್ಲಿ ತೆಗೆದುಕೊಳ್ಳುತ್ತೇನೆ. ಈ ಹಂತದಲ್ಲಿ, ಶ್ರೀ ಕೃಷ್ಣನು ಗೀತೆಯಲ್ಲಿ ಭಕ್ತಿ ಮತ್ತು ಆರಾಧನೆಯ ಬೀಜಗಳನ್ನು ತೋರಿಸಿದನು.

ಜೈ ಶ್ರೀ ಕೃಷ್ಣ,

Author Description

- **NAME: SUGUN KOUSHIK**
- **DATE OF BIRTH: 06-MAY-1994**
- **MAIL: sugunkoushik95@gmail.com**
- **CONTACT: 9535453996**
-

A motivational speaker, leadership coach and behavioral trainer by profession. He has written one book tittled "THE DIVINE CONVERSATION".

However ,apart from all this his true passion is imagining , exploring and then new realms of philosophical fiction and spiritualism through writing and painting. he has studied all vedic litterateur,like srimad bagavath geetha and srimad bagavatham 12 cantos, and all kind of upanisads.